బరిలో...

పురాణ, చారిత్రక, సామాజిక, ఆర్థిక, రాజకీయ కోణంలో
కోడిపందాల నేపథ్యంలో రాసిన తొలి తెలుగు నవల

దాట్ల దేవదానం రాజు

ఛాయ

హైదరాబాద్

BARILO...
Novel

AUTHOR : **DATLA DEVADANAM RAJU**
8-1-048, Udayini,Jakriya Nagar,
Yanam - 533 464
Ph. 9440105987, 8555830789
datladeva@gmail.com

First Edition :
November, 2022

Copies : 500

Published By:
Chaaya Resources Centre
103, Haritha Apartments,
A-3, Madhuranagar,
HYDERABAD-500038
Ph: (040)-23742711
Mobile: +91-70931 65151
email: chaayaresourcescenter@gmail.com

Publication No.: CRC- 74
ISBN No. 978 -93-92968-30-3

Cover and Book Design :
Kranthi, +91 7702741570

For Copies:
All leading Book Shops
https:/amzn.to/3xPaeId
bit.ly/chaayabooks

నా ఇష్టాల్నీ అభిరుచుల్నీ మన్నించి
నన్ను నన్నులా ఎదగనిచ్చిన
మా బావజీ దాట్ల వెంకటపతిరాజు
నేను బతికి బట్టకట్టడానికి ముందు
పదకొండు జన్మలెత్తిన
మా అమ్మ సూర్యనారాయణమ్మ
కంటికి రెప్పలా కాపాడుతూ
నన్ను బతికిస్తున్న
ప్రాణం ఉదయ భాస్కరమ్మలకు
ఈ నవల అంకితం.

మనకోడి ఓడిపోయేలా వుంది బావా-
అందికే "పోలీసుల్రోయ్" అని కేకెట్టా ఉట్టినే!
సరసి

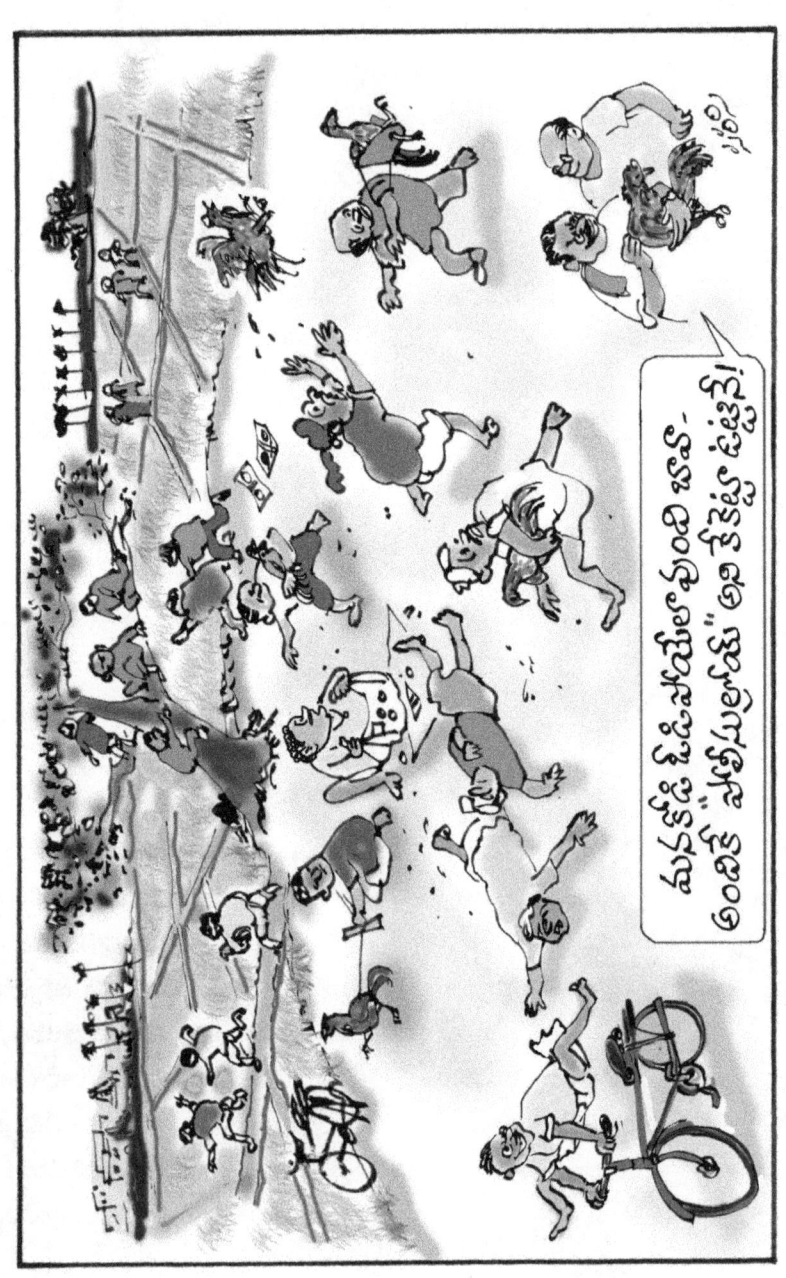

కోడి పుంజు ఎంతో అందమైనది. అనేక రంగుల్లో ఆకర్షనీయంగా ఉంటుంది. మిగిలిన జాతుల పక్షులకు లేని విలక్షణ స్వభావం కోడిపుంజుది. ఎంతమాత్రం అంతకుముందు పరిచయం లేకపోయినా ఒకానొక వైరితత్వంతో పోరాడే గుణం వాటి రక్తంలోనే ఉంది. కోడిపుంజుల్లో ఉండే రోషాన్నీ పోరాటపటిమనీ సాంస్కృతిక విలాసంగా క్రీడావిన్యాసంగా జూదప్రక్రియగా మార్చుకున్నాడు మనిషి. చిన్నప్పట్నుంచీ సంక్రాంతి పండుగ రోజుల్లో కోడిపందాలు వినోదంగా మారడాన్ని గమనించాను. అలాగని నేనెప్పుడూ పందాల కోసం కోడిపుంజుల్ని పెంచడం, డబ్బులు పందెం ఒడ్డడం చేయలేదు.

గత నాలుగైదేళ్లుగా యానాంకు దగ్గర్లోని మురమళ్ల, ఎదుర్లంక, పల్లంకుర్రు గ్రామాలకు వెళ్లేవాడిని. ఆధునిక కోడిపందాల్లో ఉపయోగించే సాంకేతికత, చుట్టూ జరిగే జూదాలు చూసి తెలుగుసాహిత్యం పెద్దగా స్పృశించని దీన్ని కథలు రాయాలనుకున్నాను. పల్లెలకెళ్లి సమాచారం సేకరించాను. అనేకమందితో మాట్లాడాను. ఫోన్లు చేశాను. గూగులమ్మ తలుపు తట్టాను.

కథలు రాద్దామనుకునేంతలో కరోనా కష్టకాలం వచ్చింది. ఇంటి నుండి అడుగు బయటపెట్టే అవకాశం లేదు. మాటల సందర్భంగా కథల ఇతివృత్తం గురించి ఖదీర్‌బాబుకు చెప్పాను. ఆయన కథలు కాదు నవల రాయండని సలహా ఇచ్చారు. నా దృష్టి నవల వైపు మళ్లింది. కథలు, కవిత్వం, దీర్ఘకవితలు, చరిత్ర, యాత్రాకథనం, రాజకీయ వ్యంగ్యకథనాలు, చమత్కారాలు రాసిన నాకు ఇది తొలినవల.

నా ప్రశ్నలకు, సందేహాలకు విసుగు చెందకుండా సమాచారం అందించిన ప్రతి ఒక్కరికీ పేరుపేరునా కృతజ్ఞతలు. వ్యక్తిగతంగా పరిచయం లేకపోయినా ఉత్సాహంగా వివరాలు చెప్పి ఎంతోమంది స్నేహితులుగా మారారు. కోడిపందాల నేపథ్యంలో 'బరిలో...' నవల రాస్తున్నానని చెప్పినపుడు వెన్ను తట్టి ప్రోత్సహించిన సాహితీవేత్తలకు ధన్యవాదాలు. రాస్తున్న సమయంలో అనుక్షణం నీడలా ఆరోగ్య సంబంధమైన మందులిస్తూ అమ్మలా చూసుకున్న సహచరి ఉదయభాస్కరమ్మకు ఎంతయినా కృతజ్ఞతలు.

ముందుమాటల ద్వారా ఎంతో ఆత్మవిశ్వాసం కలిగించిన ప్రసిద్ధ కథకుడు, నవలాకారుడు మధురాంతకం నరేంద్ర గారికీ కేంద్రసాహిత్య అకాడమీ అవార్డుగ్రహీత అంపశయ్య నవీన్ గారికీ ప్రత్యేక కృతజ్ఞతలు.

ప్రతి అధ్యాయంలో సరసమైన హాస్యోక్తులు అందించిన మేడా మస్తాన్ రెడ్డి, సందర్భోచితమైన కోడిపందాల కార్టూన్లు ఇచ్చిన ' సరసి' గార్లకు ప్రత్యేక కృతజ్ఞతలు.

డా.గరికిపాటి నరసింహారావు, డా.కొవ్వూరు ప్రభాకరరెడ్డి, డా.వరుగు భాస్కరరెడ్డి, కూనపరాజు కుమార్, చంద్రశేఖర్ అజాద్, ఎల్. కె. సుధాకర్, మంజరి, డా. వాడ్రేవు వీరలక్ష్మీదేవి, అద్దేపల్లి ప్రభు, చిన్నారి, బొల్లోజు బాబా, గనారా, జానకిరామ చౌదరి, వీరాచారి, ముదునూరి కాశీరాజు, పెండెం జగదీశ్వర్, ఎన్.కె.బాబు, ఆకెళ్ళ రవిప్రకాష్, శిఖామణి, మధునాపంతుల సత్యనారాయణమూర్తి, చిరంజీవి వర్మ, ఆర్వియస్ రాజు, కె.వి.నాగేశ్వరరావు, పొత్తూరి సీతారామరాజు, 'ఛాయ' మోహన్‌బాబు, ముఖచిత్రం వేసిన క్రాంతి గార్లకు కృతజ్ఞతలు

- దాట్ల దేవదానం రాజు

బరిలోకి ఇలా దిగుదాం

ఆధునికానంతర నవలకో కొత్త చేర్పు

కథానిక వొడ్డుకు కట్టేసిన పడవలో కాస్సేపుండి రావడం లాంటిదనీ, నవల స్టీమరులో సముద్ర యానం చేసి రావడం వంటిదనీ లాటిన్ అమెరికన్ విమర్శకుడొకరు నిర్వచించారు. పడవలో వున్నప్పుడు సముద్రపు హెూరు వినబడుతూనే వుంటుంది. సముద్రంలో కెళ్ళే స్టీమరులో నావికులు మాత్రమే వుంటే కుదరదు. వంటవాళ్ళూ, వైద్యులూ మాత్రమే గాకుండా వడ్రంగులూ, కంసాలురూ, కూలీలూ కూడా వుండాలి. అంతటితో సంతృప్తి పడ్డానికి వీల్లేదు. యేప్పుడెవరి అవసరం వస్తుందో తెలియదు. శాస్త్రజ్ఞులూ, అంతరిక్షవిజ్ఞానం తెలిసినవాళ్ళూ, చివరికి ప్రీస్టులూ, పురోహితులూ కూడా అవసరం గావచ్చు. అవసరం వచ్చినప్పుడు నవలారచయిత అప్పటికప్పుడు కొత్త శాస్త్రాన్ని నేర్చుకోవలసి వుంటుంది. కథానిక, నవలల్లో దేనిక్కావల్సిన నైపుణ్యం దానికుండి తీరాలి. యెంచుకున్న వస్తువును బట్టి, వ్యక్తీకరించాలనుకునే అంశాల్ని బట్టీ, వేర్వేరు నవలలకు వేర్వేరు శాస్త్రాలలో అభినివేశం అవసరమవుతుంది. నవలారచయిత ప్రధానమైన పని కథ చెప్పడమే. అయితే ఆ కథకు అనుసంగికంగా మిగిలిన అంశాలెలా అల్లుకుని వుంటాయన్న

అంశం పైన్నే ఆయా నవలల గొప్పతనం ఆధారపడి వుంటుంది. 'కోడి పందాలు' అనే అంశం గురించి దాట్ల దేవదానం రాజు గారు రాసిన 'బరిలో...' అనే యీ నవలలో ఆ పందాల వెనకున్న పౌరాణిక, చారిత్రక, సామాజిక, ఆర్థిక, రాజకీయ అంశాలను విలక్షణమైన కళాత్మకతతో చిత్రించిన తీరు పాఠకుల్ని ఆకట్టుకుంటుంది.

జూదక్రీడలకూ మానవ మనస్తత్వానికీ మధ్య వుండే అవినాభావ సంబంధం చాలా విచిత్రమైంది. ధర్మరాజుకు పాచికలాడ్డంలో మితిమీరిన వ్యామోహం లేకపోయివుంటే భారతంలో కురుక్షేత్ర యుద్ధమే జరిగివుండేది గాదు. జల్లికట్లూ, గుర్రప్పందాలూ, పొట్టేలు పోట్లాటలూ, కోళ్ల పందాలూ, విదేశాల్లోనయితే బియర్ బైటింగులూ, ఫాక్స్ హంటింగులూ, మనుషులకు వ్యసనాలుగా మాత్రమే గాకుండా మానవ చరిత్రను మలుపు దిప్పే ఘటనలుగా కూడా నిరూపించబడ్డాయి. యిప్పటి రోజుల్లో క్రికెట్ బెట్టింగులు మాఫియాలుగా కూడా మారడం జరిగిపోయింది.

సంక్రాంతి పండుగ సమయంలో దక్షిణ భారతదేశంలో అనేక ప్రాంతాల్లో జల్లికట్లూ, కోళ్ల పందాలూ ముమ్మురంగా సాగుతున్నాయి. గోదావరి జిల్లాల్లో కోళ్ల పందాలు ఆ దినాల్లో ఆధునిక కాసినోలుగా మారిపోతాయి. ప్రభుత్వం పెట్టే హద్దులూ వాటికి రాజకీయ నాయకులు చేసే సవరణలూ, పోలీసుల హడావుడులూ, ఘరానా వ్యక్తులు బాహాటంగానే నిర్వహించే పోటీలూ- వీటి గురించి వార్తా పత్రికలు రంజుగా వార్తలు రాస్తాయి. వాటి వెనక జరిగే భాగోతాలనంతా యీ నవల ఆసక్తికరంగా వివరిస్తుంది.

వొక తూర్పుగోదావరి జిల్లాలోనే సంక్రాంతి రోజుల్లో 420 బరులు యేర్పాటవుతాయట! వొక్కో రోజు పన్నెండు పద్మూడువేల కోడి పందాలు వీరమరణం పొందుతాయట! 60 కోట్ల రూపాయలు చేతులు మారుతాయట! మరో 50 కోట్లు దానితో బాటు సాగే గుండాటలో చెల్లిపోతాయట! పల్లంకుర్రు అనే గ్రామ ప్రాంతంలో పది బరులుంటాయిట!

'పెద్ద బరిలో తూర్పు పశ్చిమ గోదావరి జిల్లాల మధ్య పోటీ. యిరవై వొప్పంద పందాలు. పందెం గెలిచిన వారికి వొక ప్రముఖుని చేతుల మీదుగా వెండి నాణెం బహూకరణ. మూడురోజుల్లో అత్యధిక పందాలు గెలిచినవారికి ఇన్నోవా కారు. గెద్దనపల్లి లాంటి చిన్న గ్రామంలో బుల్లెట్టు బండి. పెద్ద బరిలో వొక్కో పందెం అధమపక్షం ఏభై లక్షల రూపాయలకు పైగా నడుస్తోంది. డిజిటెల్ తెరల్లో పందేల్ని వీక్షించొచ్చు. డ్రోన్ల ద్వారా పందాల చిత్రీకరణ. వాటిని సెల్ ఫోన్లలో షేరు చేసుకుని

దేశవిదేశాల్లో ఎక్కడివారక్కడే కూర్చుని పందాల్లో డబ్బులు కాసుకోవచ్చు. ప్రత్యేక లింకు ద్వారా ఆన్‌లైన్‌లో ప్రత్యక్షప్రసారం చేసుకుని బెట్టింగులు డబ్బులు పేటియం ద్వారా చెల్లించుకోవచ్చు. ఒక వ్యక్తికి నగదు కావాలంటే ఫోన్ పే ద్వారా జమ చేయించుకుని కమీషను మినహాయించుకుని యిచ్చే యేర్పాటు కూడా వుంది. పోలీసులు వీటివంక చూడకుండా కొబ్బరిచెట్లకు అధికార పార్టీ రంగులు వేయించారు. ఒక బరి దగ్గర కేడీసీపీ మొబైల్ ఏటియం ఏర్పాటు చేశారు" యిదంతా

యేదో హాలీవుడ్ క్రైం సినీమా గాదు. గోదావరి జిల్లాల్లో జరుగుతున్న సత్యం.

కోళ్ళ పందాల పూర్వాపరాలను గురించిన యీ నవలను గోదావరి జిల్లాలకు చెందిన వ్యక్తి తప్ప మరొకరు రాయలేరు.

అంతేగాదు, దేవదానం రాజు గారీ నవలలో కోడిపందాల్లో పీకలలోతు వరకూ మునిగిపోయిన రాజుల గురించీ, వాళ్ళ కుటుంబాల గురించే యెక్కువగా రాశారు. అందువల్ల యీ సంగతులన్నీ దివాణం కథలనూ అలమండ రాజుల రాచ అలవాట్లనూ గుర్తు చేస్తాయి.

మట్కా జూదాలూ, గుర్రప్పందాలూ, షేర్ మార్కెట్‌లూ మొదలైన వాటి వెనుక విచిత్రమైన శాస్త్ర విజ్ఞానమొకటి కుప్పతెప్పలుగా తయారైపోతుంది. ఆ శాస్త్రానికుండే హేతుబద్ధతనూ మూఢనమ్మకాలకూ మధ్య వుండే సన్నటి తెర యెప్పుడు తెగిపోవడమన్నది ఆయా వ్యక్తుల వ్యక్తిత్వాల పైన ఆధారపడివుంటుంది. కోళ్ళ పుంజుల్లో వుండే రకాలూ, వాటిని పోటీలకు తయారు చేసే తీరూ, పోటీల్లోకి వాటిని దించే పద్ధతులూ, వాటికి కట్టే కత్తులూ, పోటీల్లో వుండే యెత్తులూ పై యెత్తులూ, న్యాయాలూ మోసాలూ, గెలుపులూ వోటములూ - యిదంతా పెద్ద శాస్త్రం లాగే తయారయివుంది. 'బరిలో...' అనే యీ నవలను కోళ్ళ పందాలకు సంబంధించిన సంబంధించిన విజ్ఞాన సర్వస్వమని (encyclopedia) అని చెప్పొచ్చు. యీ నవల చదువుతున్నంత సేపూ రచయిత చేసిన పరిశోధన అబ్బుర పరుస్తూనే వుంటుంది.

కోళ్ళ పందాల వెనకుండే భిన్నమైన విషయాల్ని కథగా గుది గుచ్చటానికి దేవదానం రాజు గారొక భిన్నమైన శిల్పాన్నే యెన్నుకున్నారు. యిది వో రకంగా యింగ్లీషు పికరస్క్ (picaresque) నవలల్ని జ్ఞాపకం చేస్తుంది. ఈ నవలల్లో పికారో-(తెలుగులో అనాథ, నిరక్షరాస్యులు అని అర్థం) జీవితానుభవాల్ని వరసగా పేర్చుకుంటూ వెళ్తారు. బతకడం కోసం పికారో యెవరో వొక ధనవంతుడ్ని సేవించక

తప్పదు. అలా సేవకుడైనప్పుడు వారి అమాయకత్వమూ, మంచితనమూ ఆకాలపు కుహనా నాగరికతను కొలిచే కొలబద్దలైపోతాయి. యిటువంటి నవలల్లో వొక రకమైన వదులైన శిల్ప నిర్మాణం (loose structure) వుండే అవకాశం వుంటుంది. కావాలంటే మరికొన్ని అనుభవాల్ని కలుపుకోవచ్చు. లేదంటే కొన్ని అనుభవాల్ని తీసేయొచ్చు. మూలకథకు భంగమేమీ యేర్పడదు.

యీ నవలలో ' అల్లూరి సీతారామరాజు' అనే ముఖ్యపాత్రను రచయిత చిత్రమైన 'పికారో'గా మలిచారు. యెనభై ఆరేళ్ళ వృద్ధుడైన ఆ వ్యక్తిలో వుండే మంచినీ, చెడునూ నిర్మోహతతో చిత్రించారు. కోళ్ళ పందాలతో పూర్తిగా మమేకమైపోయిన మనిషి జీవితాన్ని దారంగా తీసుకుని, దానికి ఆ పందాలకున్న వివిధ పార్శ్వాల్ని పువ్వుల్లా గుచ్చి యీ నవలామాలను తయారు చేశారు. అతడి చదువు సంధ్యలూ, ప్రేమ, పెళ్లి, సంసారమూ, వొంటరితనమూ, అన్నింటికీ కోళ్ల పందాలే కారణమైన తీరు సహజంగానే వుంటూ ఆశ్చర్యాన్నీ కలిగిస్తుంది.

సర్వసాక్షి కథనంలో, ప్రథమ పురుష కథనం కలిపిన తీరు నవలకు నమ్మశక్యతను(credibility) కలిగిస్తుంది. తన జీవితానుభవాల్ని తన దగ్గరే చెప్పడం వల్ల నవలకు సాధికారత (authenticity) వచ్చింది. పల్నాటి యుద్ధాన్నీ, బొబ్బిలి యుద్ధాన్నీ బుర్రకథలుగా, సినిమాకథలుగా చూసినా బుద్ధులు మార్చుకోని జనాలను చూసినప్పుడు రచయిత ఆవేదన అర్థమవుతుంది. యెన్నికల్లోకి గూడా కోళ్ల పందాలను తీసుకొచ్చే ప్రజాస్వామ్యపు విడ్డూరాల్ని గమనించినప్పుడు యే వెలుగులకీ ప్రస్థానమని ప్రశ్నించుకోక తప్పదు. ఆ విషయాన్ని నవలకు పతాక సన్నివేశం (climax) గా మార్చుకోవడంలో రచయిత ప్రతిభ స్పష్టమవుతుంది. రచయిత యెటు వైపున నిలబడ్డారో, దేని పట్ల కినుక వహిస్తున్నాడో స్పష్టంగా తెలిసిపోతూనే వుంటుంది.

నవల లోని ప్రధాన పాత్రను రచయిత మరుపురాని పాత్రగా తీర్చి దిద్దాలనుకున్నారు. వృద్ధాప్యంలో చేతులు కాలిన వ్యక్తిగా అతను పశ్చాత్తాప పడే తీరు, ఆతడిలోని మానవత్వం మేలుకునే సందర్భాలూ, చాలా సహజంగా వచ్చాయి. అతడి జీవితం లోకి కోడిపందాలకుండే అనేక వివరాల్ని తీసుకురావడానికి రచయిత పురాణాల్లోని శిల్పాన్ని చక్కగా వాడుకున్నారు. ప్రతి అధ్యాయానికీ పేరు పెట్టడమూ, శూతశౌనకుల్లా కథను ప్రారంభించడమూ పురాణ శిల్ప లక్షణాలే! ఇది ఒక స్థల పురాణం, వినుడు వినుడీ వీరగాథ, దశ తిరిగింది, కోడి జాతకం లాంటి అధ్యాయాల

పేర్లు రచయితకు ప్రాంతీయతతోనూ, జాతీయతతోనూ, వుండే గాఢమైన అభినివేశాన్ని వెల్లడి చేస్తాయి. పాఠకుల్ని ఆకట్టుకోడం కోసం ప్రధానపాత్రతో చెప్పించిన శృంగార వృత్తాంతాలు 'జోక్' స్థాయిని దాటి కాస్త మోతాదును మించినట్టుగా వుంటాయి. అయితే అది ఆ వ్యక్తి వ్యక్తిత్వపు మరో కోణాన్ని పైకి తీసుకొస్తాయి. పై తరగతికి చేరబోతున్న మధ్యతరగతి వ్యక్తులను, తాతలు తాగిన నేతుల వాసనల్ని మరచిపోలేని మనుషుల కుహనాడాంబికాలను అవి నాటకీయంగా బయటకు తెస్తాయి. బాగా పంటలు పండి, కష్టపడి పనిచేయవలసిన అవసరాలు లేని చోట, సులభంగా సంపదను (easy money) పొందగలిగిన వ్యక్తుల జీవితాలెలా వుంటాయో తెలుస్తుంది.

భిన్నమైన దృక్కోణాలూ, స్థల పురాణాలూ, చరిత్ర, పిట్టకథలు, ముఖ్యమైన కథతో బాటూ వుపనదుల్లా సాగే కథలూ, కల్పనలా కనిపించే వాస్తవాలూ, వాస్తవాల్లా వుండే కల్పనలూ – యిలాంటి విరుద్ధమైన అంశాలనంతా రచయిత వొక నవలగా రూపొందించిన తీరు అధునాతనమైంది. నాందీ ప్రస్తావనల్లాంటి వుపోద్ఘాతాలతో ప్రారంభమయ్యే నవల రెండు కోడిపుంజుల స్వగతంతో ముగుస్తుంది. అలా యిది ఆధునికానంతర (Post-Modern) నవలగా తయారయింది.

సాంఘిక సాంస్కృతిక చరిత్రకు నికార్సయిన ప్రత్యామ్నాయంగా వున్నందు వల్లనే 'నవల' గొప్ప సాహిత్య ప్రక్రియగా గౌరవించబడుతూ వుంది. ఆ బాధ్యతను చిత్తశుద్ధితో నిర్వహించినందుకు దాట్ల దేవదానం రాజు గారికి పాఠకలోకం మనస్ఫూర్తిగా అభినందనలు చెప్తుందనే నమ్మకం నాకుంది.

మధురాంతకం నరేంద్ర

5 సెప్టెంబరు 2022 తిరుపతి

ఇది కోడిపందాల ప్రపంచం

మానవుడికున్న అనేక బలహీనతల్లో 'జూదం' ఒకటి. జూదం ఆడి తను సర్వస్వాన్నీ పోగొట్టుకున్న వాళ్ళు చరిత్రలో ఎందరో ఉన్నారు. గొప్ప ఆదర్శపురుషుడు, సత్యసంధుడుగా పేరుగాంచిన మహాభారత ఇతిహాసం లోని ధర్మరాజు పాచికలాడి తమ్ముళ్ళి చివరకు భార్యను కూడా కోల్పోయి ఎంత భయంకరమైన అవమానానికి గురయ్యాడో పండితుల నుండి సామాన్య ప్రజానీకం వరకు అందరికీ తెలుసు. అతడికి జూదమాడటం మీద ఈ వ్యసనం కారణంగా అతడి భార్య ద్రౌపదిని నిండు సభలో వస్త్రాపహరణం చేసే అత్యంత హేయమైన చర్యకు కారణమైంది.

అయితే ఇంత అవమానానికి గురయినప్పటికి ధర్మరాజుకు బుద్ధి రాలేదు. మరోసారి జూదమాడి పన్నెండేళ్ళ వనవాసానికి, ఒక యేడు అజ్ఞాతవాసానికి తన నల్గురు తమ్ముళ్ళను తన భార్యను గురి చేశాడు.

ఆనాటికి ఈనాటికి మానవుడికి జూదమాడే వ్యసనం పెరుగుతున్నదే గానీ తరగడం లేదు. కోడిపందాలు, గుర్రప్పందాలు, పేకాటలు, క్రికెట్ బెట్టింగులు-

ఇలా రకరకాలుగా ఈ జూదం ఆడాలన్న మానవుడి వ్యసనం వ్యక్తమవుతూనే ఉంది.

సంక్రాంతి పండగొచ్చిందంటే ఉభయ గోదావరి జిల్లాల్లో కోడిపందాలు చాలా పెద్ద ఎత్తున జరుగుతాయి. కొన్ని వందల కోట్ల రూపాయలు చేతులు మార్తాయి. కొన్ని వేల కోడిపుంజులు ఆహుతైపోతాయి.

ప్రభుత్వం కోడిపందాల్ని నిషేధిస్తూ చట్టం చేసినప్పటికి దాన్నెవరూ ఖాతరు చెయ్యటం లేదు. సామాజిక అమోదం లేనిదే (social sanction) యే చట్టం కూడా విజయాన్ని సాధించదని ఈ కోడిపందాల్లాంటి ఎన్నో సామాజిక రుగ్మతలు కొనసాగుతూనే ఉంటూ రుజువు చేస్తుంది. చాలా ఆశ్చర్యంగా ఈ పందాలు ఎంత హాని చేస్తాయో తెలిసి కూడా సమాజం వీటిని ఆమోదిస్తూనే ఉంది.

ఈ కోడిపందాల్ని చిత్రిస్తూ తెలుగులో ఇప్పటి వరకు ఒక నవల కూడా వెలుగు చూడలేదన్నది వాస్తవమే. ఆ పని ఇప్పుడు దాట్ల దేవదానం రాజు గారు చేశారు. అందుకే ఆయన ఈ నవలను గురించి 'పురాణ, చారిత్రక, సామాజిక, ఆర్థిక, రాజకీయ కోణంలో కోడిపందాల నేపథ్యంలో రాసిన తొలి నవల' అని చెప్పుకున్నారు. ఈ మాట నూటికి నూరుపాళ్ళు నిజమే.

కోడిపందాల పట్ల గోదావరి జిల్లాల్లో నివసిస్తున్న ప్రజలకు విపరీతమైన మోజుంది. ముఖ్యంగా ఆ జిల్లాల్లో నివసిస్తున్న అగ్రకులాలకు చెందిన రాజుల వంశస్తులు కోడిపందాల్లో పాల్గొనటం స్టేటస్ సింబల్‌గా అంటే వాళ్ళ వంశ గౌరవాన్ని భావిస్తారట.

ఈ నవలకు రచయిత 'బరిలో...' అని పేరు పెట్టాడు. రెండు కోడిపుంజులు పోట్లాడే ప్రదేశాన్ని 'బరి' అంటారు కాబట్టి ఈ నవలకు ఆ పేరు పెట్టడం సముచితంగానే ఉంది.

ఈ నవలను 'సీతారామరాజు' అనే ఈ నవల లోని ప్రధాన పాత్ర ద్వారా చెప్పించాడు దేవదానంరాజు. కోడిపందాలకు సంబంధించిన అనేక వివరాలను, బోల్డు సమాచారాన్ని సీతారామరాజు తన చుట్టూ చేరిన యువకులకు అనేక కథల రూపంలో చెబుతుంటాడు.

కోడిపందాల్లో పాల్గొనబోయే కోడిపుంజుల్ని ఎలా ఎన్నిక చేస్తారు, ఎలా

పెంచుతారు, వాటికి ఎలాంటి తిండిని పెడ్తుంటారు, ఈ కోడిపుంజుల్లో ఎన్ని రకాలుంటాయి, వాటి కాళ్ళకు ఎలాంటి కత్తుల్ని ఎంత నేర్పుగా కడ్తారు, వాటికి తరిఫీదును ఎలా ఇస్తారు, పందెం కాయటం ఎలా జరుగుతుంది, ఈ పందాలను ఎవరు పర్యవేక్షిస్తూ ఒక పుంజు ఓడిందో, గెల్చిందో ఎలా నిర్ణయిస్తారు ఇలాంటి కోడిపందాల నేపథ్యానంతటిని రాజుగారు సీతారామరాజుతో చెప్పిస్తాడు.

దాట్ల దేవదానం రాజు ఒకప్పుడు ఫ్రెంచ్ వాళ్ళు పాలించిన 'యానాం'లో ఉంటున్నాడు. 'యానాం' గోదావరి నది పక్కనే ఉంటుంది. కాకినాడకు 30 కిలోమీటర్ల దూరంలో ఉంటుంది. అంటే భౌగోళికంగా యానాం తూర్పుగోదావరి జిల్లా అంతర్భాగంగా ఉండటం వల్ల ఇక్కడ చాలాకాలంగా నివసిస్తున్న రాజుల వంశానికి చెందిన దేవదానం రాజు గార్కి కోడిపందాలను గూర్చిన సమగ్రమైన అవగాహన, సమాచారం ఉన్నాయి. అందుకే ఈ నవలను కోడిపందాలను గూర్చిన ఒక సమగ్రమైన నవలగా మలచడంలో ఈ రచయిత సఫలీకృతుడయ్యాడనే నాకనిపించింది.

ఈ నవలలోని కథ, కథనం- రెండూ చాలా బాగా కుదిరాయి. ప్రవాహశీలమైన శైలి కారణంగా ఈ నవలకు పఠనీయతాగుణం బాగా అబ్బింది.

దేవదానం రాజు ఇది వరకు కథకుడిగా, కవిగా ఎంత ప్రతిభావంతుడో రుజువు చేసుకున్నాడు. ఇప్పుడీ నవల ద్వారా ఆయనొక ప్రతిభావంతుడైన నవలాకారుడుగా కూడా మన ముందుకొచ్చాడు.

86 యేళ్ళ వృద్ధుడైన అల్లూరి సీతారామరాజును ప్రధాన పాత్రగా తీసుకున్న రాజు గారు ఈ నవలలో మరే ఇతర ముఖ్యపాత్రల్ని సృష్టించకపోవటం గమనార్హం. ఒకటే విషయాన్ని అనేక రూపాల్లో, అనేక సంఘటనల ద్వారా చెప్పించడం వల్ల కోడిపందాల పట్ల ఎక్కువ ఆసక్తి లేని పాఠకులకు కొంత విసుగు కల్గే అవకాశం లేకపోలేదు.

కోడిపందాల్లో పాల్గొనే కోడిపుంజుల్ని గూర్చి, కోడిపందాల పట్ల ప్రజలకున్న ఆకర్షణను గూర్చి ఈ రచయిత ఇలా అంటాడు:

'ఎవరు నేర్పారు వీటికి (కోడిపుంజులకు) ఒక వైరితత్వాన్నీ నిప్పుల్ని ఎగజిమ్మే కోపాగ్ని జ్వాలల్నీ, ప్రాణాలొడ్డే సాహసాన్నీ, పట్టు విడవని స్వభావాన్నీ, రక్తమోడుతున్న వెనుదిరగని వీరత్వాన్నీ ఉదాత్త వీర మరణ సంచలనాల్నీ....ఇంకా ...ఇంకా-

అందుకే కదా మనిషి వీటిని సాంస్కృతిక విలాసంగా తీర్చిదిద్దుకున్నాడు...అనాదిగా సాంప్రదాయ ప్రతీకగా మార్చుకున్నాడు...పండుగల వేడుకల క్రీడావిన్యాసంగా మలచుకున్నాడు...చట్టాలు, న్యాయస్థానాలను ధిక్కరించి ఆచార ప్రక్రియగా అమలు చేస్తున్నాడు' అని చెప్పటం

యథార్థం.

ఇది వరకు యే నవలాకారుడు స్వీకరించని సరికొత్త ఇతివృత్తాన్ని స్వీకరించి, దాన్ని ఇంత జనరంజకమైన నవలగా మలచిన దాట్ల దేవదానం రాజు గార్ని హృదయపూర్వకంగా అభినందిస్తున్నాను.

అంపశయ్య నవీన్

13-10-2022 కేంద్రసాహిత్య అకాడెమీ అవార్డు గ్రహీత

కోడిపందాల రాజు:

ఎవరు సృష్టించారు గ్రామాల ఇంటింటా మెరిసే రెక్కలున్నా ఎగరలేని ఈ పిట్ట జాతిని...ఇంత అందమైన పక్షుల్ని...ఇంతకీ ఇవి పక్షులేనా... ప్రాకృతిక రమణీయ సుందరమైన గ్రామీణ జీవితాల్లో ఇవొక అందమైన చేర్పు కదా. ఆప్యాయతలు, ప్రేమలు కురిపించే కలబోసే మహత్తర సమూహం...గ్రామీణ జీవితమే కదా.

రోజూ ఉదయాన్నే గాబుల్లోంచి ఒక కోడిపుంజును ఒడిలో ఇముడ్చుకుని నిమరడం అల్లూరి సీతారామరాజు దైనందిన వ్యాపకం. అలా చేయని రోజు ఏదో కోల్పోయిన భావన రోజంతా వెంటాడుతుంది. గాబులో రాజసంగా అడుగులేసే పుంజుల్ని ఎంతో ఇష్టంగా చూసుకుంటాడు. సీతాకోకచిలుకల్లా రంగు రంగు ఈకలతో సొగసైన పుంజులు. వాటి సమక్షం మానసిక బలం చేకూర్చే దివ్యౌషథం.

ఎవరు నేర్పారు వీటికి ఒక వైరి తత్వాన్నీ నిప్పులు ఎగజిమ్మే రోషాగ్ని జ్వాలల్నీ

ప్రాణాలొడ్డే సాహసాన్నీ పట్టువిడవని స్వభావాన్నీ రక్తమోడుతున్నా వెనుదిరగని వీరత్వాన్నీ ఉదాత్త వీర మరణ సంచలనాల్నీ... ఇంకా... ఇంకా... అందుకే కదా... మనిషి వీటిని సాంస్కృతిక విలాసంగా తీర్చి దిద్దుకున్నాడు... అనాదిగా సాంప్రదాయ ప్రతీకగా మార్చుకున్నాడు... పండుగ వేడుకల క్రీడా విన్యాసంగా మలుచుకున్నాడు... చట్టాలు న్యాయస్థానాలను ధిక్కరించి ఆచార ప్రకియగా అమలు చేస్తున్నాడు...

ఊరేమో కోలంక... పేరేమో అల్లూరి సీతారామరాజు... వయసేమో ఎనభై ఆరేళ్ళు... చదివిందేమో ఇష్టంగా అనేక పుస్తకాలు... పరిశీలించిందేమో నిఖిల ప్రపంచాన్ని... సహవాసమేమో కోడిపుంజులు...

సీతారామరాజుకు మనుషుల మనస్తత్వం తెలుసు. నమ్మడం తెలుసు. తోటి వారిని ప్రేమించడం తెలుసు. కష్టాల్లో ఉన్నవారిని ఆదుకోవడం తెలుసు. పిల్లల్లో పిల్లవాడిగా పెద్దల్లో పెద్దవాడిగా మసలడం తెలుసు. జోకులేసి నవ్వించడం తెలుసు. కోడిపుంజుల పెంపకం తెలుసు. కోడిపుంజుల లోకంగా బతకడం తెలుసు.

పక్క మీద అటూ ఇటూ దొర్లుతున్నవాడల్లా గబుక్కున లేచాడు. నిద్ర పట్టని జాము రాత్రి. మెలకువ స్థితిలో ఏవో కొక్కొరికో బృందగానం వినిపించింది. వెనువెంటనే కోడి పెట్టల కూనిరాగాలు వినిపించాయి. చీకట్లో తడుముకుంటూ లైటు వెలిగించాడు. కళ్లు నులుముకుంటూ వసారా లోకి వచ్చాడు.

ఇంటికి ఆ చివర నుంచి ఈ చివర దాకా బంగ్లా పెంకులతో కొంజాగా దింపిన వసారా. బంగ్లా పెంకుల అడుగున కుదుమట్టంగా పేర్చిన చిల్లపెంకులు. రంగు వెలసిన ఇనప ఊసల చట్రం. టేకు వాసాలు. నేల ఎఱ్ఱ రంగుల సిమ్మెంటుతో చదునుగా ఉంది. మధ్యలో నల్లంచు రేకలతో కమలం. ఇక్కడే సందకాడ నుంచీ కుర్రాళ్ళతో బాతాఖానీ. పెల్లుబికే ఇచ్ఛాపూర్వక మాటల సందడి. అడ్డాట, కోటూ పట్టూ, చదరంగం, రాజకీయ వాగ్వివాదాలు...ఆ కాసేపు మరో లోకపు క్షణాలు దొర్లించే కాలక్షేపం.

సీతారామరాజు పిల్లల్లో పిల్లల్లా కలసిపోతాడు. ఊరోళ్లేమో కుర్రాళ్ళని పోగుచేసి పాడుచేస్తున్నాడంటారు. పట్టించుకోడు. తనేమైనా సామాన్యమైనోడా? కాదు. ముమ్మాటికీ కాదు. ఓ మాదిరిగా చదువుకున్నాడు. మనుషుల్నే కాదు పుస్తకాల్నీ. మహత్తర పఠనానుభవం ఉంది. అన్ని విషయాలు మాట్లాడతాడు. తెలియని రంగం లేదు. ఆయన పరిజ్ఞానం ఏపాటిదో కాసేపు ఆయనతో మాట్లాడితే తెలిసిపోతుంది.

ముసిముసి నవ్వులు నవ్వుతూ ఆసక్తికరంగా బూతు కథలు కూడా చెబుతాడు. చంటి గాడున్నాడే వాడో కొంటె కోణంగి. వాడికి తోడు రాజబాబు. మురళి పైకి కనిపించడు. అసాధ్యుడు...

తాతగారూ...ఒకటి వదలండి' అంటాడు. వదలడం అంటే రసరమ్యంగా చెప్పే శృంగార కథ చెప్పమని.అంతకు ముందు విన్నది అయినా సరే మళ్లీ కొత్తగా చెవులు కోసుకుంటూ వింటారు. చెప్పే విధానం అట్లా ఉంటుంది అన్నమాట. చిత్రంగా కళ్ళు మిటకరించుకుంటూ పెదాలు తడుముకుంటూ చెబుతాడు. చెప్పింతర్వాత ఊరుకుంటాడా? ఎదుటి వ్యక్తి నుంచి స్పందన కావాలి. ప్రశ్నిస్తే ' అక్కడికే వస్తున్నా...' అంటాడు. విన్న వారి ముఖంలో సంతోష జాడలు కనిపించాలి. అప్పటి దాక తృప్తి పడడు. ఏమర్రా... అందలేదా... అంటాడు. మనిషికి చెప్పడం సరదా.

అరె...మరిచిపోయాను. మండువా లోకి చేర్చేశాను కదా ' అనుకుని వెనక్కి తిరిగాడు.

ఊరంతా అట్టుడుకిపోతోంది. కోళ్ళకు అంటురోగం దాపురించింది. ఒక ఇంటి నుంచి మరో ఇంటికి పాకి టపాటపా లేచిపోతున్నాయి. గంబోరా లాంటి అంటురోగం వస్తే ఇక అంతే. ఆపలేం. సర్వవ్యాపితం అయిపోతుంది. పండిన పళ్ళను చెట్టు నుంచి దుళ్లకొట్టినట్టు రాలిపోతాయి. రోగం అంటుకోడానికి నాటు, జాతి కోళ్ల మధ్య తేడా లేదు. ఒక్క కోడి కూడా మిగలకుండా అన్నీ తుడుచిపెట్టుకుని పోవడమే. రోగం అంటుకుంటే కోళ్ళపాలిట మృత్యుపాశం విసిరినట్లే.

పెరట్లో అందమైన గాబుల్లో జాతికోళ్లు ఉండేవి. ఖరీదైనవి. ఒక్కో దాని ఖరీదు ఇప్పటి రోజుల్లో చెప్పగలిగేవి కావు. మోజును బట్టి కోడిపుంజు ధర పలుకుతుంది. అది కాదు గానీ....

కోళ్లకు ఏ కష్టం కలిగినా భరించలేడు. ఇప్పటి మాటా...అరవై ఏళ్లుగా కోళ్లను సాకుతున్నాడు. రోజంతా వాటితో గడపడానికి అలవాటు పడ్డాడు. నాలుగు గాబుల్లో పుంజులతో బాటు జాతి పెట్టల్ని ఉంచాడు. మండువాలో నాలుగు స్తంభాల మధ్య సౌకర్యంగా ఉండేలా ఏర్పాటు చేసాడు. గతంలో అయితే ఇనప ఊసలతో తయారుచేసిన పెద్ద పెద్ద అరలుండేవి. ఒక్కో అరలో ఒక్కో పుంజు ఉండేది.

దక్షిణం వైపు గోడకు వేలాడుతూ పెద్ద తలపాగాతో కోటు ధరించిన నలుపు

తెలుపు తాతగారి ఫోటో ఉంది. అది అక్కడకేదో మండువా మధ్యస్త గుండంలో నిధి నిక్షేపాలున్నట్టు చూస్తుంటుంది. మొదట్లో హాలు మధ్యలో రోజు విడిచి రోజు దండలు మార్చుకుంటూ ఉండేది. ఈ మధ్యనే మూల పడింది. పురా వైభవాల జమీందారీ చరిత్రలు ఎవరికి కావాలి? ఫోటో గుర్తులు మిగిలాయి చెప్పుకోడానికి.

మండువాలో లైటు వేశాడు. ప్రతి గాబు ఎత్తి పుంజుల్ని పెట్టల్ని గమనించాడు. పక్కింటి వారి ఇంట్లో కోళ్ళు ఇప్పటికే కొన్ని చచ్చాయి. అది తెలిసినప్పట్నుంచీ జాగ్రత్తగా ఉంటున్నాడు. మండువా శుభ్రం చేయించి పినాయిల్‌తో కడిగించాడు. పెరడంతా బ్లీచింగు పౌడరు చల్లించాడు.

హాయిగా ఉన్నాయి. చలాకీగా ఉన్నాయి. గాభరా తగ్గింది. నడుస్తుంటే ముందుకి తూలాడు. నిలదొక్కుకుని మంచం చేరాడు. పక్కన స్టూలు మీద ఉన్న మంచినీళ్లు తీసుకుని తాగాడు.

రాత్రి అయ్యేటప్పటికి కుర్రాళ్ళు కటకటాల వసారా లోకి చేరతారు. అంతకు ముందు చాలా మంది వచ్చేవారు. ఇపుడు ముగ్గురు. ఐదుగురు. అంతే. కబుర్లు. నవ్వులతో నిండిపోతుంది. తనకు తండ్రి ద్వారా సంక్రమించిన కనుజు తోలు వాలుకుర్చీ ఉంది. అక్కడక్కడా చిల్లులు పడినా దాని మీదే కూర్చుంటాడు. ఆ వాలుకుర్చీ ఎన్నో మధుర స్మృతుల్ని జ్ఞప్తికి తెస్తుంది.

కొంచెం చనువిస్తే కుర్రాళ్లు తేలిక చేసి మాట్లాడతారు. పూర్వంలా ఇప్పటి కుర్రాళ్లకు భయభక్తులు లేవు. ఏది నోటికొస్తే అది అనేయడమే. గత రాత్రి వెటకారం ధ్వనిస్తూ వాళ్లు అడిగిన మాటలు గుర్తుకొచ్చాయి. అది కనిపెట్టే వాళ్ల మీద చిరాకు పడ్డాడు. చిరాకు పడాల్సింది కాదు. చిరాకు మన చేతిలో ఉండదు కదా.

వయసు తెచ్చిన అనుభవంతో చాలా వాటిని క్షమించేయాలి. తెలిసిందంతా చెప్పడం కూడా కుదరదు. క్లుప్తంగా చెప్పాలి. వయసు మళ్ళిన వారికి చెప్పిందే చెప్పకపోతే ఉబలాటం తీరదు. అర్థమైందా లేదా అని చెబుతుంటే చాదస్తం అంటారు.

చిన్నంతరం పెద్దంతరం లేకుండా ఎటకారాలేంటని తను కోప్పడ్డాడు. తిట్టాడు. పక్కనే ఉన్న కర్రతో కొట్టబోయాడు. ఎప్పుడూ లేంది ఆవేశంతో ప్రవర్తించాడు. నిజమే. వాళ్లు బెదిరిపోయారు. చెప్పాలంటే పారిపోయారు. మనసులో బాధ పెట్టుకున్నారో ఏమిటో...

రోజూలా వస్తారో రారో...వస్తే బావుండును. రాకపోతే తనకు కాలక్షేపం

ఎలా? ముసలితనంలో రోజూ కలిసేవారూ మాట్లాడేవారూ ఉంటే వేరే మందులు మాకులూ అక్కర్లేదు. ఆ కలయికలే ఆరోగ్యగులికలు. తన గురించి తెలియదా... రాక మానరులే... వస్తారు. తనను మాత్రం చూడకుండా ఉండగలరా? వస్తారు తప్పక వస్తారు. ఈసారి మాట జారకుండా జాగ్రత్త పడితే సరిపోతుంది. మాటను వెనక్కిలాక్కోలేం. విరిగితే అతకడం కష్టం. అన్నీ మనకే తెలుసనే ముదిమి కాలం. 'పోదురూ... బడాయి... మీ లెక్కేంటీ?' అనే కుర్రకారు.

చుట్టు పక్కల పది గ్రామాల్లో 'కోడి పందాల రాజు' అంటేనే తెలుస్తుంది. అసలు పేరు అందరూ ఎప్పుడో మరచిపోయారు. చాలా కాలం వరకూ ఈ పేరుతో బాటు పాత ప్రెసిడెంటు గారు అని పిలిచేవారు. క్రమం తప్పకుండా ముగ్గురూ వస్తున్నారు రోజూ. వీళ్లల్లో చంటికి గ్రామాల చరిత్ర, స్థల పురాణాలు, గత కాలపు మనుషుల అలవాట్లు, ప్రవర్తనలు తెలుసుకోవడం ఇష్టం. ప్రసిద్ధ పద్యాలను రాగయుక్తంగా వినిపిస్తాడు కూడా. ఏడు కిలో మీటర్ల దూరంలో ఉన్న యానాంలో డిగ్రీ చదువుతున్నాడు. రాజబాబుకు రాజకీయాల మీద శ్రద్ధ ఎక్కువ. తను అభిమానించే పార్టీపై ఈగ వాలనీయడు. ప్రస్తుత రాజకీయాల గురించి మంచి విశ్లేషణ చేస్తాడు. మురళి తను అనుకున్నది ఏమైనా సరే మాట్లేడేస్తాడు. అతని మాటల్లో రీజనింగుంటుంది. ముగ్గురూ తనకిష్టమైనవారే. వారే తోడు నీడ. ఒకవేళ వారు రావడం ఆలస్యమైతే వెంటనే కబురు పంపేవాడు.'

అసలు మీ పేరు ఎలా వచ్చింది? 'కోడి పందేల రాజు' వెక్కిరింపు కదా అలా పిలవడానికి ఎందుకు ఒప్పుకుంటున్నారు?" చంటిబాబు అడిగాడు. రాజబాబు విసుక్కున్నాడు. ' పెద్దాయన ఇదే అవకాశం అనుకుని ఇక మొదలెడతాడు నాయనో" అని అనుకుంటున్నట్టు ముఖం చూడగానే తెలిసిపోతుంది.

"ఒరేయ్... కుర్ర సన్నాసుల్లారా...అదొక్కటే కాదు ఇంకా చెప్పాల్సింది చాలా కథ ఉంది. చెబుతానుండండి" అని లేచి లోపలికెళ్లి పొగాకు ఫారం తీసుకొచ్చి వాలు కుర్చీలో తాపీగా కూర్చుని ప్రారంభించాడు.

"మా అమ్మకు పదకొండు మంది పుట్టి గర్భవాతమేదో ఉండటం వల్ల వెంటనే గంట కొట్టేసేవారు. అపుడు సరైన వైద్య సదుపాయాలేవీ? లేక లేక పుట్టడం వల్ల ఎంతో గారాబంగా పెంచేవారు నన్ను. అదలా వుంచితే నామకరణం రోజున మా ఇంట్లో పెద్ద రభస అయ్యిందట.

తాత వెంకటపతిరాజు సూచించి పట్టుదలతో నెగ్గించుకుని పెట్టిన పేరు ఈ

అల్లూరి సీతారామరాజు. ఇక్కడో విచిత్రం ఉందిరా. పైగా నేను పుట్టింది విప్లవ వీరుడు అల్లూరి పుట్టినరోజు జూలై నాలుగు కావడంతో బావజీకు ఆ పేరు పట్ల విముఖత లేదు.

చిక్కు ఎక్కడొచ్చిందంటే ఇంటి పేరుతో సహా పేరును బియ్యం మీద రాయించాడు తాత. అది బావజీకు ఇష్టం లేదు. మన ఇంటి పేరుతో సీతారామరాజు అందాం అన్నారట ఆయన. తాత ఒప్పుకోలేదు. మొత్తం పేరు ఉండాల్సిందే అని మంకు పట్టు పట్టారట.ఆవేశంతో ఊగిపోయారట. బావజీ తలూపక తప్పలేదు. దాంతో రెండు ఇంటి పేర్లతో దాట్ల అల్లూరి సీతారామరాజు అయ్యింది నా పేరు. రాత కోతల్లో అదే చెలామణి అయ్యింది. అదీ సంగతి" ఆపుచేసి అగిపెట్టి అందుకుని చుట్ట వెలిగించి గుప్పుమని పొగ వదిలాడు.

రెండు ఇంటి పేర్లు వేర్వేరు గోత్రాలు - ధనంజయ, వశిష్ట- కావడంతో మురళి వేళాకోళం చేసాడు.

వివాహ గోత్రాలు కదా వరుస కుదిరినట్లే. ఇంచక్కా హస్త ప్రయోగం చేసుకోవచ్చు. చేసుకునే వారా? ' అని సూటిగా అడిగాడు చంటి. అంతే-

సీతారామరాజుకు విపరీతంగా కోపం వచ్చేసింది.

" పుట్టుక మన చేతిలో ఉందా? ఫలానా కులంలో పుడదామని మనం అనుకుంటే పుట్టేస్తామా? దేహానికి పెట్టుకునే పేరు మనిష్టంతో జరుగుతుందా? వెర్రి నాగన్నా...దగుల్బాజీ..ఏదొస్తే అది మాట్లాడేయడమేనా?" అని బూతులు లంకించుకున్నాడు. మురళి, రాజబాబు పక్కున నవ్వేసారు. చంటి ముఖం చిన్నబోయింది. లేచి విసవిసా నడుచుకుని వెళ్లిపోయాడు. మిగిలిన ఇద్దరూ అనుసరించారు.

నేటికాలపు కుర్రవాళ్లకు ఇట్టే కోపం వచ్చేస్తుంది. ఏం చేస్తాం? వాళ్లకు సవ్యంగా చెబితే అర్థం కాదు.

తనకు తనే సమాధానం చెప్పుకున్నాడు సీతారామరాజు. నుదుటి మీద పెట్టిన వెన్నముద్ద కరిగిపోయినట్లయ్యింది. తేలిక పడ్డాడు. నిద్ర ముంచుకొచ్చింది. ఆ పడుకోవడం పొద్దెక్కిందాక లేవనేలేదు.

ఉదయమంతా అన్యమనస్కంగా గడిపాడు సీతారామరాజు. పాలు తీసుకొచ్చిన

పాలేరు సగం పాలు వంచేసినా ఏమీ అనలేదు. నిజానికి వాడెంతో భయపడుతూ వచ్చాడు, రాజుగారేమంటారని.

"పర్లేదురా.... కొంచెం జాగ్రత్తగా ఉండు. పాలు మహా చెడ్డవి. అశ్రద్ధగా ఉంటే ఒలికిపోవడానికి చూస్తాయి. ఆ అవకాశం వాటికి ఇవ్వకూడదు " అని నవ్వేసాడు. వీరాస్వామి ఆశ్చర్యపోయాడు. ' ఈయేల దొబ్బులు తినక తప్పదు' అనుకున్నాడు. ' అలాంటిది ఇదేమిటి? అని ఊపిరి పీల్చుకున్నాడు పాలేరు.

సీతారామరాజుకు కొడుకు కూతురు. రవి, అమ్మాజీ. అమ్మాజీ పెళ్లైన ఏడాదికే పుట్టింటికి చేరింది. మొగుడు ప్రమాదంలో చనిపోయాడు. ఎవరెంత బతిమాలినా మళ్ళీ పెళ్ళి చేయడానికి ఒప్పుకోలేదు. వంశం, పరువు ప్రతిష్టలు అడ్డుపడ్డాయి. కొడుకు ఉద్యోగ రీత్యా అస్సాం వెళ్ళి అక్కడ ఒక గూర్ఖా జాతి అమ్మాయిని పెళ్ళాడేసాడు. మరెప్పుడూ కోలంక రాలేదు. వాడిని చూసి మాట్లాడి చాలా ఏళ్లైంది.

సీతారామరాజు రమ్మని అడగలేదు. ఎవరో చెప్పిన సమాచారం బట్టి వారికి కవలలు పుట్టారనీ చదువుకుంటున్నారనీ తెలిసింది. తన మనోఫలకం నుండి కొడుకును తీసేసుకున్నాడు. రవి ఒకసారి కుటుంబంతో రావడానికి ప్రయత్నించాడు. పడనీయలేదు. అప్పటి మూర్ఖత్వం వేరు. ప్రస్తుతం అదంతా కరిగిపోయింది. ఈ మధ్య రవిని చూడాలనిపిస్తోంది. చాలాసార్లు రమ్మని అడిగాడు కలల్లో.

మధ్యాహ్నం అయ్యింది. భోజనం చేసి కాసేపు నడుం వాల్చాడు. సాయంత్రం కోసం ఎదురు చూస్తున్నాడు.

మండువా లోకి వెళ్ళి కోడిపుంజుల్ని చూసుకున్నాడు. నీళ్ళున్నాయి. తవుడు కలిపిన రాగులున్నాయి. గాబులో విశాలంగా తిరుగుచున్నాయి. ఈవేళ వెటనరీ డాక్టరు వచ్చి ఇంజెక్షన్లు చేస్తాడు ముందు జాగ్రత్తగా. ఈ విషయంలో అశ్రద్ధ చేయడు. వాటికేమైనా అయితే భరించలేడు.

అమ్మాజీ పొద్దుటే తిట్టింది, కోళ్ళ గుంపును ఇంటి మండువా లోగిలి మధ్యస్తం లోకి తీసుకొచ్చినందుకు. ఆమె ఎంతగానో చిరాకు పడింది. నెమ్మదిగా నచ్చ చెప్పడంతో మౌనం వహించింది.

ఊరంతా గగ్గోలుగా ఉంది. కోళ్లు అంటురోగం వచ్చి టపటపా రాలిపోతున్నాయి. జాగ్రత్తగా చూసుకొకపోతే విలువైన కోళ్లు దక్కవు. అంటురోగం ఇంటింటికీ క్షణాల్లో పాకి పోతుంది. దిక్కుమాలిన రోగాలు. రోగాలు రాకుండా

నివారణ ఒక్కటే మార్గం. పిట్ట జాతి తన బాధ ఎవరికి చెప్పుకుంటుంది? తుమ్ము లాంటిది వస్తే అడ్డుకోలేదు. రక్షణ సాధనాలు ఉండవు. ఇలాంటివి త్వర త్వరగా మిగిలిన వాటికి వేగంగా అంటుకుంటుంది. గాలి ద్వారా వ్యాపించే క్రిముల్ని ఎవరు ఆపగలరు?

"కోళ్లకొచ్చే అట్లాంటి రోగమేదో మనుషులకొచ్చినా బావుండేది. పీడ వదులును. అయినా మనిషైతే కాసుకుంటాడు. శాస్త్ర విజ్ఞానంతో మందులు కనిపెట్టేస్తాడు. సృష్టిలో ఎన్నో ఆటంకాల్ని ఉపద్రవాల్ని ఎదుర్కొని నిలబడగలిగాడు. ప్రకృతి శక్తులతో పోరాటం మనిషికి కొత్తకాదు " అమ్మాజీతో అన్నాడు. అమ్మాజీకి చిర్రెత్తుకొచ్చింది. ఊరుకోలేదు. గట్టిగా తగులుకుంది.

"బుద్ధుందా? మీదసలు మనిషి జన్మేనా? ఏ లోకంలో బతుకుతున్నారో అర్థం కాదు. మనుషులకొస్తే బాగుండునా? ఎవరైనా వింటే నవ్వుతారు " ఇంకా అనవలసిన మాటలు అనేసి లోపలికెళ్ళిపోయింది.

సీతారామరాజు ఒక గాబు ఎత్తి పర్లా పుంజును దగ్గరకు తీసుకుని ఈకలు నిమిరాడు. కాసేపు ఒళ్లో పెట్టుకుని అందంగా సహజంగా పుట్టుకొచ్చిన నెత్తి మీది తురాయిని ముట్టుకుని గరుకుదనపు స్పర్శను అనుభవించాడు. ఖాళీ అయిపోయిన సీమండి గెన్నెలో నీళ్లు పోశాడు. రెట్టల్ని కురచ చీపురుతో చేటలోకెత్తి బయట పోశాడు. పరిసరాలు శుభ్రంగా ఉండాలి.

సాయంత్రం వరకు ఇంట్లోకి బయట చప్టాకు అన్యమనస్కంగా తిరిగాడు. చీకటి పడగానే ఆరుగంటలకే భోజనం చేయడం అలవాటు. అంతా సమయం ప్రకారం జరగాల్సిందే. పొద్దుట తొమ్మిది గంటలకే భోజనం అయిపోతుందంటే ఈ తరం ఆక్షేపిస్తుందేమో. చిన్నప్పట్నుంచి అదే అలవాటు.

దూరంగా ఉన్న గేటు కేసి చూస్తూ ఎదురు చూపులు... కుర్రాళ్లు మొండి ఘటాలు... వస్తారో రారో... వస్తే బావుండును.

"ఏం.. తాతగారూ... కోపం తగ్గిందా?" అంటూ ఒకళ్లతర్వాత ఒకరు ముగ్గురూ వచ్చేసేరు. మనసునిమ్మళించింది. సీతారామరాజు ముఖం విప్పారింది. ఆ విషయం బయట పడకుండా నవ్వేసాడు.

"నిజంగానే కోపం వచ్చింది గానీ... మీకు ఇంకా చాలా విషయాలు తెలయవు. చెప్పేవాడికి వినేవాడు లోకువ. నేను చెబుతుంటాను మీరు వినాలి.

అదే చెబుదామనుకునేంతలో... ఇదిగో ఈ కోతి... చంటిగాడున్నాడే... హస్త ప్రయోగం... గాడిదగుడ్డు ప్రయోగం..అంటూ వెర్రి మాటలతో మలుపు తిప్పాడు. కోపం రాదా మరి... ఇక ఆగలేకపోయాను... సరే... కూచోండి... అయి పోయిందేదో అయింది" అన్నాడు సీతారామరాజు.

"అదేం కుదరదండి... వాతావరణం చల్లబడటానికి మీరొక ముతక జోకొకటి వదలాల్సిందే...ఆ తర్వాతే... మీ కబుర్లన్నీ..." రాజబాబు తేల్చేసాడు. రోజుకొక బూతు జోకైనా చెప్పకుండా ఊరుకోడు. కాసేపు అడిగించుకున్నాక చెప్పడం మొదలెడతాడు. ఆ రోజూ అంతే.

"బూతంటే బూతు కాదు గానీ ఒకటి చెబుతాను వినండి. విన్న తర్వాత నవ్వకపోతే ఊరుకునేది లేదు" అని లేచెళ్ళి దండెం మీద తువ్వాలు తెచ్చుకుని భుజం మీద వేసుకుని ముఖం తుడుచుకుని తాపీగా కుర్చీలో కూర్చున్నాడు సీతారామరాజు. పొడి దగ్గొకటి దగ్గాడు. కాళ్లను ఎదురుగా ఉన్న స్టూలుపై ఉంచాడు.

చెవులు రిక్కించి సావధానంగా వినడానికి సిద్ధంగా ఉన్న ముగ్గుర్నీ చూశాడు. పెదాలు వంకరగా చిలిపిగా విచ్చుకున్నాయి.

"ఉదయాన్నే ఊరి పొలిమేరలో ఇద్దరాడాళ్ళు హుషారుగా నడుచుకుంటూ వస్తున్నారు. కబుర్లు చెప్పుకుంటున్నారు. దారిలో ఒక మనిషి రోడ్డువార చెంబెట్టుకుని కూర్చున్నాడు. ఆడాళ్ళని చూసి తన లుంగీని ముఖానికి కప్పుకున్నాడు తప్పితే నిలబడలేదు. సర్దుకోలేదు. మనిషెవడో తెలీదు గానీ...బలంగా పుష్టిగా ఉన్నాడు. సరే... ఆ ఇద్దరులో ఒకత్తి- వీడెవడో మా ఆయన మాత్రం కాదు- అంది చిన్నగా నవ్వుతూ.

రెండో ఆవిడ క్షణం ఆలస్యం చేయకుండా వాడి కింది భాగం పరిశీలనగా చూసి- మనూరోడే కాదహే- అంది" పకపకా నవ్వుతూ. ముందు వాళ్ళకు ఇందులో జోకేమిటో అర్థం కాలేదు. కాసేపటికి మురళి, చంటి మాత్రం అర్థం చేసుకుని 'హహహ' అంటూ పడి పడి నవ్వసాగారు. రాజబాబుకు వెంటనే బల్బు వెలగలేదు. వెలిగాక ఆ ఇద్దరితో శృతి కలిపాడు.

"అయ్యిందా... ఇక చాలించండి... శివాలెత్తే కోడిపంజులా ఎగిరెగిరి పడకండి'

"భలే చెప్పారండీ.." ముగ్గురూ అన్నారు.

"ఇక నా కథ వినండి. నేను పుట్టింది విప్లవవీరుడు అల్లూరి పుట్టినరోజు ఒకటేనని చెప్పాను కదా. ఇంకో విశేషం కూడా ఉంది. మా అమ్మ గారి పేరూ అల్లూరి తల్లి గారి పేరు ఇంటిపేరుతో సహా ఒకటే- మందపాటి సూర్యనారాయణమ్మ- అంచేత బావజీ దృష్టిలో నా పేరు ఎప్పుడో స్థిరపడిపోయింది"

"ఓహో" అని బుర్రలూపారు మిత్రులు.

"మరొక విషయం తెలుసా? ఈ ఊళ్లో ప్రతి వాడికీ ఒక పెట్టుడు పేరు ఉంటుంది. ఏడిపించే పేరన్నమాట. నిక్‌నేమ్. నాకూ ఉంది. నన్ను చిన్నపుడు 'పూసలోడు' అనేవారు – పెద్దయ్యాక 'కోడి పందాల రాజు' అన్నారు. అన్నట్టు అల్లూరిని చిన్నపుడు ఏమని పిలిచేవారో తెలుసా?"

ఎవరూ మాట్లాడ లేదు. తెలియదన్నట్టు తలలు అడ్డంగా ఊపారు.

"చిట్టిబాబు... చిట్టిబాబు అనేవారు. ఆ పేర్లకు కారణాలు కూడా ఉంటాయి. భర్త పేరు పెట్టినవారు ఆ పేరు ఉచ్చరించడానికి సంకోచించి మారు పేరుతో పిలుస్తారు. ఇక నా సంగతేమిటంటే- అమ్మ ఒళ్ళంతా పూసల దండలేసేదంట దిష్టి తగలకుండా. అందుకే పూసలోడు... పూసలోడు అని పిలిచేవారు. మొదట్లో ఉడుక్కుని అమ్మ దగ్గర పేచీ పెట్టి ఏడ్చేవాడిని. తర్వాత సద్దుకుపోయాను. కోడి పందాల రాజు' అని ఎందుకనేవారంటే..." అని ఆపేసాడు.

"అది చెప్పొద్దు. మళ్లీ మళ్లీ వినడం దండగ. ఇవన్నీ కాదు గానీ ప్రతిరోజూ మీ అనుభవాల కోడిపందాల కథలు చెప్పండి. మీ వ్యసనం తాలూకు విశ్వరూపం విప్పండి. మేం దర్శించి తరిస్తాం. మీ కష్టాలూ మీ బాధలూ... మీ ఆనందాలూ మీ ఇష్టాలూ చరిత్రలూ స్థలపురాణాలూ అన్నీ చెప్పండి. మీరు ప్రత్యక్షంగా పాల్గొన్నవే కాకుండా మీరు విన్నవీ కన్నవీ తెలుసుకున్నవీ చెప్పండి " అడిగాడు మురళి.

"సరేరా... ఒక మాట గుర్తుంచుకోండి... మరి పెద్దోడ్ని నేనేమైనా అంటే మీరు పట్టించుకోకూడదు. ఆవేశం తెచ్చుకోకూడదు. కోప్పడ కూడదు. చపలత్వం కొలదీ ఏదో అంటాను ఇలా వినేసి అలా వదిలేయండి. జ్ఞాపకాల పొరలు విప్పాలి గానీ చాలా ఉన్నాయి.

ఏవో పురాణాలూ చరిత్ర ల్లోనో తప్ప మిగిలిన వాటిలో నేను తప్పక ఉంటాను. ఎక్కువ భాగం నా అనుభవాలే చెబుతాను. నేనే పాత్రలో ఉన్నానో కనిపెట్టడం మీ వంతు. ఇవి చెప్పడం నాకూ ఆనందమే. మళ్ళీ ఆ రోజుల్ని

బతికించుకోవచ్చు" అని ఆగాడు.

ఒక్క క్షణం పైకి చూసాడు. ఎందుకో కళ్లల్లో నీళ్లు... తడిగా... మెరుస్తూ కనిపించాయి. ముగ్గురూ కంగారు పడ్డారు.

"నా జీవితమంతా కోళ్ల పెంపకాలు, జాతి పెట్టలచే గుడ్లు పొదిగించడాలు, కోడి పందాలు చుట్టూనే గడిచిపోయింది. గత అరవై ఏళ్ళుగా ఇదే కాలక్షేపం. ఇదే ప్రవృత్తి. ఇదే లోకం. కోడి పందాలంటే పిచ్చి. పందాలున్నాయంటే చాలు. ఎంత దూరమైనా వెళ్ళిపోవడమే. అదో సరదా అయిన ముచ్చట. అందులో నేను బావుకున్నదేమిటి? పోగొట్టుకున్నదేమిటి? డబ్బులు నష్టపోయాను. విలువైన గండేరా లాంటి భూములు అమ్ముకున్నాను. కడకు భార్యను పోగొట్టుకున్నాను...." గొంతుకు ఏదో అడ్డు పడింది. గద్గద స్వరం... పీలగా నీరసంగా...సీతారామరాజు మాట్లాడలేకపోయాడు.

కళ్ల నుండి నీళ్లు బొట బొటా కారాయి. కళ్లు మూసుకుని ఉండిపోయాడు.

ఏమిటీయన? ఎప్పుడూ లేదు ఇలా డీలా పడటం...' ముగ్గురు మిత్రులు కంగారు పడ్డారు. ఏం చేయాలో పాలుపోలేదు. ఒకళ్ల ముఖాలు మరొకరు చూసుకున్నారు.

సీతారామరాజు భార్య తలపుల్లో చాలాసేపు ఉండిపోయాడు.

చంటి లేచి వెళ్ళి ఆయన కాళ్ళ దగ్గర కూర్చున్నాడు. కాసేపటికి తేరుకున్నాడు. తువ్వాలుతో ముఖం తుడుచుకున్నాడు. చంటి ఆయన పాదాల్లో కితకితలు పెట్టాడు చిన్నగా. వాడు అపుడపుడు చనువు తీసుకోవడం మామూలే. ఆయనా ఏమీ అనడు. పైగా సరదా పడతాడు కూడా.

సీతారామరాజు పాదాల్లో కితకితలెక్కువ. ఆ విషయం తెలుసు చంటికి. ఎప్పుడైతే కితకితలు అనిపించిందో అసంకల్పితంగా కాలితో బలంగా తన్నాడు, ఎగెరెరిగి పడే జట్టీ పుంజులా. చంటి వెనక్కి పడిపోయాడు.అంతలోనే బంతిలా రివ్వున లేచిపోయాడు. సీతారామరాజు నవ్వేశాడు. అమ్మయ్య... తేలిగ్గా తీసుకున్నాడు. ఒక బెంగ తీరింది. మామూలు స్థితికి వచ్చేసాడు.

ఆయన భార్యను ఎందుకు పోగొట్టుకున్నాడో అడుగుదామనుకుని మానేసాడు మురళి. వాళ్లూ వీళ్లూ చెప్పుకునేది కొంచెం తెలుసు. అసలు కారణం తెలీదు.

ఏమైనా ఆయన నుండి వినడం మర్యాద, చెప్పుడు మాటలు కంటే. వీలున్నపుడు ఆయనే చెబుతాడులే లేదంటే అప్పుడే అడగొచ్చు అనుకున్నాడు.

"ఒరేయ్... ఏమనుకోకండి... కొన్ని జ్ఞాపకాలు ఎదురొచ్చాయి... ఏమిటో నాకు తెలీకుండానే అలా... సరే... మీరు కోరింది... తప్పక చెబుతానురా... స్థలపురాణాలు, చారిత్రక కథనాలు... కోడిపుంజులతో పందాలతో ముడిపడినవన్నీ చెబుతాను. తీపివో చేదువో నేను విప్పుకుంటేనే మళ్లీ అందులో జీవించినట్లుంటుంది. తప్పొప్పులు తెలుసుకున్నట్టుంటుంది. నాకు తెలిసిందంతా చెబుతాను. అంతా నిజమే చెబుతాను. అబద్ధం చెప్పను" న్యాయస్థానాల భాషలో అన్నాడు సీతారామరాజు.

"మీరు ఎవరికైనా సాయం చేసారు తప్ప ఎవరికీ హాని చేయలేదు మాకు తెలిసినంత వరకు. లేనివారు పెండ్లి చేసుకుంటే తాళిబొట్లు ఇవ్వడం, ఎంతమందికో చేలు కొనుక్కుంటే డబ్బు సర్దుబాటు చేయడం, చేతులెత్తి ఎన్నుకునే రోజుల్లో మూడు దఫాలు గ్రామానికి ప్రెసిడెంటుగా చేయడం... ఇవన్నీ బాగానే ఉన్నాయి... మరి ఈ కోడిపందాల పిచ్చి ఎలా అంటుకుందండి? క్షమించండి... అన్నేసి ఎకరాలు పందాల్లో ఎలా తగలేసుకున్నారో కూడా చెప్పాలండి" సీతారామరాజు బిగ్గరగా నవ్వేసాడు.

"చెబుతా.. .చెబుతా... మా బోంట్లకు అదుపేంటీ? చెబుతా... అయితే ఎకరాలు పోగొట్టుకోవడం గురించి ఏ పందెగాడూ చెప్పడు. నష్టాల్ని ఒప్పుకోడు. ఏవేవో ఇతర కారణాలతో తప్పించుకోవాలని చూస్తాడు" అనేసాడు.

"అలాగే... మీరు చెబుతున్న వాటిని నేను రికార్డు చేసుకుంటాను. వాయిస్ రికార్డరు ఉంది. అందుకు మీరు ఒప్పుకోవాలి" అన్నాడు మురళి.

"ఎందుకురోయ్... ఏం చేసుకుంటావ్... వచ్చేపొద్దా...పోయే పొద్దా... అయినా గానీ నాకేమైనా భయమా?.. నీకిష్టమొచ్చింది చేసుకో..." సీతారామరాజు అనడంతో ముగ్గురూ చప్పట్లు కొట్టారు.

అప్పటి వరకు పొట్లంలో దాచి పెట్టుకున్న లడ్డును సీతారామరాజుకు అందించాడు రాజబాబు. సీతారామరాజుకు షుగరుంది. కూతురుకు తెలీకుండా ఇష్టమైన లడ్డూ, జన్ను లాంటివి దొంగచాటుగా తినేస్తాడు. చిన్న పిల్లాడిలా ఆనందిస్తాడు. ముసలితనం మరో బాల్యం కదా...

ఆనందంగా లడ్డు తీసుకుని సగం ముక్క విరుచుకుని నోట్లో పెట్టుకున్నాడు. సీతారామరాజు ముఖం సంతోషంతో వెలిగిపోతోంది. ఆబగా ఇష్టంగా చప్పరిస్తూ తింటున్నాడు.

“కోడిపందాల రాజు గారూ... రేపు కలుద్దాం. మళ్ళీ ఈవేళ లాగే. ఒక పద్ధతిగా చెప్పండి. మీ అనుభవాలు ముందు తరాల వారికి పాఠం కావాలి. మీరు చెప్పేవన్నీ జాగ్రత్త చేసి పదిలిపరిచే బాధ్యత మాది. ఈ రాత్రి బాగా ఆలోచించండి”

ముగ్గురూ లేచారు.

ఇంటికి దూరంగా గేటు ఉంది. వాళ్ళు అక్కడికి చేరే వరకూ చూస్తూనే ఉన్నాడు. ఈ ముగ్గురూ నన్నెందుకు ఇష్టపడుతున్నారు? వీళ్ళకు నా నుండి కావాల్సిందేంటీ? తనతో స్నేహం వల్ల వీళ్లకు లభించేదేంటీ?

❖❖❖

ఇది ఒక స్థల పురాణం:

ఏం మాయలూ ఏం మర్మాలూ... ఏం పాపాలూ... ఏం పుణ్యాలూ... ఏం చరిత్రలూ... ఏం పురాణాలూ...ఏం తపస్సులూ... ఏం వరాలూ... ఏం శాపాలూ... అంతా ఓ మత్తు జల్లిన వాతావరణం...కాదంటే సరిపోతుందా? నమ్మకాలూ, విశ్వాసాలూ... ఎవరి బుర్రను తొలిచి మొలుస్తాయో... ఒక స్థలం మహిమ గలది అవ్వాలంటే... అదృశ్య శక్తికి ప్రణమిల్లాలంటే... ప్రాధాన్యత దక్కాలంటే... కొన్ని తీర్థ ప్రసాదాలు... కొన్ని ప్రదక్షణలు... కొన్ని కల్పనలు... అవసరమౌతాయి.

ఒరేయ్... గడుసరి గిత్తలూ... చెబుతానుండండి... కథ కాని కథ... మట్టి మహత్తు చెప్పే పురాణం... అవతారమెత్తిన జడలు దింపిన ముక్కంటి కోడిపుంజు నిర్వాకం... ఏం చేసినా కార్యం సఫలం కావాలి... కోరిన కోరికలు నెరవేరాలి... దిగ్విజయంగా పని పూర్తి కావాలంటే దొంగకూ కరుణించే అభీష్టం నెరవేర్చే ఒక దేవుడుంటాడు... నీకూ ఉంటాడు... నాకూ ఉంటాడు... పనికిమాలినవాడికీ ఉంటాడు... కరుడు కట్టిన నేరస్థుడికి ఉంటాడు... విన్నది విన్నట్టే కన్నది కన్నట్టే... వివేచనతో తూకం వేయండి... విచక్షణతో వరాలు కోరుకోండి...

ఎవరు బాబూ నువ్వు... నువ్వు చేసిన తప్పేమిటి?... నువ్వు గయాసురుడివే కదా... తపస్సంపన్నుడివే కదా... ఇంకా పండితుడివీ... సకల శాస్త్రాపారంగతుడివి... కృతయుగం కాలం నాటి వాడివి కదా... నీకేమిటి ఎవరికైనా అంతే... కోరికలు

అనంతం... ఒకటి తీరింతర్వాత మరొకటి ముందుకొస్తుంది... జీవన లక్ష్యాలూ సోపానాలూ అంతే...

గయాసురా... చాలాఏండ్లు తపస్సు చేసావు... తపస్సు పరమార్థం ఏమిటి? దైవసాక్షాత్కారం... యథావిధిగా వరాలు పొందడం... దేవుడు కొన్ని పరీక్షలు పెట్టినా పెడతాడు... ఒట్టినే సులువుగా వరాలిచ్చేస్తాడేంటీ? అన్నింటినీ తట్టుకుని నిలబడాలి... నెగ్గుకు రావాలి...

అన్నీ నీవనుకున్నట్టే జరగవు... కాలమాన పరిస్థితుల్ని గమనించాలి... బలం ఉంది కదా అని ఆడిగేవాడు లేడు కదా అని నిన్నెదిరించేవారు లేరు కదా అని... అన్నింటినీ తోసిరాజని పాలన చేయడం మంచి పద్ధతి కాదు... పైన మొట్టికాయలేసేవాడుంటాడు... నీవనుకున్నదే నిజం కాదు... విను తోటివారి సలహాలు విను... ధర్మాలోచనలు చేయి... ఆగ్రహించాలనుకుంటే ధర్మాగ్రహం ప్రకటించు...

ప్రకృతి శక్తులకు వెరవకుండా తపోముద్రలో మునిగితేనే కదా ఫలితం అందేది... నీవు సాధిస్తావు... నీవు సాధిస్తావు... సాధించావు...

ఏం చేస్తాడు విష్ణుమూర్తి ప్రత్యక్షమవ్వక... చిరునవ్వులు చిందిస్తూ అభయ హస్తం ఇవ్వక... ఆశీర్వాదాలు ఇవ్వక... అడిగిన వరం ఇవ్వక...

గయాసురా... భక్తా... నీ తపంబునకు మెచ్చితిని... సర్వగుణ సమ్మిళితుడివి... సర్వజ్ఞుడివి... కోరుకో... కోరుకో వరాన్ని ... జనహిత సౌభాగ్యాన్ని... ఇచ్ఛాపూర్వక అభీష్టాన్ని....

గయాసురుడా... ఏం చేస్తావు? ముకుళిత హస్తుడై నమస్కరిస్తావు... అమందానంద కందళిత హృదయంతో జన్మ ధన్యమైనట్టు... తపస్సు శ్రమ సిద్ధించినట్టు... ఉప్పొంగిన ఛాతీ... ఉద్వేగపు అలలు... ముప్పిరిగొన్నట్టుగా తల వంచి నిలబడతావు... దివ్య మంగళ విగ్రహాన్ని తనివితీర వీక్షిస్తూ... కోరిక మీర వరం అడుగుతావు... ఒకింత బిడియంగా... కొండంత భక్తి శ్రద్ధలతో...

పుణ్య తీర్థాలన్నింటి కన్నా నా దేహం పవిత్రం అగునట్లు అనుగ్రహించండి... నన్ను పునీతుడ్ని చేయండి... నన్ను ఉద్ధరించండి... నన్ను దీవించండి... వరమీయండి...'

అయిపోయిందయిపోయింది.... పుణ్యకాలం గడిచిపోయింది. విష్ణుమూర్తి చిరునవ్వుతో వరమిచ్చి చిటికెలో అంతర్ధానమయ్యాడు...

గయాసురుని జీవన విధానం మారక ఏం చేస్తుంది? పరోపకారమే ఇదం శరీరం అన్నట్టు దీక్ష వహించాడు కదా మరి. ఇక చూసుకోండి జనమే జనం. తండోపతండాలుగా దర్శించి తరించి వెళుతున్నారు కదా... నాలుగు చెలుగులా కీర్తి పరివ్యాప్తమవుతుంది కదా....

గయాసురుడు తృప్తి పడలేదు. తృప్తికి అంతేమిటి? ఇంకా ఇంకా ఏదో కావాలి...

నిర్విరామ తపోనిష్ట... తదేక దీక్ష...అశ్వమేథాది పుణ్య క్రతువులు... నిరాటంకంగా... శాస్త్రబద్ధంగా... సంప్రదాయంగా... నిష్కల్మష చిత్తంతో శత క్రతువులు ఆచరణ....

ఏ విధమైన లోపం లేకుండా గయాసురుడు సంపూర్తిగా నిర్వహించడం... ఫలితంగా ఇంద్రపదవి...

గయాసురుడు అందలం ఎక్కాడు. అందనంత ఎత్తుకు ఎదిగాడు... ఇంద్రపదవంటే మాటలా?

పదవికి ముప్పు వచ్చిన నిజమైన ఇంద్రుడు ఊరుకుంటాడా? పదవి పోతే బతకగలడా? ఏ కాలమైనా ఒకటే...మనం చూస్తున్నాం కదా ... పదవి కాపాడుకోడానికి శతవిధాలు పోరాడతారు ఎవరైనా... అవసరమైన లాంఛనాలు పూర్తిచేస్తూ... మళ్ళీ తిరిగి పొందేదాక ప్రయత్నాలు సాగుతాయి కదా... సామదానదండోపాయాలు ఉన్నాయి. ఏదో ఒకటి... విజయం సాధించడానికి అనుకున్నది సాధించాలంటే ఒకటే మార్గం....తపస్సు...తపస్సు...చేసాడు ఇంద్రుడు.

యథాప్రకారం త్రిమూర్తులు ప్రత్యక్షమయ్యారు కదా... లోకంలో జరుగుతున్న పరిణామాలు వివరించాడు... నేర్పుగా... తెలివితేటలుగా... భయంకరంగా...

పుణ్యమూర్తులారా... వాస్తవాలు గ్రహించండి... పైకి కనపడేదే నిజం కాదు.. లోతుగా పరిశీలించండి... గయాసురుని పాలనంతా బీభత్సరసప్రధానం... లోగుట్టు పెరుమాళ్ళకెరుక అంటారు కదా... మీకు తెలియదా... చెప్పాలా... వంత పాడాలా... ఆయన గారి పాలనలో దేవతులు అష్టకష్టాలు పడుతున్నారు మహాశయులారా...

గయాసురుడు మీరనుకున్నట్టు మంచివాడే కావచ్చు... వాడిలో రాక్షస గుణం ఉంది... ఎంత కప్పుకున్నా దాగని సత్యాలెన్నో... గయాసురుడు మంచివాడే.. కాదని నొప్పించను...

గయాసురుడి అనుచరులున్నారే... గండరగండులులు... వాళ్లు మామూలోళ్లు కాదు... నయవంచకులు... క్రూర మనస్కులు... రౌడీ మూకలు.... ప్రజల్ని నానా హింసలు పెడుతూ రాక్షసానందం పొందుతున్నారే... రక్షణ వ్యవస్థను గుప్పెటలో పెట్టుకుని అధికారం నిరంకుశంగా చెలాయించడంలో ఘనులే... ఉచ్చం నీచం తెలీదు... ఉత్త పుణ్యాన జనాల్ని చంపడం... పీడించడం...అడ్డు వచ్చినవారిని ఉపేక్షించని మనస్తత్వం... అరాచరికం... నియంతృత్వం...

యజ్ఞయాగాదుల్ని భగ్నం చేస్తారు... అలా చేస్తే దేవతలు బలహీనులవుతారు....

సకాలంలో యాగాదులు చేయకపోతే వర్షాలు కురియవు... పంటలు పండవు... భూమి ఎడారిగా మారిపోతుంది... ఎడతెగని వివరణలతో ఇంద్రుడు చెప్పుకుపోతూనే ఉన్నాడు... త్రిమూర్తుల్లో అసహనం....

ఇంతకీ ఇంద్రుడికేం కావాలి?... అసలు విషయం నోరువిప్పి చెప్పడేం?...

"మహానుభావులు... కళ్యాణ ప్రదాతలు... పరిష్కారం ఆలోచించాలి... కఠిన నిర్ణయం తీసుకోవాలి.. రాబోయే ముప్పు గమనించాలి..." ఇంద్రుడు అన్నాడు.

త్రిమూర్తులు అధికప్రసంగం వలదని చేతులతో సైగ చేసి వారించారు. ఇంద్రుడు ఇంకా ఏదో చెప్పబోయేంతలో – "యుగధర్మం ఏమిటో మాకు తెలుసు... మేం ఏం చేయాలో తెలుసు... ముందు మీ తపస్సు ఫలశ్రుతి ఎంచుకోండి"

యజ్ఞ యాగాదులు తిరిగి ప్రారంభిస్తే పంటలు పండి జనం సుఖ సంతోషాలతో ఉంటారు. అది గయాసురుడుండగా జరగదు. ఏదో ఉపాయంతో గయాసురుడ్ని వధించండి..." కుండబద్ధలు కొట్టినట్టు చెప్పాడు ఇంద్రుడు...

అపుడు త్రిమూర్తులు ఏం చేసేరయ్యా? బ్రాహ్మణ వేషాలేసి గయాసురుని దగ్గరకు వెళ్లారా? మాయోపాయం పన్నారా? నిశ్శబ్దంగా అనుకున్నది సాధించేసారా? అదీ చూద్దాం...

"ఊరకరారు మహాత్ములు... సెలవియ్యండి బ్రాహ్మణోత్తములారా..."

"పాడి పంటలు దెబ్బ తింటున్నాయి. ప్రజలు బాధలు పడుతున్నారు. నీ పాలనలో ఏం జరుగుతుందో నీకు తెలీడం లేదు. విశ్వశాంతికి యజ్ఞం చేయాలి. ఏడు రోజుల పాటు జరిగే ఈ క్రతువు వల్ల వర్షాలు కురుస్తాయి. పంటలు పండుతాయి" గయాసురుడి ముఖం కేసి చూడకుండానే అన్నారు.

అయ్యయ్యో... ఎంతమాట... ఎంతమాట... విశ్వశాంతి యజ్ఞం బ్రహ్మాండంగా చేయండి... ఏం కావాలి... ఏం కావాలి... ఆఖరుకు నా దేహాన్నైనా త్యాగం చేయడానికి సిద్ధం అంటే ఇంకేముంది?

అన్నీ సమకూరాయి యజ్ఞవేదిక తప్ప. యజ్ఞ వేదిక ముఖ్యం... అనువైన స్థలం కావాలి... భూమండలం మీదున్న అన్ని తీర్థ స్థలాలు పవిత్రమైనవి కావు... పాప పంకిలం అయిపోయాయి... పాపుల పాపాల్ని స్వీకరించి స్వీకరించి మురికికూపాలయిపోయాయి...

నువ్వు మామూలోడివి కావు... నీ దేహం స్వచ్ఛం... నీ మనసు స్వచ్ఛం... విష్ణుమూర్తి వరఫలం వల్ల నీ శరీరం పవిత్రం... అంగీకరిస్తే నీ దేహంపై యజ్ఞం చేస్తాం... నీవెంత అదృష్టవంతుడివి... పుణ్యమూర్తివి...

ఆ అదృష్టవంతుడు ఆ పుణ్యమూర్తి అంగీకరించాడు కదా...బ్రాహ్మణ వేషధారులు అక్కడితో వదిలారా? నియమం విధించారు... విచిత్రమైన ఎవరూ ఊహించని నియమం...

గయాసురా... దేహ దానశీలుడా.. క్రతువు వేళ కించిత్తు దేహం కదలకూడదు... కదిలిందా... యజ్ఞం భగ్నం... భగ్నం... భగ్నమైతే అసంపూర్ణం అయితే నిన్ను సంహరించాల్సి వస్తుంది... ఆలోచించుకో... అర్థం చేసుకో... నిమగ్నత చేకూర్చుకో...

అప్పుడేమైందయ్యా అంటే వినరా సోదరా... వింత గాథ... గయాసురుడే తన దేహాన్నే విస్తరించాడయ్యా... శిరస్సేమో బీహారు ఫల్గుణీ నదీ తీరాన గయలో- నాభేమో ఒరిస్సా జాజిపూరులో- పాదాలేమో ఆంధ్రప్రదేశ్‌లో ఉండేలా పడుకున్నాడయ్యా... పడుకున్నాడు... కదలక మెదలక...

అంతోటి యజ్ఞం మొదలైంది... దేవతలారా... పూలవర్షం కురిపించండి... విష్ణుమూర్తి- తల భాగమందటయ్యా.... బ్రహ్మ- నాభి ప్రాంతమటయ్యా... మరి పరమేశ్వరుడేమో పాదాల చెంతటయ్యా...

గయాసురుడు యోగవిద్యచే తన దేహాన్ని నిశ్చలంగా ఉంచేడటయ్యా... దినదినాన కోడికూతను మాత్రమే వింటూ జరుగుతున్న కాలాన్ని లెక్కించుకుంటున్నాడటయ్యా...

ఆరురోజులు గడిచాయి... నిర్విఘ్నంగా... నిరాటంకంగా...నిర్నిరోధంగా...

అమ్మయ్య... ఇక ఒక్కరోజు మిగిలింది... గయాసురుని కాలం గణనలో... ఆ రోజొక్కటీ పూర్తయితే ఇక లేవొచ్చు... ఇచ్చిన మాట నెరవేరినట్లే...

ఇంద్రుడు ఊరుకుంటాడా? పదవికి భంగం కలిగితే... పదవి రుచి ఎరిగినవాడు అంత తేలిగ్గా వదిలిపెడతాడా... త్రిమూర్తులకు మాట చేరవేసాడు... జ్ఞప్తి చేశాడు...

త్రిమూర్తులు పథకం వేసారు.. ఎక్కడేం వ్యూహం పన్నాలో తెలుసు... మానవ జాతి మనుగడకు భరోసా ఇవ్వడం తెలుసు... అండగా నిలిచి కాపాడటం తెలుసు... అందుకు ఎంతకైనా తెగిస్తారు లోకకళ్యాణం ముఖ్యం కదా... దైవత్వం నిలుపుకోవడం ముఖ్యం కదా...

శంకరుడు కోడిపుంజు రూపం ధరించాడయ్యా ... మిలమిలా మెరిసే నల్లని నలుపు... బలిష్టమైన నల్లటి కాకి పుంజు... మెరిసే నాజూకు నల్ల ఈకలు... నెత్తిన ఎర్రటి తురాయి... చురుకైన కళ్లు... ఎంత అందంగా వుందీ... ఎన్ని సోయగాలు పోతుందీ... అడుగేస్తే భూమి కంపిస్తున్నట్టు... పుట్టుకతోనే జాజ్వల్యమానమైన కాంతులు... చూపులో తీక్షణత... నడకలో గర్వాతిశయం...

కారు నలుపు... పోతపోసిన లింగాకారం మీద సారించిన మెడతో... జవసత్వాల నెత్తురు నిండే నరాల పొంగే కుక్కుటమది... జడలు దిగిన జుట్టు ధరించిన పొరల పొరల ఈకలు... సహజ కవచకుండలాల్లా వేలాడే శ్రవణేంద్రియాల నీడలు... రెప్పలల్లార్చే నాగుబాము చెమ్మబారిన కంటి చూపుల జిలుగు వెలుగులు... గరకు పాదాల గరగరల అడుగులు... రెక్కల విదిలింపుల గాలి సవ్వడుల మధ్య... కారణ జన్మ ఎత్తినట్టుగా...

లింగోద్భవ కాలాన... శివరాత్రి ...అర్ధరాత్రి... తెల్లవారుజాము రాకుండానే 'కొక్కొరోకో' ... 'కొక్కొరోకో' ... విభిన్నమైన కూత... ధీరోదాత్తమైన మంత్రమేదో ఉచ్ఛైస్వరం... ఏక ధార కూత... 'కొక్కొరోకో' ... 'కొక్కొరోకో'... భూమి దద్దరిల్లినట్టు...

గయాసురుడు విన్నాడు... ఒక ఉలికిపాటు... ఒక గగుర్పాటు... మాయ

తెలియదు... మర్మం తెలియదు. సప్తదినాలు సంపూర్ణమైనట్లుగా... దిగంతాల పిలుపు వినిపించినట్టు... గయాసురుడు దేహాన్ని కదిలించాడు... బ్రాహ్మణులకు ఇచ్చిన వాగ్దానం నెరవేర్చినందుకు లోలోపల సంతోషం తన్నుకొస్తోంది...

యజ్ఞం అసంపూర్తి... సశేషం.. శిక్ష తప్పదు... సంహరించడం ఎంతసేపు... అంతర్ముఖుడై దివ్య దృష్టితో సర్వం గ్రహించాడు గయాసురుడు... ఇంద్రుని మాయోపాయం... బ్రాహ్మణులే త్రిమూర్తులుగా తెలుసుకుని... మూడో ఆయన ఎక్కడ? చెంగున గయాసురుని వక్షస్థలం పైకి దూకిన శివపుంజు...

"పుట్టిన ప్రతిజీవి చావాల్సినవారే... త్రిమూర్తులైన మీ చేతిలో మరణించడం ముక్తివరం.. మీ ఇచ్ఛ... నా పుణ్యం...మీ ఇద్దరే కనిపిస్తున్నారు... మూడో ఆయన ఎక్కడ?" అక్కడ లింగాకారంలో నిశ్చలంగా ఉన్న కుక్కుటాన్ని చూపించారు. ఒక్కసారి అటుకేసి చూసి తల తిప్పుకున్నాడు గయాసురుడు.

మరణ దండన విధిస్తే ఆఖరి కోరిక ఉంటుంది కదా... నీ అభీష్టాన్ని నెరవేర్చుకో... నీ జీవితం నీకిచ్చిన అవకాశాల్ని కోల్పోయిన పక్షంలో సరిదిద్దుకో... ఏం కావాలో కోరుకో...

"చావు తప్పనపుడు ఇక కోరికలేం ఉంటాయి? నా శరీరం లోని మూడు ముఖ్య భాగాలూ నా పేర త్రిగయాక్షేత్రంగా వెలుగొందాలి... ఆ క్షేత్రాల్లో మీ ముగ్గురూ వసించునట్లుగానూ శక్తి పీఠాలుగా విరాజిల్లునట్లుగానూ ముఖ్యంగా మానవులు చనిపోయినపుడు పితరులను ఉద్దేశించి చేయు కర్మకాండ, పిండ ప్రదాన తర్పణాలు చేయువారికి మరల పుట్టుకలు లేని వరమియ్యండి..." అని కళ్లు మూసుకున్నాడు.

గయాసురుడికి ముక్తిని ప్రసాదించారు. కథ అయిపోయిందా?

❖❖❖

పరమేశ్వరుడు కుక్కుట రూపం లోనే ఉన్నాడు. బ్రహ్మ, విష్ణుమూర్తిలకు ఒక చిలిపి ఊహ.

"కాసేపు అలాగే ఉండు" అన్నారు. మెడ సారించి కంటి రెప్పల్ని తెరచి మూసి కుక్కుటం చూసింది.

సన్నని బాట. ఇద్దరూ ముందు నడుస్తున్నారు. చీకటిలో కలిసిపోయిన

నల్లరంగు పుంజు అనుసరించింది. చీకటి కప్పేసింది. వెనుక పుంజు వస్తున్న జాడే లేదు. అంతటా చీకటి.

అక్కడొక ఇల్లు. ఇంటి ముందు కొబ్బరి ఆకులతో నేసిన దడి. లోపలకు ప్రవేశించారు.

వాకిట్లో రాటకు కట్టిన పందెం కోడి. డేగ. ఎరుపు నలుపుల ఈకలు. శత్రువును పసిగట్టింది. శత్రువంటే జాతి వైరం అన్నమాట. సడి వినిపించి కాళ్లను నేలకు దువ్వుతోంది. తల దగ్గర వెంట్రుకలు గుండ్రంగా విప్పింది. కట్టు విప్పగానే మీద పడడానికి సిద్ధంగా ఉంది.

విష్ణుమూర్తి ముందుకురికి కట్టు విప్పాడు. శివపుంజు కేసి చూశాడు. నిలబడే ఉంది.

ఈలోపులో డేగ శివపుంజు మీదకు లంఘించి ఉరికింది. ఆదాటున ఉన్న శివపుంజు వెనక్కి జారిపోయింది. డేగ వెంట్రుకలు నిక్కబొడిచి మీది మీదికెళ్ళింది. శివపుంజు అరుగు మీదకు ఎగిరింది.

డేగ ఎగిరి శివపుంజును ముక్కుతో కొరికింది. మరల ఎగిరి రొమ్మును గుద్దింది.

బ్రహ్మ, విష్ణులకు అప్పటిగ్గానీ గుర్తుకు రాలేదు. శివుడు కూతకే పరిమితం. పందానికి కాదు.

లిప్తలో విష్ణువు డేగను పట్టుకుని రాటకు కట్టేశాడు.

❖❖❖

సీతారామరాజుకు రాజబాబు మంచినీళ్ళ గ్లాసు అందించాడు.

"ఎక్కడా ఊపిరి తీసుకోకుండా ఏకధారగా విరామం లేకుండా చెప్పేసారు. కథ చెబుతున్నట్టు లేదు. ఏదో శక్తి ఆవహించి హరికథలా భలే చెప్పారండి" చంటి మనస్ఫూర్తిగా అన్నాడు.

'ఆగండాగండి... చివరి ఘట్టం ఊహించి సరదాగా చెప్పిందే కదా. ఇదంతా స్థల పురాణంలో ఉందా? మీ కల్పితమే అనుకుంటాను..." మురళి అడిగాడు.

సీతారామరాజు నవ్వేసాడు.

"ఏమీ లేదు. పందెం అంటే మూడు ఎత్తులు ఎగరాలి. పందెం ఊసు లేకుండా ఒట్టి స్థలపురాణమే చెప్పడం ఏం బావుంటుందని కల్పించాను"

"ఒక సందేహం... అడగమంటారా?"

"దివ్యంగా అడగవోయ్... శివుడు ఎందుకు కోడిపుంజు రూపం దాల్చాడు? హాయిగా నోటితో మిమిక్రీ చేసి కోడికూత కూయొచ్చు కదా... అనేది కాదు కదా నీ సందేహం?"

"అదేనండి... మీరు ఆవులిస్తే పేగులు లెక్కించేవారిలా ఉన్నారు. అంటే జవాబు అట్టిపెట్టుకుని చెబుతున్నారన్న మాట. సెలవియ్యండి"

"స్థల పురాణాలకు లాజిక్కులు పనిచేయవమ్మా... అర్థాలూ... సహజత్వాలూ ఉండవు నాయనా... నమ్ముకున్నవాళ్లకు నమ్ముకున్నంత ... సరేనా..."

"మరొక విషయం. మీరు చెప్పాలి. మేం ఆనందించాలి. దబ్బపండు రంగు... ఆరడుగుల ఎత్తు... చలాకీతనం... ఈ వయసు లోనే ఇలా ఉన్నారంటే యవ్వనంలో ఇంకా ఎలా ఉండేవారో... ఊళ్లో సంబంధమే చేసుకున్నారు. పెద్దలు కుదిర్చింది కాదు. ప్రేమ పెళ్లి. ఆ రోజుల్లో తెగ చెప్పుకునేవారట. ఏమీ దాయకుండా ఆ కథాకమామిషు అంతా పూసగుచ్చినట్టు చెప్పాలండోయ్" అడిగేసాడు మురళి.

"అదా...అదో పెద్ద కథ..." అంటూ ముసిముసి నవ్వులు నవ్వాడు.

"నా పెళ్ళాం చాలా మంచిది. పౌరుషం కలది. నేనే చెడ్డవాడిని. ఆవిడ్ని బాల్యం నుండీ ఎరిగినవాడిని.... గుర్తు చేసుకుని చెబుతాను లే ... ఏముంది?" నిశ్శబ్దంగా చూస్తూ ఉండిపోయాడు.

కాసేపు అవి ఇవీ మాట్లాడుకున్నారు. సీతారామరాజు మటుక్కి ఏవో ఆలోచనల్లో ఉండిపోయి మౌనముద్ర దాల్చాడు.

మురళి, చంటి, రాజబాబు వెళ్ళడానికి లేచారు.

"మళ్లీ రేపు వస్తాం" అని చెప్పి ముగ్గురూ వెళ్లిపోయారు.

"ఒక్క క్షణం... ఆగండి..."

ఆగారు.

"మీరు తేనెతుట్టను రేపారు, నా ప్రేమ కథ అడిగి. ఈవేళంతా జీవితం లోని ప్రేమ ఘట్టాన్ని నెమరేసుకునేలా చేసారు. ఏం చేస్తాను? ఈ రాత్రంతా అదే ధ్యాస. అరవై ఆరేళ్ళ క్రితం నాటి రోజుల్లోకి పోవాలి. నా స్వభావం అంతేనర్రా... ఏదైనా ఒక విషయం ఉందంటే అందులేంచి గమ్మున బయట పడలేను. నేనంతే... నేనంతే..." దీర్ఘం తీసాడు సీతారామరాజు.

"అయితే ఏమంటారు? రేపే మీ ప్రేమ పురాణం విప్పబోతున్నారా?" రాజబాబు అన్నాడు.

"మధ్యలో ఎప్పుడో ఒకపుడు విప్పుతాను. ఇప్పుడు కాదు. దానికొక సందర్భం రావాలి. తప్పక చెబుతాను. కొంతమంది నోళ్లల్లో నానేది తప్పు. అసలు కథ వేరు. ఇంతకీ నేను చెప్పేదేమంటే- రేపు మీరు రాకండి. ఎల్లుండి రండి. అందాక నన్ను ప్రేమ సాగరంలో మునకలేయనీయండి. జ్ఞాపకాల్లో ఉండనీయండి" సీతారామరాజు తెగేసి చెప్పాడు.

కుర్రాళ్ళు నిలబడి అలాగే చూస్తున్నారు.

"ఎల్లుండ పల్నాటి నాగమ్మ సంగతి చెప్పుకుందాం... సరేనా? ఇక వెళ్లండి" అన్నాడు సీతారామరాజు 'ఇక దయచేయండి' అన్నట్టు సరదాగా చేయి బయటకు చూపించాడు.

"అలాగే " సెలవు తీసుకున్నారు ముగ్గురూ.

"ముసిలాడు భలే చిత్రమైన వాడిలా ఉన్నాడు. రేపు రావద్దని చెప్పిన కారణం నిజమైందేనా? " ఏవో మాటలు మాట్లాడుకుంటూ వెళ్ళిపోయారు.

చిట్టిమల్లు- సివంగి డేగ :

సీతారామరాజుకు రెండిళ్ళవతల గుడి ఉంది. దాని పక్కన విశ్వనాథరాజు ఇల్లుంది. అతన్ని విశ్వం అని పిలుస్తారు. విశ్వం కూడా కోడిపుంజులు పెంచుతాడు. డజనుదాక మంచి జాతి పుంజులున్నాయి. పెంచడం వరకే. పందాలు కాయడు. సరైన సమయంలో అదను చూసి అమ్మేస్తుంటాడు. జాతి పెట్టలను సేకరించి గ్రుడ్లను పొదిగిస్తాడు.

కొనేవాళ్ళకు నమ్మకం ప్రధానంగా ఉంటుంది. విశ్వం పందెగాళ్ళ దగ్గర అలాంటి నమ్మకం ప్రోది చేసుకున్నాడు. పుంజు ఎలా ఎగురుతుందో వాట్సప్‌లో

చూపిస్తాడు. ఆ పుంజు ఏ రంగు కలిగినదో దాని సత్తా ఏపాటిదో వివరిస్తాడు. వెల చెబుతాడు. ఏ రోజు లోపులో రావాలో చెబుతాడు. బేరం మాట్లాడుకుంటాడు.

చెప్పిన సమయానికి రాకపోతే ఇక అమ్మడు. ఆలస్యంగా వచ్చినవాడికి ఒకవేళ అమ్మ వలసి వస్తే అనుకున్న ధరకు ఇవ్వడు. ఎక్కువ ఇమ్మంటాడు. జిల్లాలో అలాంటి నమ్మకంతో పుంజుల్ని అమ్మి హాయిగా బతుకుతున్నాడు. అట్లాంటి విశ్వానికి ఎంత కష్టం వచ్చింది?

కోళ్లకు ప్రమాదకరమైన అంటువ్యాధులు వస్తుంటాయి. కాడ్సేడివోసిన్ అయితే పేగులు ఉబ్బిపోతాయి. ఇది మనిషికి కూడా అంటుకుంటుంది. విశ్వం కోళ్లకు వచ్చింది అది కాదు. శ్వాస సంబంధమైన కొక్కెరవ్యాధి (రానికట్). కోడి ముడుచుకునిపోయి తల వాల్చేస్తుంది. ముందుగా అమెరికన్ డేగకు అంటుకుంది.

ఆరోజు విశ్వం ఊరెళ్లవలసి వచ్చింది. సరిగా గమనించలేదు. దాంతో మిగిలిన కోళ్లు కూడా రోగం బారినపడ్డాయి. అంతా రెండు రోజుల్లో డజను పుంజులు చనిపోయాయి. చాలా ఖరీదైన జాతి పుంజులు. రమారమి మూడు లక్షలు చేస్తాయి.

ఇది విని సీతారామరాజుకు బాధ కలిగింది. దానికి తోడు భయం కూడా వేసింది. విశ్వానికి వచ్చిన కష్టం మామూలుది కాదు. ఆ పెంపకం లోని కష్టాలేమిటో పడే వాళ్ళకే తెలుస్తుంది. అది తీరేది కాదు. వెళ్లి విశ్వాన్ని ఓదార్చాడు.

“ అంతా రెండు రోజుల్లో అయిపోయింది, మావా... దిక్కుమాలిన రోగాలు. కొంప ముంచింది. నిక్షేపంగా ఉన్న వాటిని పొట్టన పెట్టుకుంది. ఏం చేయాలో పాలు పోవడం లేదు ”

భుజం మీద చేయి వేసి ధైర్యం చెప్పాడు సీతారామరాజు. ఈలోపులో ఇంట్లోంచి ఏడుపులు వినిపించాయి. ఆడాళ్ళు తట్టుకోలేక పోతున్నారు. ఎంత దాచుకున్నా దుఃఖం ఆగడం లేదు. జీవులతో అనుబంధం కేవలం ఆర్థికం, వ్యాపారాత్మకంగానే చూడనక్కర్లేదు. రోజూ రాటకు కట్టిన పుంజులు కెక్కుకెక్కుమని ఉండే పుంజులు... ఒక్కసారిగా నిశ్శబ్దం అయిపోయాయి. లోపలికి తొంగి చూసి కసురుకున్నాడు విశ్వం.

“ ఎంతో ఎదిగిపోయననుకుంటున్న మనిషి ఆఖరికు కోళ్లకు వచ్చే రోగాల్ని తగ్గించే మందు కనిపెట్టలేక పోవడం దారుణం. మనల్ని అంటి పెట్టుకుని మసిలే-

మనకెంతో విశ్వాసపాత్రంగా ఉండి సేవలు చేసే కుక్కలు, గుర్రాలు, కోళ్లు పట్ల కనికరం చూపించాలి కదా" అన్నాడు సీతారామరాజు. విశ్వం మాట్లాడలేదు. రాటలకు కట్టిన తాళ్లను చూస్తూ నిర్లిప్తంగా ఉండిపోయాడు.

"విశ్వం... చేయగలిగేదేమీ లేదు. పోగొటుకున్న చోటే వెదుక్కోవాలనేది పెద్దల మాట. మనేద పడకు. కూడదీసుకుని ఇంతకింత సంపాదించుకోవచ్చులే..." ఓదార్చి ధైర్యం చెప్పి ఇంటికి వచ్చేసాడు సీతారామరాజు.

తన భయం తనకుంది. కోళ్లు చావడం అంటువ్యాధి వల్ల. ఎవడో దొంగోడు పట్టుకెళ్ళడం వేరు. ఊళ్లోకి అంటువ్యాధి పాకిందంటే ఇంటింటికీ చేరుతుందేమోనని ఆందోళన...

గేటు తీసుకుని లోపలికి వచ్చేవాడల్లా ఆగిపోయాడు సీతారామరాజు. అక్కడే బట్టలు విప్పేసి భుజం మీది తువాలు నడుంకు కట్టుకుని పెరట్లోకి వెళ్లాడు. స్నానానికి నీళ్ల గాబు మరుగుతోంది.

నూతి చప్టా చేరాడు. చేద అందుకున్నాడు. అక్కడే ఉన్న బకెట్టు నిండా నీళ్ళు తోడుకున్నాడు. అందులోకి సరిపడా వేడినీళ్లు పోశాడు. ముందుగా బట్టలు వేసాడు. శుభ్రంగా పిండేసి దండెం మీద ఆరబెట్టాడు. తువాలు కట్టుకునే తలార స్నానం చేసాడు.

అప్పటికప్పుడు బ్లీచింగు పౌడరు తెప్పించాడు. ఇంటి చుట్టూ జల్లించాడు. లోపల గదులన్నీ డెటాల్‌తో కడిగించాడు. డెటాల్ తడిపిన గుడ్డతో కోడిపుంజుల్ని పెట్టల్నీ ఒత్తించాడు.

ఊళ్ళో ఉన్న ఖాదర్‌ను పిలిపించాడు. ఏదో ఊళ్ళో పశువైద్యుడి దగ్గర పనిచేసిన వ్యక్తి. ఈ మధ్యనే వచ్చాడు. ఊరి జనంతో కలివిడిగా ఉంటూ కలిసిపోయాడు. తనకు తెలిసిన వైద్యం చేయడం ఇచ్చింది పుచ్చుకోవడం ఖాదర్ చేసే పని. పశువులకు కోళ్లకు అతనే వైద్యుడు.

కోడిపుంజులకు ఖాదర్ ఇంజెక్షన్లు చేశాడు. తినిపించే తిండిలో కలిపి పెట్టడానికి ఏవో కొన్ని గుళికలు పొడిగొట్టి తెచ్చిన పొట్లం ఇచ్చాడు. అది ఏ పేరాసెట్‌మాల్ మాత్రల గుండ కావచ్చు. అయిదు వందలు ఇస్తే సంతోషంగా జేబులో పెట్టుకుని కొన్ని జాగ్రత్తలు చెప్పి వెళ్లిపోయాడు. అతను రావడం సీతారామరాజుకు గొప్ప ధైర్యాన్నిచ్చింది.

సీతారామరాజు తీసుకున్న ముందు జాగ్రత్తలు కోళ్లకు ఏ మేరకు రక్షిస్తాయో చూడాలి. మనసులో భయం మాత్రం ఉంది. ఏ క్షణం ఏ రకమైన విపత్తు ఎదుర్కోవాలో... గాలి ద్వారా వ్యాపించే వైరస్ ఎంతవరకు అరికట్టగలం? చూద్దాం.

మరోసారి సాయంత్రం ఇంటి చుట్టూ బ్లీచింగు పౌడరు జల్లించాడు.

రాత్రి మందువాలో ఫినాయిల్‌తో కడిగించాడు. ఇల్లంతా ఆసుపత్రి కంపు. తప్పదు. కొన్ని ఇబ్బందులుంటాయి. అమ్మాజీ సణుక్కుంటూనే ఉంది.

ఉదయం నుంచి సాయంత్రం వరకు సీతారామరాజు పడిన శ్రమ ఫలితం ఎలా ఉంటుందో చూడాలి. అయితే తనకు మాత్రం తృప్తిగానే ఉంది. ఎందుకంటే తను చేయగలిగిందంతా చేసాడు.

మర్నాడు అంతే. అసహనంగా ఇబ్బందిగా గడిచింది. ఇన్ని రకాలుగా పాకులాడుతున్నా కోళ్లు క్షేమంగా ఉంటాయన్న నమ్మకం లేదు. అంటువ్యాధి ఇంటికి రాకుండా ఉంటే అదృష్టం అనుకోవాలి.

కుర్రాళ్లను గతరాత్రి రావద్దనడం వెలితిగానే ఉంది. సమూహంలో ఉన్నప్పటి సరదా వేరు. అలవాటు అయితే మరీను. ఇపుడు వాళ్ల కోసమే ఎదురుచూపులు.

సాయంత్రం ఆరుగంటలకే భోజన కార్యక్రమం పూర్తి చేసుకున్నాడు. అలమారలో దొరికిన పుస్తకం తీసుకుని వాలు కుర్చీలో కూచుని చదవడం మొదలెట్టాడు. పరిసరాలు గమనించనంతగా పుస్తక పఠనంలో లీనమైపోయాడు. వేగంగా చదవగలడు.

కటకటాల తలుపు చప్పుడైంది. నవ్వులు రువ్వుకుంటూ వచ్చేశారు ముగ్గురూ.

“అదేమిటండోయ్... ఆ పుస్తకం చదువుతున్నారు. పుస్తకానికి ముందువెనుకల పేజీలు గల్లంతైనట్లున్నాయి” అన్నాడు మురళి పుస్తకాన్ని తేరిపారి చూస్తూ.

సీతారామరాజు వాళ్ళ ముఖాలు చూసి నవ్వాడు తన సహజ ధోరణిలో.

“ఏం పోయింది? ప్రారంభం అంత అవసరమా? ఇక వెనుక పేజీలు లేకపోతేనేం? ముగింపును ఊహించుకోలేమా? రకరకాలుగా ఇంచక్కా ఊహించుకోవచ్చు. అదో కాలక్షేపం...” అన్నాడు సీతారామరాజు పేజీని ఆనవాలు కోసం మడిచి. పుస్తకం పక్కన పెట్టాడు.

"భలేవారే... ముందు వెనుకలు లేకుండా చదవడం మిమ్మల్నే చూశాను. మీరు చాలా గొప్పవారు"

"ఒకటి చెప్పనా... మేం దగ్గర్లోని ఇంజరం టూరింగు టాకీసుకు మొదటి ఆట ఇంటర్వెల్‌కు వెళ్ళి రెండో ఆట ఇంటర్వెల్ వరకు చూసి వచ్చేసేవారం. కథ బ్రహ్మాండంగా అర్థమైపోయేది. ఏమీ ఇబ్బంది కలిగేది కాదు. హాలోడు అలా చూడనిచ్చేలా టికెట్లు ఇచ్చేవాడు కూడా. ఇదీ అంతే. ఇలా చదివితే మన బుర్రకు కసరత్తు ఇచ్చినట్లవుతుంది కూడా" అన్నాడు సీతారామరాజు కులాసాగా నవ్వుతూ.

"అది కాదండి. ఇప్పటి పుస్తకాల్లా పేజీపేజీకి పుస్తకం పేరూ రచయిత పేరూ లేదు. మీరు చదువుతున్నదేమిటో రాసినవారెవరో తెలియదు కదా అని" రాజబాబు అన్నాడు ఆశ్చర్యంగా.

"అవన్నీ మనకెందుకు? చేతిలో ఉన్న పుస్తకం చదివిస్తుంటే చదువుకుంటూ పోతాం. కష్టపెడితే మానేస్తాం... పేరేమిటో రాసినవారెవరో వివరాలు దేనికి?" అని సమాధానం చెప్పాడు సీతారామరాజు. లేచి కిటికీ దగ్గరకెళ్ళి చుట్ట, అగ్గిపెట్టి తెచ్చుకున్నాడు.

"తాతగారూ... మీకో నమస్కారం... మీరే ఓ వింత... మీకు చెప్పలేం. సరేలెండి... ముందు మీరొకటి వదలండి... తరిస్తాం... ఆ తర్వాత మీరు కానిద్దురు గాని..." అన్నాడు చంటి కన్ను గీటుతూ.

"ఓసేస్... కన్ను గీటడం ఒకటీ... అసలు విషయం కంటే కొసరు మీదే ధ్యాస ఉన్నట్టుందే... నిజానికి నిన్న పొద్దుట్నుంచీ అలసట గాభరా ఇంతా అంతా కాదు. మీరొచ్చింతర్వాతే కొంచెం దిగులు తగ్గింది...

సరేలే ఎపుడూ ఉండేవే....ఇంతకుముందు చెప్పిందాని లాంటిదే ఇంకోటి చెబుతాను. ఇంచుమించు అదీ ఇదీ కూడా ఒకటే... ముందుగానే చెబుతున్నాను. రెడియేనా?" అన్నాడు సీతారామరాజు. ముఖం తేటగా సేద తీరినట్టుగానే ఉంది.

సుధాకర్ పేరుమోసిన డాక్టరు. గైనకాలజిస్టుగా అందరికీ తెలిసినవాడే. పిచ్చి కోపం. అసహనం. గోదారి జిల్లా ఎటకారమంతా ఉంది. ఎదురు చెప్పడానికి లేదు. నొప్పిస్తే వెంటనే పొమ్మంటాడు. హస్తవాసి మంచిదని పేరు రావడంతో ఆయన్ని అందరూ ఇష్టంగా భరిస్తారు.

ఆయనొకసారి కాకినాడ రైల్వేస్టేషన్‌లో నిలబడ్డాడు. సెకండ్ ఏసి దగ్గర. ఇంకా రైలు రాలేదు. ఈలోపులో అక్కడికి ఒకామె తన నలుగురు పిల్లల్ని వెంటేసుకుని వచ్చింది. డాక్టరు గారిని చూసి ఎంతో గౌరవంగా నమస్కారాలు చెప్పింది. ప్రతి నమస్కారం చేసాడు డాక్టరు. తన పిల్లల్ని చూపించింది. చూశాడు.

'ఈ నలుగురూ మీ ఆసుపత్రి లోనే పుట్టారు' అని చెప్పింది. 'అలాగా సంతోషం' అన్నాడు డాక్టరు. 'మీరు నన్ను పోల్చినట్టులేదు. నేను దూబగుంట రామారావు గారి భార్య సత్యనండి. ఇప్పటికైనా గుర్తు వచ్చానా' అని అడిగింది. అపుడు ఆ డాక్టరు ఏం సమాధానం చెప్పాడో తెలుసా?

'అమ్మా... నీవు నాలుగు పురుళ్ళు పోసుకున్నా సరే నీ ముఖం చూసి గుర్తు పట్టలేనమ్మా...' అని చెప్పాడు. మరేం చూడాలి? ఆవిడకు దిమ్మ తిరిగిపోయింది.

"ఆ... తర్వాత..." ఏదో లోకంలో ఉన్న చంటిబాబు అన్నాడు.

"ఇంకేముంది? అయిపోయింది..." మిగిలిన ఇద్దరూ నవ్వుతున్నారు.

"ఇందులో ఏముందండి..." అంటూనే 'ఓహో... ఓహో... పకపకా నవ్వేశాడు చంటి.

"అయ్యిందా? ఈవేళ పల్నాటి యుద్ధం గురించి అందులో ముఖ్యంగా కోడిపందాల గురించి చెప్పుకుందాం. పల్నాటి యుద్ధం మహాభారతానికి ఏమాత్రం తీసిపోదు. ఒక విధంగా చెప్పాలంటే అడుగడుగునా భారతం ఛాయలో నడిచిన కథే ఇది.

❖❖❖

తింటే గారెలు తినాలి. వింటే భారతం వినాలి. బాల్యం నుండీ భారతాన్ని ఏదో రూపంలో చదువుతూ వింటూ చూస్తూ ఎదగడం అందరి జీవితాల్లో జరిగేదే. అందులోని పాత్రల స్వభావాలు చిరపరిచితమవ్వడం. చుట్టూ ఉండే జనంలో ఆ గుణాల్ని వెదకడం. కథతో పాటు ప్రతి పాత్రను గురించి మాట్లాడుకోవడం. అందులో కొన్ని పాత్రల్ని అభిమానించడం. కొన్నింటిని ద్వేషించడం. మరి కొన్నింటిని ఆదర్శంగా తీసుకోవడం.

కుట్రలు కుతంత్రాలు... వ్యూహాలు ప్రతివ్యూహాలు... చాలా మటుక్కి తెలుసున్నవే.

పల్నాటి కథ జానపదుల నోళ్లలో వీరగాథగా నాని ప్రచారం పొందింది. భారతకథలా ఇంటింటి కథ కాలేదు. అయితే రెండు కథలూ సమాంతరంగా ఏకరీతిగా సాగాయి.

భారత కథ కౌరవ పాండవుల నడుమ జరిగింది. పల్నాటి భారతకథ నలగామ, బ్రహ్మనాయుల మధ్య జరిగింది. రెండూ అన్నదమ్ముల పోరే.

అక్కడ దుర్యోధనుడు, శకుని. ఇక్కడ నలగాముడు, నాగమ్మ. అక్కడ పాచికలాట. ఇక్కడ కోడిపందాలు. పాచికలాటలో తొలి విజేత ధర్మరాజు. కోడిపందాల్లో బ్రహ్మనాయుడు తొలి విజేత. రెండు చోట్ల మలి పందాల్లో మాయా జూదమే. అధర్మ మార్గమే. విలువలు మంటగలిపిన అనైతిక విధానమే.

భారతకథలో అరణ్యవాసం. పండ్రెండు ఏళ్ళు. అజ్ఞాతవాసం ఒక ఏడాది. పల్నాటి కథలో వలసపోవడం. ఏడేళ్ళు. ఇక్కడ అజ్ఞాతవాసం లేదు. అక్కడ కృష్ణుడి రాయబారం. ఇక్కడ అలరాజు రాయబారం. అక్కడ అభిమన్యుడు. పద్మవ్యూహం. వీరమరణం. ఇక్కడ బాలచంద్రుడు. రణరంగంలో చిక్కుకుపోవడం. వీరమరణం.

ఇవన్నీ పోలికలు. కథనాలు ఇంచుమించు ఏక సూత్రపు అంచులంటా సాగినవే.

అనుగురాజు పల్నాడు సంపాదించడంతో కథ ప్రారంభం. తర్వాత నాగమ్మ వృత్తాంతం. ఆమె రాజకీయ కుశలత. కుటిల రాజకీయ సామర్థ్యం. రాజ్యపాలన. ఇక కోడిపందాలు. ఎత్తులు పైఎత్తులు. గెలుపోటములు. గురజాల యుద్ధం. అలరాజు రాయబారం. బాలచంద్రుని యుద్ధం. ఒకదాని తర్వాత మరొకటి. ఘట్టాలు సాగుతాయి. అచ్చం మహాభారతం లాగే.

పల్నాటి కోడిపందాల గురించి చెప్పుకునే ముందు ఆ రెండు కుటుంబాల నేపథ్యం తెలుసుకోవాలి.

అలుగురాజుకు ముగ్గురు భార్యలు. వీర విద్యలదేవి, గయా పట్టణ ప్రభువు భీమరాజు కూతురు భూరమాదేవి. చందవోలు రాజు రెండవ గొంకరాజు కూతురు మైలమదేవి.

తొలుత మూడవ భార్య మైలమదేవికు మగసంతానం కలిగింది. నలగామరాజు జననం. తండ్రి అనంతరం రాజ్యాధికారంకు అర్హుడు. దుర్యోధనునికు సమం.

రెండవ భార్యకు నలుగురు కుమారులు, అందులో రెండోవాడు నరసింహరాజు. దుశ్శాసునికు సమం. చివరగా పట్టపురాణికు మలిదేవాదులు పుట్టారు. పట్టపురాణికు సహజంగానే సవతుల పిల్లల పట్ల అసూయ. దీనికి సాయం నాగమ్మ ఆలోచనాతంత్రం.

పల్లాడులో మాచర్లను పాలించిన మలిదేవరాజు దగ్గర బ్రహ్మానాయుడు మంత్రి. గురజాల పాలించిన నలగాముని దగ్గర మంత్రిణి నాగమ్మ. బ్రహ్మానాయుడు వైష్ణవ భక్తుడు. నాగమ్మ శైవభక్తురాలు.

బ్రహ్మానాయుడు కేశవాలయాలు నిర్మించాడు. దళితులతో దేవాలయ ప్రవేశం చేయించాడు. చాపకూటితో సహపంక్తి భోజనాలు ఏర్పాటు చేశారు. దళితుడైన కన్నమదాసును సర్వసైన్యాధ్యక్షుడుగా చేసాడు. ఇది సహించని అగ్రకులం వారు నాగమ్మ చెంతకు చేరారు. కుట్రలు కుతంత్రాలు మొదలయ్యాయి.

పోరు అనంతరం మిగిలినవారు నాగమ్మ. బ్రహ్మానాయుడు, కన్నమదాసు.

కథను పరిచయం చేయడానికే ఇదంతా. వ్యాసభారతం అన్నదమ్ముల మధ్య ఆధిపత్యం కోసం పోరాటం. పల్నాటి భారతంలో బ్రహ్మానాయుని, నాగమ్మల పంతం నెగ్గించుకునే పోరాటం. జీవాల నెత్తురాటలో తమ ^పౌరుషాల్ని వెతుక్కోవటం. తమ బలాలను సర్వశక్తులను కోడిపుంజుల రక్తమోడి నేలకొరగడంతో లెక్క చూసుకోవడం. నవరసభరితమైన చారిత్రక గాథను వీరగాథగా తలపింపచేయడం.

ఆవేశం తప్ప అదునుపదును తెలియని బాలచంద్రుని వీరావేశం. పౌరుషమే తెలుగుజాతి జీవనాడిగా తీర్చిదిద్దిన పాత్రలు. పాత్రలన్నీ భారతం లోనివే. కథనం ఉత్తేజపూరితం. ఇదంతా పల్నాటి పగలు సెగలు. ఇదీ కథ. ఇక మనక్కావలసిన కోడిపందాల్లోకి వెళదాం.

❖❖❖

పల్నాటి కోడిపందాలు రెండు విడతలుగా సాగాయి. అసలు కోడిపందాల పంతాలకు దారితీసిన పరిస్థితులేమిటి? ఈ చరిత్ర వీరగాథగా ఎందుకు ప్రసిద్ధి చెందింది?

బ్రహ్మానాయుడు, నలగామరాజు మధ్య ఎటువంటి పొరపొచ్చాలు లేవు. స్నేహపూర్వక వాతావరణం

ఉంది. ఇలా ఉండటం నాగమ్మకు ఇష్టం లేదు. వారి బంధం తెంపాలనుకుంది. బ్రహ్మానాయునిపై ద్వేషం కలిగేలా మచ్చరపు మాటలు నూరిపోసింది నలగామరాజుకి.

అది ఎలాగుండేదంటే-

'బ్రహ్మానాయుడెప్పుడూ పక్కలో బల్లెమే. బలిమి గల రాజ్యం మన పక్కనుండటం క్షేమకరం కాదు. ఎప్పుడో ఒకప్పుడు దండెత్తుతాడు. మాచర్లను పట్టుకుంటే పలనాటి సీమ రాజ్యాన్ని నీవొక్కడివే ఏలుతావు' నాగమ్మ ఇలా చెప్పి ఊరుకోలేదు.

ఆశయం నెరవేరే ఉపాయం తన దగ్గరుందని చెప్పింది నాగమ్మ. పందాలంటే పడి చచ్చే బ్రహ్మానాయున్ని కోడిపందాలకు పిలుద్దామంది. ఎత్తులు వేసి ఓడిద్దామంది. నలగాముడు ముందు అంగీకరించలేదు. వారించాడు.

తనను నమ్మమంది. నచ్చజెప్పింది. చివరకు నలగాముడు సరే అన్నాడు.

కోడిపుంజులు రెండింటిని తెప్పించింది. బ్రహ్మానాయుని విడిదికి ఎదురుగా వాటిని వదిలింది. అవి రోషంతో చెలరేగాయి. దుమ్ము రేపాయి. బ్రహ్మానాయుడు ఉత్సుకతతో కోళ్ల పోరు చూడ్డానికి బయటకు వచ్చాడు. పందాలంటే సరదా.

ఉన్నట్టుండి పోరాడుతున్న పుంజుల్లో ఒకటి పారిపోయింది. నాగమ్మ చప్పట్లు కొట్టింది.

"అదిగో... ఆ పారిపోయేదే బ్రహ్మానాయుని పుంజు..." అంది నాగమ్మ.

బ్రహ్మానాయుడు ఆ మాటలు విన్నాడు. ఇలవేలుపు చెన్నుని తలుచుకున్నాడు. పారిపోయిన కోడి తిరిగొచ్చింది. మరల పోరాడి గెలిచింది. తిలకిస్తున్న పౌరులు బ్రహ్మానాయుడ్ని పొగిడారు.

"దమ్ముంటే మాచర్ల కోడి తెచ్చి పోరు సాగించు" అని సవాలు విసిరింది నాగమ్మ.

బ్రహ్మానాయుడు 'సరే' అన్నాడు.

భార్యను పణం పెట్టి పందెం ఓడి రాజ్యం కోల్పోయిన కుంతీపుత్రుడు తెలుసు కదా. ఆవేశం వద్దని హితైషులు చెప్పారు. మాట తప్పడం భావ్యం కాదన్నాడు బ్రహ్మానాయుడు.

❖❖❖

బ్రహ్మనాయుని పుంజు చిట్టిమల్లు రూపం ఎలా ఉంది? గండభేరుండ పక్షిలా ఉంది. పౌరుషం రూపు దాల్చినట్టుంది. చిట్టిమల్లును చూసి దగ్గరకెళ్ళి రెక్కలు దువ్వి ప్రేమతో నిమిరాడు బ్రహ్మనాయుడు. చెవుల గోపన్న చిట్టిమల్లుని పట్టుకున్నాడు. చింతలపల్లి రెడ్డి నాగమ్మ కోడిపుంజు నల్లమల్లును పట్టుకున్నాడు. రెండూ మంచి ఊపు మీద ఉన్నాయి.

జనం ఉత్సాహంతో దూర దూరాల్నుండి వచ్చారు. రెండు పుంజులు సమ ఉజ్జీ అనుకున్నారు. అందులో చిట్టిమల్లు దర్పంగా బలంగా ఉందనుకున్నారు.

విశాలమైన మైదానం. బరి చుట్టూ గుండ్రంగా క్రమ పద్ధతిలో జనం నిలబడ్డారు.

రెండు పుంజుల్ని ముక్కులతో కరిపించి రోషమెక్కించారు. గాలి పీల్చడం మరచిపోయి చూస్తున్నారు.

సూర్యుని ప్రతిబింబం అన్నట్టు పొగరుగా చిట్టిమల్లు నిలిచింది. నల్లమల్లు అగ్నిగుండం ప్రతిరూపంగా ఉంది. చిట్టిమల్లు మాచర్ల పౌరషానికి ప్రతీక. నల్లమల్లు గురజాల క్రోధానికి ప్రతీక.

పుంజుల్ని వదిలారు. చెంగున ముందుకు ఉరికాయి తారాజువ్వల్లా. సమరం మొదలైంది. సిసింద్రీల్లా చిందులేశాయి.

ద్వేషం గుండెల్లో గూడు కట్టుకుని రెచ్చిపోతున్నాయి. నిప్పురవ్వలు కళ్ళ నుండి కురవగా పుంజులు పోరు సలుపుతున్నాయి.

చిట్టిమల్లును నిలువునా చీల్చి వేయడానికి నల్లమల్లు చూస్తోంది.

నల్లమల్లును ముక్కలు ముక్కలుగా నరికడానికి చిట్టిమల్లు చూస్తోంది.

లక్ష్యం ఎంచుకుంటూ దేహాల్ని విదుల్చుకుంటున్నాయి. మరల ఎత్తి వదలడంలో మెడలోని ఈకలు రిక్కించి పుంజులు కూత వేసాయి. దూరం నుండి వేగంగా పరుగెట్టి ముందుకు ఉరుకుతున్నాయి.

ముక్కులతో పట్టుకోబూనడం... రెక్కలల్లార్చి తన్నుకోవడం... బరిలో గుండ్రంగా తిరుగుతూ దాడికి సమాయత్తం అవ్వడం... జడుపు లేకుండా పొడుచుకోవడం... క్షణాలు జారిపోతున్నాయి.

ఎదుటి బలం తగ్గించడానికి ఎగిరెగిరి ముక్కు బలంతో పొడుచుకుంటూ... రొమ్ముల మీద తన్నుకుంటూ... భీకరంగా పెనుగులాడుతున్నాయి.

గ్రద్దలు రెండు 'ఢీ' కొడుతున్నట్లు రెండు కోడె నాగులు పెనవేసుకున్నట్లు... రెండు పులులు సమరం సాగిస్తున్నట్లుగా పుంజులు కొట్టుకుంటున్నాయి. జనాలకు ఆనందం చేకూరుస్తున్నాయి. అదొక వినోదం.

"ఇట్లాంటి పందెం మరెప్పుడూ చూడలేదు" దృశ్యం చూస్తున్న పౌరులు సంబరంగా మెచ్చుకుంటున్నారు.

బ్రహ్మనాయుడు గుబురు మీసాల మాటున గంభీరంగా నవ్వుకుంటున్నాడు. నాగమ్మ పైట చెంగు చాటున ముఖం కప్పుకుని తదేకంగా చూస్తోంది.

ధూళి లేస్తోంది. ఈకలు రాలుతున్నాయి. చిన్న చిన్న గాయాలతో నెత్తురు కారుతోంది. పడుతూ లేస్తూ కుమ్ములాడుకుంటున్నాయి.

చిట్టిమల్లు క్రమేపీ దిట్టగా అయింది. బలం పుంజుకుంటోంది.

నల్లమల్లు దేహం గుల్లయింది. చురుకుదనం తగ్గింది.

నల్లమల్లు స్థితిని చూసి నాగమ్మ ఆశలు అడుగంటాయి. ఈ పుంజును నమ్ముకోవడం బుద్ధి తక్కువే అనుకుంది. ఓటమి తప్పదని గ్రహించింది.

"పందెం నిలిపేద్దాం... కడదాక పోరు వద్దు" బ్రహ్మనాయున్ని అడిగింది.

"అర్థంతరంగా పోరు ఎలా ఆపుతాం. ఎటూ తేలకుండా మధ్యలో ఆపడం సరి కాదు. ఏదో ఒకటి గెలిచే వరకు వేచియుండాలి కదా" అని నాగమ్మకు సమాధానం చెప్పాడు బ్రహ్మనాయుడు.

నల్లమల్లు బొత్తిగా నీరసపడింది. నాగమ్మ ముఖం చిన్నబోయింది. నలగాముని హృదయం కలత చెందింది. ఫలితం తెలిసిపోతోంది.

ఏనుగును సింహం కుమ్మినట్టు జింకపిల్లను పులి చీల్చినట్టు చిట్టిమల్లు విజృంభించింది. నల్లమల్లు నలిగిపోయింది. తడబడే అడుగులతో కుదేలయ్యింది. గెలుపు తేలే సమయం ఆసన్నమైంది.

చిట్టిమల్లు చెంగుమని ఎగురుతూ నల్లమల్లు కంఠాన ఈడ్చి తన్నింది. ఫాలభాగాన పొడిచింది. చుట్టూ తిరుగుతూ బరి అంతా తానే అయింది.

చిట్టిమల్లు తాకిడికి ఆగలేక ముక్కుపుటాల నెత్తురు కక్కుకుంది నల్లమల్లు. తల వేలాడేసింది. జీరగా మూలిగి నేల కూలిపోయింది.

బ్రహ్మనాయుని పక్షం విజయగర్వంతో కేకలు వేసారు. ఆయన వర్గం వారు ఆనందంతో చప్పట్లు కొట్టారు.

"చిట్టిమల్లూ... విజయసూచికంగా గట్టిగా కూత వేయ్" అరిచాడు బ్రహ్మనాయుడు.

బ్రహ్మనాయుని ఇంగితం గ్రహించినట్టు –

చిట్టిమల్లు రెక్కలల్లార్చి మెడ సాచి నిక్కి నీల్గి

దిక్కులన్నిట నాదమ్ము పిక్కటిల్ల కొక్కొరోకోయనుచు కూత వేసింది.

ఆ అదురుకు నాగమ్మ సొమ్మసిల్లింది. గురజాల వారి ముఖాల్లో నెత్తురు చుక్క లేదు. నిరుత్సాహం కనపడకుండా నాగమ్మ జాగ్రత్త పడింది. నలగామరాజు నల్లమల్లు ఓడటంతో తల్లడిల్లాడు.

నాగమ్మ కాసేపటికి తేరుకుని నలగాముని చెంతకు వెళ్లింది.

"ఇక్కడతో ఇది అవ్వలేదు. కంగారు పడక్కర్లేదు. బ్రహ్మనాయుడ్ని ఎలాగైనా ఓడిస్తాను. నేను చెంత

ఉండగా మీకు చింత వలదు" అంది. నలగాముడు బలహీనంగా 'ఊ' కొట్టాడు.

"తొలిపోరు లెక్కకు రాదు. ఇది ఉత్తుత్తి పందెమే. నీ పుంజు సామర్థ్యం ఎట్లాంటిదో చూడటానికి నల్లమల్లును దింపాను. గెలుపు కోసం పోరు కాదిది. చిట్టిమల్లును ఓడించే కోడి ఉంది. దాన్ని ఓడించే ధైర్యం ఉంటే పందానికి సిద్ధం కమ్ము" నాగమ్మ బ్రహ్మనాయుడితో అంది. పురిగొల్పే ప్రయత్నం చేసింది.

బ్రహ్మనాయుడు చిరునవ్వు నవ్వి 'ఎలాంటి పుంజైతే నాకు లెక్కేమిటి? చిట్టిమల్లు నా పక్క నుండగా ఏ పుంజునైనా గెలుస్తాను" ధీమాగా అన్నాడు.

"చాలా సంతోషం. అలాగైతే సమయం వారం నిర్ణయించి కబురు చేస్తాను" అని నాగమ్మ వెళ్ళిపోయింది.

జరగబోయే పందెం గురించి చర్చించుకుంటూ పౌరులు ఇళ్లకు చేరారు.

సూర్యుడు అస్తమించాడు. కారు చీకట్లు అలుముకుంటున్నాయి.

నాగమ్మ అనుయాయులతో మాట్లాడింది. ముహూర్తం కోసం బ్రాహ్మణుల్ని సంప్రదించింది. బ్రహ్మనాయుని కోడిని ఓడించే మంచి జాతి కోడిని వెదకడం మొదలెట్టింది.

చింతలపల్లి రెడ్డి వస్తాదు కోడిపుంజు తీసుకొచ్చాడు. సివంగి డేగ. నాగమ్మ చూసింది. కొన్ని ప్రశ్నలు వేసి కోడి చేవను నిర్ధారించుకుంది. సంతృప్తిగా తల ఊపింది.

“సివంగి డేగ మంచి గానే కనిపిస్తోంది. ఏమైనా అవకాశం తీసుకోకూడదు. మనం గెలిచి తీరాలి. చిట్టిమల్లును ధర్మయుద్ధంలో గెలవలేం. మంత్రకట్టు వేయాలి. అవతలి పుంజును బలహీనంగా మార్చే మంత్రకట్టు. మూలికలు తినిపించాలి. పసరు రాయాలి. ఏ చిన్న అవకాశాన్ని వదలుకోకూడదు. మన పుంజుకు ఎన్ని రక్షణలు చేసైనా సరే గెలిపించుకోవాలి” నాగమ్మ అంది. ఆ మేరకు నలగాముని అనుమతి పొందింది.

దాని ప్రకారం చింతలపల్లి రెడ్డిని నల్లకొడిశ చెక్క చూర్ణం చేయమంది. తవుడుతో కలిపి గోళీ సైజులో పుంజు చేత తినిపించమంది.

“కత్తి దెబ్బ తగిలినా రక్తం కారదు. బేంబేలు పడదు. ధైర్యంగా ఎదుర్కొంటుంది పుంజు. పందెం జరగడానికి రెండు రోజుల ముందు తినిపించు” నాగమ్మ పురమాయించింది. నాగమ్మ పట్టుదల చూసి చింతలపల్లి రెడ్డి ఆశ్చర్యపోయాడు. నాగమ్మ చెప్పినట్టే పుంజును తయారు చేశాడు.

సమయం ఆసన్నమైంది.

సూర్యుడు ఉదయించాడు. జనం రెట్టించిన ఉత్కంఠతో కదిలి వచ్చారు.

నాగమ్మ చంద్రశేఖరస్వామికి అర్చన చేసి నలగామరాజు, నరసింహరాజులు వెంట రాగా సివంగి డేగను పట్టుకుని వచ్చింది.

“ఈనాటి పందెంలో గెలిచినవారు గెలిచినట్లు. ఓడినవారు ఓడినట్లు. ఓడినవారు మాత్రం నగరం వదిలి ఏడేళ్ళు గడపాలి ” నాగమ్మ చిరు దరహాసంతో అంది.

“ఓ... అలాగే... ఎలాంటి పందానికైనా సిద్ధమే. భీతి ఎరుగని ధీర జీవితం

నాది. ఆడి తప్పని మాట నాది" బ్రహ్మనాయుడు అచంచల విశ్వాసంతో అన్నాడు.

'సై' అంటే 'సై' అనుకున్నారు.

ఇరు జట్లు పోరుకు సిద్ధమయ్యాయి.

చెవుల గోపన్న చిట్టిమల్లు శిరస్సు దువ్వాడు. చింతలపల్లి రెడ్డి నాజూకుగా సివంగి డేగ దేహాన్ని నిమిరాడు.

బరిలో పుంజుల్ని నిలిపారు. చుట్టూ ఉత్సాహంతో కేరింతలు కొడుతున్నారు. బరి విశాలంగా ఉండేటట్టు చుట్టూ ముగ్గుల బాట వేసారు.

మెడల మీద కరిపించి పుంజుల్ని వదిలారు. రెండింట్లలోనూ ఆగ్రహజ్వాలలు.

అంతవరకు ముఖాలైనా చూసుకోని ఆ పుంజులు జన్మాంతర శత్రుత్వమేదో తమ మధ్య ఉన్నట్లు తలపడుతున్నాయి. కన్నూ మిన్నూ కానక అదే పనిగా తన్నుకుంటున్నాయి. కాలి అడుగుల ధూళి బరి అంతా పొగలా కమ్మింది.

యథాప్రకారం చిట్టిమల్లు ప్రత్యర్థిపై విరుచుకుపడుతోంది. నాగమ్మ పుంజు సివంగి డేగకు ఇసుమంత గాయం లేదు. చెక్కు చెదరడం లేదు. బలంగా ఎదుర్కొంటోంది.

సివంగి డేగ ఎంతకీ అలసటలేని తాజాదనంతో నిలబడటం చూసి నాగమ్మ సంబరపడింది.

అరివీర భయంకరంగా పోరాడే చిట్టిమల్లు కాళ్ళ బలం సడలిపోయింది. నీరసపడిపోయింది. ఎగిరి తన్నలేకపోతోంది. జవసత్వాలు ఉడిగిపోయినట్లు... సర్వ కోల్పోయినట్లు... చిట్టిమల్లు నిలబడలేకపోతోంది.

దాంతో నాగమ్మ కోడి వీరావేశంతో ఉరకలేస్తోంది.

చిట్టిమల్లులో వచ్చిన అనూహ్యమైన మార్పుకు బ్రహ్మనాయుడు ఆశ్చర్యపోయాడు.

బ్రహ్మనాయుడికి తన పుంజు చిట్టిమల్లు బలహీనమౌతున్న సమయంలో విక్రమార్కుడు గుర్తుకొచ్చాడు, పరకాయప్రవేశం విద్యతో ఓడిపోతున్న పొట్టేలులో దూరి గెలిపించిన సంగతి అది. తనకు అలాంటి శక్తి ఉంటే ఎంత బావుండును అనుకున్నాడు. అంతలోనే ఇంతటి పాడు ఆలోచన తన మనసులో చొరబడినందుకు

నొచ్చుకున్నాడు. తనను తాను తిట్టుకున్నాడు. ఎదురొడ్డి గెలవాలి. అంతే గానీ మాయలూ మంత్రాలతో కాదు.

చిట్టిమల్లు ఇక తాళలేకపోయింది. ముక్కుపుటాల్లోంచి నెత్తురు కారి చచ్చింది.

బ్రహ్మనాయుడు వైపు వారు ఇందులో ఏదో మోసం ఉందని తలచారు. అది నిజమే కావచ్చు. నీరంతా వెళ్ళిపోయాక ఆనకట్ట వేసినట్లు ఇపుడు లాభమేముంది?

'కోడి వ్యసనం బ్రహ్మనాయుడి కొంప ముంచింది' కొందరు అనుకుంటున్నారు.

గెలిచిన నాగమ్మ బ్రహ్మనాయుడ్ని చూసి- "బ్రహ్మనాయుడా... ఓడావు... విజయం మమ్మల్ని వరించింది. మాట నిలుపుకుని కీర్తిని మూట గట్టుకో. వలస బాట పట్టు" అంది గర్వాతిశయంతో కనుబొమలు ఎగరేసి.

"మాట ప్రకారం మసలుకుంటాను"

వంచనకు గురయ్యామని పరాభవంతో భగ్గుమన్నాడు కన్నమదాసు.

"చిట్టిమల్లును కొట్టగల పుంజు భూమి మీదే లేదు. మంత్రమేదో వేసి గెలిచి విర్ర వీగుతున్నావు" అని నాగమ్మ కోడి సివంగి డేగను రెండు చేతులతో ఎత్తి ఎక్కడా చిన్న గాయమైనా లేని వైనాన్ని కన్నమదాసు చూపించాడు. అంతే గాక సివంగి డేగ పొట్ట మీది సన్నని ఉల్లిపొర లాంటి రక్షణ కవచం లాగి చూపించాడు.

'ఔరా... నాగమ్మ ఎంతకు తెగించింది?' జనం ఆశ్చర్యపోయారు.

సానుభూతి అంతా బ్రహ్మనాయుడి వైపు ఉంది.

సివంగి డేగకు దాని రంగులో కలిసిపోయే రక్షణ కవచం తొడిగిందని కొందరు నమ్మారు. మంత్రకట్టుతో చిట్టిమల్లును నిర్వీర్యం చేసిందని కొందరు నమ్మారు. మూలికలతో కోడి దేహాన్ని గట్టిపరిచిందని కొందరు నమ్మారు. ఎవరి ఊహాగానాలు వారివే. ఎవరేమన్నా ఓటమి ఓటమే.

❖❖❖

ఇక్కడ మీకు చెప్పదలుచుకుంది ఒకటుంది. ఆంధ్రప్రాంతంలో ముఖ్యంగా సంక్రాంతి దినాల్లో సామాన్యుల అసామాన్యుల వినోద క్రీడ కోడిపందాలు.

బహుశా ఈ పందాలు పలనాటి తీరం నుండే పరివ్యాప్తమయ్యాయేమో.

చట్టాల్నీ న్యాయస్థానాల్నీ తట్టుకుని సాంప్రదాయంగా కొనసాగుతుండటాన్ని మనం చూస్తున్నాం.

పల్నాటి యుద్ధానికి కారణమైన కోడిపందాలు గురించి సడీ చప్పుడూ లేకుండా బాగానే విన్నారు.

ఒక యుద్ధ వాతావరణం లోంచి ఊపిరాడక దబ్బున నేలపై పడినట్లయ్యింది, కథ ముగించగానే. గతం నుంచి వర్తమానం లోకి రావడం ఎంతసేపు?

కథ పూర్తయ్యాక సీతారామరాజు మామూలు స్థితికి వచ్చేశాడు. ఇంతసేపూ ఆయనలో బ్రహ్మనాయుడ్నీ, నాగమ్మనీ ఇంకా అనేక పల్నాటి చరిత్రలో పాత్రల్నీ చూడటం జరిగింది. ఆ అభినయ కౌశలం చూసి తీరాలి.

సీతారామరాజు కథ చెప్పే శైలి ఒకోసారి ఒక్కోలా కనిపిస్తుంది. వేరెవ్వరికీ రాదు. ప్రాథమిక పాఠశాలలో కింది తరగతి బోధించే ఉపాధ్యాయులు నటిస్తూ కథలు చెబుతారు. గీతాలు పాడతారు. అభినయ పాఠాలు. ఈయనా అంతే. సమయం తెలియదు. క్షణాలు తెలియకుండానే గడిచిపోతాయి.

కథ చదివినట్లుగా ఉండదు చెప్పడం. పాత్రలో లీనమై పోతాడు. బ్రహ్మనాయుడిలో పరకాయ ప్రవేశం చేసి సంభాషణలు పలుకుతాడు. వాచకం బ్రహ్మనాయుడి నోటి లోంచి వెలువడినట్లే. సీతారామరాజు నటుడు కాదు. అలా మాట్లాడటం అదో సరదా. హావభావాలు పాత్రకు తగినట్లు మారిపోతాయి.

బ్రహ్మనాయుడు తన గుబురు మీసాల్ని ఎలా తిప్పుతాడో చూపిస్తాడు. ఆ మీసాలు నాగమ్మకు ఇష్టం అంటాడు. బ్రహ్మనాయుడి లోని మగటిమను నాగమ్మ ప్రేమిస్తుందంటాడు. ఇది కథపరంగా నిజం కాక పోవచ్చు.

ఒక చెవుల గోపన్న పాత్రలో జీవిస్తున్నపుడు చూడాలి... చిట్టిమల్లును ఒడుపుగా పట్టుకోవడం... పుంజు కాళ్ళను నేలకు తాకించి పందానికి విడిచిపెట్టడం... మధ్యలో పెద్ద శబ్దంతో తుపుక్కున ఉమ్మి వేయడం... ఇదంతా కళ్ళ ముందు జరిగే దృశ్యంలా అభినయించి చూపిస్తాడు.

అలసిపోతాడు. వద్దన్నా మానడు. అందుకే కథ చదవడంకు పట్టే సమయం కంటే నాలుగు రెట్లుగా సాగుతుంది.

మంచి నీళ్లు అందించాడు మురళి. ముభావంగా సీతారామరాజు ముఖం

మీద చిరు చెమట. తువ్వాలుతో తుడుచుకున్నాడు.

"మీరు చెబుతున్నంత సేపూ దృశ్యం కళ్ల ముందుందండి. సినీమా చూస్తున్నట్లే..." చంటిబాబు అన్నాడు.

"అయినా మీరు అంత శ్రమ తీసుకుని చెప్పొద్దు. పర్వాలేదు. అలా ఎందుకు? మామూలుగా చెప్పండి చాలు " అన్నాడు రాజబాబు.

"పల్నాటి భారతంలో నాగమ్మ పాత్ర చూశారు. కోడిపందాలకీ తర్వాత యుద్ధానికీ కారణం నాగమ్మే అని చరిత్రలో నిలిచిపోయింది. అది సరే... యుద్ధాల్లో చనిపోయే వారికి వీర మరణం దక్కుతుందంటారు. మనుష్యులకే కాదు అది కోళ్లకీ వర్తిస్తుందని వినుకొండ వల్లభరాయుడో శ్రీనాథుడో క్రీడాభిరామంలో

చమత్కారంగా రాసిన పద్యం ఒకటి ఈ సందర్భంగా గుర్తుకొస్తోంది. చెప్పనా?" అన్నాడు.

"సరేలెండి. పొద్దెక్కి చాలా గడిచింది. మా బోంట్ల చాదస్తం మీకు తెలియంది కాదు. మా సరస్వతి ఎలా ఉంటుందో... దాన్ని బట్టి... రేపు మన కబుర్లుంటాయి" అంటూ లేచాడు సీతారామరాజు.

"అదికాదు... పద్యం చెప్పాల్సిందే... ఊరించారు. వదిలేస్తారా? ముందు పద్యం చెప్పండి?" అన్నాడు మురళి ఒకింత చిరాకుగా.

"ఇద్దరు మిత్రులు రహదారిన నడిచిపోతుంటారు. ఒకచోట కోడిపందెం జరుగుతోంది. అది చూసి మిత్రుల్లో ఒకడు ఇలా అన్నాడు-

'హా...ఖగేంద్రంబులారా ! కయ్యమున నీల్గి

పోవుచున్నారె దేవతా భువనమునకు?

మీరు రంభా తిలోత్తమా మేనకాది

భోగ కార్యార్థమై కోడిపుంజులారా ! '

"అదీ పద్యం. అర్థమైంది కదా... అర్థమవ్వడానికి ఏముంది? ఆ పోరాడేది స్వర్గలోకం పోయి అప్సరసల పొందడానికే కదా అని... తప్పొప్పుల సంగతి తెలియదు గానీ నాకు జ్ఞాపకం ఉన్నంత మేరకు చెప్పాను...సరేనా?"

"బావుందండి. వీరమరణం అనే తాయిలం ప్రాణాల్ని లెక్క చేయనివ్వదు"

రాజబాబు అన్నాడు.

"ఇందాక సరస్వతి అన్నారు. సరస్వతి ఎవరండి? మీతో అదే వచ్చిన గొడవ. మాట అనేస్తారు. విడమరచి అసలు విషయం చెప్పడానికి గడువు పెడతారు. సరే చెప్పండి? సరస్వతి ఎవరు? ఆమె ఎక్కడుంది? ఆమె కథ ఏమిటి?" చంటిబాబు అడిగాడు ఆతురతగా.

"అక్కడికే వస్తా... చెబుతా..ఇవుడు కాదు... రేపు..." అంటూ లోపలికెళ్ళిపోయాడు వాళ్ళు ఇంకా అక్కడ ఉండగానే .

మురళి, చంటి, రాజబాబు కాసేపు అక్కడే ఉండి నిశ్శబ్దంగా తమ ఇళ్లకు వెళ్ళిపోయారు. సీతారామరాజు మనస్తత్వం గురించి వయసు ఎక్కువ ఉన్నా తమ లాంటి వారితో కలివిడిగా ఉండటం గురించి ఆయన్నుంచి రెచ్చకొట్టయినా సరే కోడిపందాల గురించి ఎన్నో విషయాలు తెలుసుకోవాలని అనుకుంటూ వెళ్లిపోయారు.

❖❖❖

వినుడు... వినుడీ వీరగాథ :

మండువాలో పుంజుల దగ్గరే కూర్చున్నాడు సీతారామరాజు. ఒక్కో పుంజునూ ఎత్తుకుని దువ్వి మురిపెంగా చూస్తున్నాడు. ఫొటో లోని తాత గారి చూపులు తన మీదే ఉన్నాయి. అండగా ఉండి భరోసా ఇస్తున్నట్టుంటాయి ఆ చూపులు. ఘన వారసత్వమేదో తళుక్కున మెరుస్తుంటుంది.

కొన్ని గాబుల్లో జాతి పెట్టలున్నాయి. అవి మామూలు పెట్టలు కావు. ప్రత్యేకమైనవి.

కోడిపుంజుల తల మీద ఎర్రటి కుచ్చు... అందంగా... గరుకుగా...

పెట్టలకున్న కుచ్చు చిన్నదిగా వెలిసిపోయినట్లుంటుంది. కోడిపుంజు తల మీద కుచ్చు తురాయిలా రాజసం వెలిబుచ్చినట్లుంటుంది. చాలా అందంగా ఎర్రగా మెరుస్తున్నట్టుండి ఆకట్టుకునేలా ఉంటుంది. పెట్టని ఆకర్షించేది అదే.

పుంజుకు ఈకలు పెద్దవిగా ఉంటాయి. తోక ఇంకా పెద్ద పెద్ద ఈకలుతో ఉంటుంది. పెట్టలు అరవవు. కోడిపుంజు గంభీరంగా ఉంటుంది. గుంపులో తన ప్రత్యేకతను చాటుకుంటుంది. తెల్లవారగానే కూత పెడుతుంది. అప్పటిగ్గానీ నెమ్మది

నెమ్మదిగా చీకటి తొలగి వెలుగురేఖలు విచ్చుకోవు. మెలకువ సందడికి ఆ కూతే వారధి. కోళ్ల యందు పందెం కోళ్ల కూత ఘనం. ఒక్క కూత వేసిందంటే లోకం నిద్రమత్తు వదుల్చుకుని ఉలిక్కిపడాల్సిందే.

పుంజు కూసేందుకు ఒక నిశ్చయమైన వేళలుండవు. ఇది తెలుసుకోడానికి పెద్దగా జ్ఞానం అక్కర్లేదు. కోడి కూయనంత మాత్రాన ఉదయం రాక మానదు. కోడిపుంజుల జీవితం అభద్రమైనదే. ముఖ్యంగా ఆదివారాలు, చుట్టాలొచ్చిన వేళ, సంక్రాంతి పండుగ రోజులు వాటికి ప్రాణగండం. ఎపుడు ఎవడు వెనుకవైపు నుంచి నిశ్శబ్దంగా వచ్చి గభాలున చేతులతో పట్టుకుంటాడో తెలియని అభద్రత అది.

కానీ పుంజు హుందాయే వేరు. నడక దగ్గర్నుంచి దాని చూపే వేరు. అది పెట్టలకు పిల్లలకు పెద్ద రక్షణ గోడ. పందాల్లో అయితే వాటి ఆగ్రహోదగ్ర రూపం చూపరుల్ని భయకంపితుల్ని చేస్తుంది. వినోదం కలిగిస్తుంది.

సీతారామరాజుకు ఏళ్ళ తరబడి పుంజులతో సహవాసం. వాటి సమక్షంలో సర్వం మరచిపోతాడు. చంటి పిల్లల్ని చూసుకుంటున్నట్టు సాకుతాడు. ఒక్కో పుంజు చరిత్రను తవ్వుకుంటున్నాడు. ఎక్కడ్నుంచి సేకరించిందీ గుర్తు చేసుకుంటున్నాడు. నచ్చిన దాన్ని బతిమాలి ఎట్లా కైవసం చేసుకున్నాడో జ్ఞాపకం తెచ్చుకుంటున్నాడు.

సరిగ్గా అదే సమయానికి ముగ్గురు మిత్రులు లోపలికి రానే వచ్చారు. తల తిప్పి వాళ్ళకేసి చూసాడు. రంగుల చొక్కాల్లో ఉన్నారు. అందులో ఒకడు మోకాలు దగ్గర చిరిగిన జీను ఫాంటు వేసుకున్నాడు. అది ఫాషనంట. హుషారుగా ఉన్నారు. వాళ్ళు నేటి తరం ప్రతినిధులు.

"తాతగారూ... ఇంకా ఇక్కడే ఉన్నారేంటీ? ఏం చేస్తున్నారు? ఆడుకుంటున్నారా?"

"భలే వచ్చారు. రండి. ఇపుడే నా పుంజుల్ని కొత్తగా చూస్తూ ఆలోచిస్తున్నాను. అపుడే మీరొచ్చే టైము అయిపోయిందా? ఇక్కడ కూచుంటే ఘడియలు తెలియవు. క్షణాలు ఇట్టే దొర్లిపోతాయి" అంటూ లేచి నిలబడ్డాడు.

"ఒకే రకం జాతి జీవాలు భలే పోట్లాడుకుంటాయి. అసలీ మోజు మీకెలా అబ్బింది?" ప్రశ్న సంధించాడు మురళి. అడుగు వేద్దామనుకుంటున్నవాడల్లా ఆగాడు సీతారామరాజు.

"అది నా ఇష్టం... కాలక్షేపం. మీ భాషలో - దటీజ్ మై ప్రివిలేజ్. అంతేనా? తప్పు మాట్టాడానా? రెండు పుంజులు పోట్లాడుకోవడాన్ని మనిషి నేర్పలేదు. కానీ రెండు పుంజుల మధ్య ఘర్షణను ఆదిమ మానవుడు గ్రహించాడు. వీటి పౌరుషాన్నీ పోట్లాటలో వెన్ను చూపని స్వభావాన్నీ గుర్తించాడు.

వాటి మధ్య పొడసూపే పోరాట గరిమను మనిషి వినోద క్రీడగా మార్చుకున్నాడు. అదొక రాక్షసానందవే అయినా దాన్ని ఒక కళగా తీర్చిదిద్దుకున్నాడు. అందుకే జాతి పెంపుదలకు కృషి చేసాడు. ఇపుడూ మనం అదే చేస్తున్నాం. ఒక్క క్షణం ఆగండి" అని విడిగా ఉన్న పుంజును తీసి పెట్ట ఉన్న గాబులోకి మార్చాడు.

గాబులోకి చేరగానే పెట్టను తరమడం మొదలెట్టింది. అది దొరక్కుండా క్కెక్కె..అంటూ పరుగులు పెట్టింది. అలా చూస్తూ ఉండగానే ముక్కుతో కరచి లొంగదీసుకుని దాని మీద ఎక్కింది. రెండు లిప్తల సమయం. కనురెప్పలు మూసి తెరచి మూసి తెరచినంతసేపు. అంతే అయిపోయింది. సృష్టికార్యం. తృప్తిగా చూసుకున్నాడు.

"పందెం కోళ్లు బరి లోకి దిగేంత వరకే నెమ్మదితనంతో చల్లారిన ఇడ్లీల్లా ఉంటాయి. దిగింతర్వాత ఆగేది లేదు... రెక్కలు తెగొచ్చు... కండరాలు చీల్చుకు పోవచ్చు... కుత్తుక నెత్తురోడచ్చు... వెన్ను చూపని తెగింపు తెంపరితనమూ వచ్చేస్తాయి. విజయమో వీర మరణమో తేలే దాకా పోరాడుతూనే ఉంటాయి" మళ్లీ మరో గాబు దగ్గరకు వెళ్లాడు.

"ఈ సవల ఉంది చూసారా? ఎలా ఉంది? దాని ఆకారంలో ఒక రకమైన తేజస్సు కనపడటం లేదా?

ఇదెంతో గడుసుది. చురుకైంది. ఒక చోట నిలబడదు. ఎత్తునుంచి పల్లానికి జారుతున్నట్టుంటుంది. అందుకే దీన్ని 'గంగ' అని పిలుస్తాను. గంగా... అనగానే మెడ తిప్పి నాకేసి చూస్తుంది... మీరే చూడండి. గంగా..." అని పిలిచాడు. గంగ చూసింది. సీతారామరాజు కనుబొమలు ఎగరేసాడు. నిజానికి గొంతు లోంచి వెలువడే ఒక సడికి అప్రమత్తమై ఏ పుంజైనా మెడ తిప్పి చూస్తుంది. అది సీతారామరాజుకు తెలుసు. ఒక బంధాన్ని ఊహించుకుని తృప్తిపడటం అది.

"గంగా?... పుంజు మగజాతి. గంగ స్త్రీ పేరు కదా..." అని అనుమానం

వ్యక్తపరచాడు మురళి.

సీతారామరాజు పకపకా నవ్వాడు. ఆ నవ్వు గాబుల్లోని పుంజులు, పెట్టలు వింతగా చూశాయి.

“పుంజు మగదే అయినా ‘అది’ ‘దాన్ని’ అనే కదా అంటాం. ‘వాడు’ అనం కదా. సరే... ఇక వినండి... అదిగో ఆ డేగ... సరస్వతి... అదిగో పర్లా... పార్వతి... ఇంకా అవి అర్జున... ఫల్గుణ... కిరీటి... పార్థ... అభిమన్యు..” ఒక్కో పుంజునూ చూపుడువేలితో చూపుతూ చెప్పుకుపోతున్నాడు.

“అర్జునుని పేరు గలవే ఎక్కువున్నాయి... నాకు ఆశ్చర్యం కలిగించేదేమంటే అభిమన్యు పేరు. పద్మవ్యూహంలో చిక్కుకుని బయటకు రాలేకపోయినవాడు... వీర మరణం పొందినవాడూ... ఆ పేరు పెట్టడానికి కారణం ఏమిటి? సూర్యకాంతం ఎంత మంచి పేరైనా ఎవరూ తమ పిల్లలకు ఆ పేరు పెట్టరు. గయ్యాళితనం పేరును బట్టి రాదని తెలుసినా కూడా ” మళ్ళీ మురళే అడిగాడు.

“ఓ... అదా... అదో కథ... అభిమన్యు ఇప్పటికి మూడు పందాలు గెలిచింది, తెలుసా? మొదటి పందెం అయ్యాకనే ఆ పేరు ఖాయం చేసాను. ఆవేళ దానికి జాతకం లేదు. పందెం గెలవదు. మారకం ఉంది. ఆ రంగు పుంజులు చస్తున్నాయి. అది గమనించి నా బావమరిది వరసోడు సవాలు విసిరాడు. అందరూ వద్దన్నారు. ఈ పుంజు మీద నాకెంతో నమ్మకం. సమజోడి కాకపోవడం లాంటి ప్రతికూలాంశాలెన్నో

ఉన్నప్పటికీ నెత్తురోడ్చి పద్మవ్యూహం ఛేదించుకుని చివరకు విజయం సాధించింది.

అందుకే ఆనాటి నుంచీ ఏస్టీ సెంటిమెంటుతో అభిమన్యు అని పిలవడం మొదలెట్టాను. ఇంకో విషయం చెప్పనా? ఆ తర్వాత మరో రెండు పందాలు గెలిచింది... అదీ దాని సత్తా... తెలిసిందా?” అని గొప్పగా చెబుతూ చంకనెత్తుకుని ముద్దాడాడు. ఎంతో ప్రేమగా వీపు మీద చేతితో తోక దాకా నిమిరాడు. వంకర పోయిన ఈకను నిదానంగా సర్దాడు.

“నిన్న మీతో సరస్వతి ఎలా ఉంటుందో... అన్నాను కదా... అదిగో అది... నిన్న పొద్దుట సరస్వతి మోకాళ్ళపై కూర్చోడం చూసాను. కడుపులో బద్దె పురుగులుండటం వల్ల వాతావరణం మార్పుల వల్ల స్ట్రెయిన్ రోగం రావచ్చనుకున్నాను.

ఆరోమైసిన్ సాల్యుబుల్ మందు పట్టించాను. కోలుకుంది. దాని గురించే నిన్న భయం వేసింది. కుదుటపడింది. ఇక పర్వాలేదు. గండం గడిచింది. పదండి ” అంటూ ముందుకు కదిలాడు.

మళ్లీ వెనక్కి తిరిగి – “ నిజం చెప్పండి, అబ్బాయిలూ.... ఆ సేతువా... పుచ్చపువ్వుల వెన్నెలంతా కుందేలుగా రూపుకట్టినట్టు లేదూ.... ఆ సింధూర వర్ణపు డేగ... రెక్కలు రెపరెపలాడిస్తుంటే ఎర్రటి జెండా ఎగురుతున్నట్టు లేదూ... ఆ సవల...పొడుగాటి తోకతో పురివిప్పిన నెమలి నడయాడుతున్నట్టు లేదూ... మీరేమో కైత కడుతున్నానని వెక్కిరిస్తే వెక్కిరించండి....ఒక్కో దాని గురించి వర్ణించి చెప్పాలనుందిరా... సరే... సరే... రండి... కాసేపు.. మాట్లాడుకుందాం” అని సీతారామరాజు తన వాలుకుర్చీ చెంతకు బయలుదేరాడు. గ్లాసులోకి మంచినీళ్లు ఒంపుకుని తాగాడు. హాయిగా నవ్వుతూ మిత్రులకేసి చూసాడు.

“గురుడు మంచి ఊపు మీద ఆనందడొలికల్లో మునిగి తేలుతున్నాడు” చంటి గొణుక్కుంటున్నాడు. చంటి చాటుగా మాట్లాడేటప్పుడు గురుడు అనే అంటాడు.

“ఏమంటున్నావు, చంటీ... నావి పాము చెవులు. వినపడతాయి జాగ్రత్త...”

“ఏమీ లేదు.. మంచి మూడ్‌లో ఉన్నారంటున్నాడు... సరే ... ఒకటి వదలండి...”

“మళ్లీ ఇప్పుడు అదొకటా?” ఒక్క క్షణం ఆలోచనల్లో పడ్డాడు సీతారామరాజు.

“సరేరా... చిన్నది చెబుతాను. నవ్వకపోతే మీదే తప్పు. తప్పంటున్నాను... ఒట్టు అనడం లేదు...

ఒక యువకుడు డాక్టరు దగ్గరకొచ్చాడు. ఇబ్బంది పడుతున్నట్లు కనపడుతున్నాడు. రహస్యం చెబుతున్నట్టుగా ‘నాకు వేసక్టమీ చేయండి’ అని అడిగాడు. డాక్టరు అనుమానంగా చూసాడు. ‘ పిల్లలెంతమంది?’ అడిగాడు. ఆ యువకుడు ‘ఇంకా పెళ్ళి కాలేదండి’ వినయంగా అన్నాడు.

డాక్టరు ఆశ్చర్యపోయాడు. ‘మరి ... ఆపరేషను దేనికి? వేళాకోళంగా ఉందా?’ అన్నాడు.

‘మరండి... మా ఊళ్లో పెళ్లయిన వాళ్ళందరికీ ఆపరేషన్లు అయిపోయాయండి.

పెళ్ళి కావలసినవాడిని నేనొక్కడ్నేనండి' అన్నాడు.

'అయితే నీ సమస్యేమిటి? అని అడిగాడు డాక్టరు.

'అంటేనండి... మరండి...ఎవరి పెళ్ళాం నెల తప్పినా నన్నే తన్నుతున్నారండి' అని బోరుమన్నాడు యువకుడు. ఊ.. నవ్వండి ' అన్నాడు సీతారామరాజు నవ్వుతూ.

ముగ్గురూ నవ్వేశారు కోరస్‌గా.

❖❖❖

గతమంతా చరిత్ర పుటల్లోకి ఎక్కదు. కొన్ని కాలగర్భం లో కలిసిపోతాయి. కొన్ని అనేక మార్పులకు లోనవుతాయి. కొన్ని కళారూపాలుగా దర్శనమిస్తాయి.

నేటితరం చరిత్ర పఠనం ఇపుడు అవసరం లేదనుకుంటారు. తమ నిర్దేశిత గమ్యాలకు దారులు చరిత్రలో లభించవని భావిస్తారు.

'ఒక తరం తాను సంపాదించుకున్న కౌశలాన్నీ నేర్పునీ ముందు తరానికి అందివ్వడం వల్ల వచ్చే ప్రగతే చరిత్ర' అని ఒక చరిత్రకారుడు అభిప్రాయపడ్డాడు. అయితే మన తెలుగు నేల మీద వేల సంవత్సరాల చరిత్ర కొండ గుర్తులతో అల్లుకున్నదే గానీ ఇదే చరిత్ర అని చెప్పలేం. తరాలు మారే కొలదీ అసలు రూపం పూర్తిగా మారిపోవచ్చు. అలా జరగడం ఆశ్చర్యం కాదు. ముఖ్యంగా వీరగాథల విషయంలో మరీ ఎక్కువ.

చారిత్రక గాథలు చెప్పడంలో ఇబ్బందులున్నాయి. తమకు నచ్చిన విధంగా కల్పనలు చేసుకుంటూ పోతారు. ఎందుకంటే ఉన్నది ఉన్నట్లు చెబితే రసం పండదు. కాసింత మసాలా జోడించాలన్న మాట. వాస్తవితకు అద్దం పట్టేలే ఉండవు.

నాటకీయత కోసం సంఘటనలు , సంభాషణలతో బాటు పాత్రల స్వభావమూ మారిపోతాయి. చరిత్ర అనివార్యంగా వక్రీకరణకు గురౌతుంది. జానపద కళారూపాల్లో వీరావేశాన్ని రగిలించి ప్రేక్షకుల్లో రోమాలు నిక్కబొడిచే సన్నివేశం కోసం పాట్లు పడతారు. అసలు జరిగింది వేరు. మనం వింటున్నదీ చూస్తున్నదీ వేరు. బొబ్బిలి యుద్ధంకు సంబంధించి అలాంటి మార్పులే జరిగాయని చెబుతారు.

పౌరుషం ఆంధ్రజాతికి జీవనాడి అని సందేశం ఇవ్వడానికి అనుకూలంగా నాటకం, బుర్రకథ, హరికథలు తయారయ్యాయి. అష్టాచెమ్మ, వైకుంఠపాళీని సైతం జూదంగా మలుచుకోడం ఎరుగుదుం. ఇదీ అలాగే.

కోడిపందాలు ఈనాటివి కావు. కవి దండి పన్రెండు వందల ఏభై సంవత్సరాల నాటి వాడు. దశకుమార చరిత్రంలో ఈ పందాల గురించి వర్ణించాడు.

తొలి సంజ వేళ కోడిపుంజులు మేల్కొంటాయి. 'కొక్కొరోకో' అని కూస్తాయి. వాటి అవయవాల్లో కలిగే అవస్థలు, గాత్ర నిక్షేపాలు చదివేవారి కనుల ముందు దృశ్యంగా సహజసిద్ధంగా పాల్కురికి సోమనాథుడు పండితారాధ్య చరిత్రలో-

తొలి కోడి కనువిచ్చి నిలిచి మైవెంచి- జలజల తెక్కలు సడలించి నీల్గి

గ్రక్కున గాలార్చి కంఠంబు విచ్చి - ముక్కున నీకెలు చక్కొల్పి కడుపు

వెక్కించి మెడ సాచి నిక్కి మిన్ సూచి- కొక్కొరోకుర్రని కూయకమున్న... అని వర్ణించాడు.

అదలా వుంచితే- భాషలు వేరైనా భావం ఒక్కటే. సంస్కృతీ సంప్రదాయాలు వేరైనా సంబరాలు ఒక్కటే. ఆంధ్రప్రదేశ్‌లో కోడిపందాలు... తమిళనాడులో జల్లికట్టు. రెండింటికీ సారూప్యం లేదు. ప్రాముఖ్యం ఉంది. పురాతన సాంప్రదాయంగా జల్లికట్టును భావిస్తారు. రోషమున్న ఎద్దుల్ని మచ్చిక చేసుకుని లొంగదీయడం ప్రధానాంశం.

భారీ శరీరంతో మందలుగా దూసుకొచ్చే ఎద్దులను యువకులు లొంగదీసుకోవాలి. మూడున్నర శతాబ్దాల క్రితం ఈ ఆట ప్రారంభమైంది. భారతదేశంలో చట్టరీత్యా జల్లికట్టు నిషేధం. జల్లికట్టు ఆడరాదన్నారు. ఏం జరిగింది? తమిళులు ఒక్కుదుటన ఒక్కటై వీధుల్లోకి వచ్చారు. ప్రభుత్వాలు దిగిరాక తప్పలేదు. పండుగరోజుల్లో కోడిపందాలు కొనసాగింపూ అంతే. ప్రజల మనోభావాలను గౌరవించడం ముఖ్యం. రాజకీయ అవసరాలు ఈ మనోభావాలతో ముడివడి ఉన్నాయి. చట్టం, న్యాయస్థానాలు, పోలీసు వ్యవస్థ కాసేపు కళ్లు మూసుకుంటాయి.

బొబ్బిలి యుద్ధానికి కోడిపందాలే మూల కారణం కాదు. పందాలు పాత పగలకు ఆజ్యం పోసిందంటారు. యుద్ధానికి తక్షణ కారణం అయ్యిందంటారు. ఇది వాడుకలో ఉన్న చరిత్ర. అంతే గానీ నిజం కాదు. అయినా చెప్పుకుంటున్నాం. దీనికి బలమైన వీరగాథా ప్రేరణలు ఉన్నాయి. బోలెడంత వక్రభాష్యం ఉంది. జనసామ్యంలో ఉన్నదాన్ని చెప్పుకున్న తర్వాత అసలు విషయం గురించి మాట్లాడుకుందాం.

బొబ్బిలి సంస్థానానికీ విజయనగర సంస్థానానికీ అనేక సమస్యలున్నాయి. అందులో నీటి సమస్య ప్రధానమైంది. ఏవైనా రెండు రాజ్యాల మధ్య సమస్యలుంటాయి. స్నేహ సంబంధాలతో సయోధ్య చేసుకుని పరిష్కరించుకోవచ్చు. అలా జరగనప్పుడు యుద్ధాలు అనివార్యం అవుతాయి.

ఎగువ దిగువ రాష్ట్రాల మధ్య జల వివాదాలు నేటికాలంలోనూ చూస్తున్నాం. ప్రభుత్వాలు వాటిని తెలిగ్గా పరిష్కరించుకోవు. ప్రజల ఆశలతో ఆటాడుకుంటాయి.

వ్యవసాయ రంగంలో రైతున్యాయం ఒకటుంటుంది. పక్కరైతు నష్టపోతుంటే ఇవతల రైతు కాస్తంత తన పనులకు విరామం తీసుకుంటాడు. తనకు నీటి తడి అవసరమైనా పక్కవాడి కోసిన పంట పనలు మునిగిపోతాయని తలిస్తే కొంతకాలం ఆగుతాడు. అంతే తప్ప తన స్వార్థం చూసుకోడు. ప్రభుత్వాధినేతలు అలా కాదు. రాజకీయంగా లబ్ధి గురించి ఆలోచనలు చేస్తారు.

❖❖❖

ఫ్రెంచి, డచ్, ఇంగ్లీషువారు వ్యాపారం కోసం భారతదేశం వచ్చారు. స్థానిక రాజుల అనుమతులతో వ్యాపారాలు మొదలెట్టారు. అంతవరకు బాగానే ఉంది. వీళ్ల మధ్య పోటీ పెరిగింది. ఆధిపత్యం సాధించి భారతావనిలో తమ స్థానం సుస్థిరం చేసుకోవాలని ప్రయత్నించారు. ఇక్కడ ఉన్న చిన్న చిన్న రాజ్యాల మధ్య అనైక్యత ఉంది. దాన్ని ఉపయోగించుకుని లబ్ధి పొందాలని చూశారు. విజయం సాధించారు కూడా.

దేశ రాజకీయాల్లో తలదూర్చి తమ ప్రతిష్టల్ని పెంచుకోడానికే ఆలోచించారు. దేశమంతా వివిధ రాజ్యాలుగా విడిపోయి ఉంది. అది ఒక అవకాశంగా భావించారు. భూభాగాలను సొంతం చేసుకోడానికి విదేశీయులు కుట్రలు పన్నారు.

సువిశాలమైన భారతదేశంలో... ఎన్నో రాజ్యాలు... ఎన్నో సామంత దేశాలు సంస్థానాలు... వారి మధ్య వైరుధ్యాలు... ఒకరినొకరు అణచివేయాలన్న చింతనలు...ఒకరి భూభాగాన్ని మరొకరు ఆక్రమించుకోవాలనే అత్యాశలు... ప్రతి చిన్న విషయాన్ని భూతద్దంతో చూసి వైషమ్యాలు పెంచే ధోరణులు....

సంస్థానాధీశుల మధ్య పొడసూపే స్పర్థల్ని బలహీనతల్ని సొమ్ము చేసుకోడానికి కాచుకుని ఉంటారు. రాజైన వాడికి తన సామ్రాజ్యాన్ని విస్తరించుకోవడం మొదటి ప్రాధాన్యత. విస్తరణ కాంక్ష లేకపోతే ఆ రాజుకు చరిత్ర ఉండదు. ప్రజల సంక్షేమం

ముఖ్యమే. దాంతో బాటు తమ భూభాగాన్ని విస్తరించుకుంటేనే సమర్థుడనే పేరొస్తుంది. రాజులంతా అదే తాపత్రయంతో ఉంటారు.

ఆంధ్ర భూభాగంలో ఒకటా రెండా అనేక సంస్థానాలున్నాయి. మొగల్తూరు, చల్లపల్లి, నూజివీడు, పిఠాపురం, పెద్దాపురం, విజయనగరం, బొబ్బిలి ఇంకా చాలా ఉన్నాయి. ఇవన్నీ నిజాం నవాబుకు సామంత రాజ్యాలే.

ఫ్రెంచి వారు, ఆంగ్లేయులు ఒక్కో రాజ్యానికీ మద్ధతు ప్రకటించడం... వారి తరపున పోరాడి అక్కడ పాగా వేయడం... ఇదీ వరుస.

సరిగ్గా అదే సమయంలో విజయనగర సామ్రాజ్యానికి బొబ్బిలి సంస్థానానికి తగాదాలున్నాయి. బొబ్బిలి జమీందారు రాజా గోపాలకృష్ణ రంగారావు, విజయనగర ప్రభువు పూసపాటి పెద విజయరామరాజు. విజయనగర సంస్థానమే పెద్దది.

తగినంత బలం లేక మిన్నకుండిపోయారు విజయనగరం సంస్థానం. తగిన సమయం కోసం ఎదురు చూస్తున్నారు. ఇరు రాజ్యాల మధ్య స్నేహ సంబంధాలు ఉన్నట్లుగా కాలం గడుస్తోంది. అంతర్గతంగా... కుతకుతలాడుతున్నారు.

అట్లాంటి సమయంలో బొబ్బిలి సంస్థానాధీశుడు రాజా రంగారాయుడి ఏకైక పుత్రుడు వెంకట రంగారావు జన్మదిన వేడుకలకు ఆహ్వానం అందింది. విజయరామరాజు సతీ సమేతంగా పరివారంతో తరలి వెళ్ళాడు.

క్రీడోత్సవాలు మొదలయ్యాయి. అశ్వాలపై రకరకాల విన్యాసాలు... కత్తులతో ద్వంద్వ యుద్ధం... బరిశెలతో విన్యాసాలు... కర్రసాములు... ఆఖరుగా మల్లయుద్ధం...

విజయనగరపు గొప్ప మల్ల యోధుడు అప్పలస్వామి.

"అప్పల స్వామి ఓటమి ఎరగనివాడు. సవాలు... ఎవరైనా... తలపడతారా?" అని విజయనగరంకు చెందినవాడు గోదాలో దిగి గట్టిగా అన్నాడు.

నిశ్శబ్దం. అంతవరకు జరిగినవన్నీ ఉత్సవం లోని భాగమే. దారి తప్పుతున్నట్లుగా రంగరాయుడుకి అనిపించింది. వెనుకంజ వేస్తే బొబ్బిలి పౌరుషంకు చెంపపెట్టు.

పాపారాయుడు రంగ ప్రవేశం చేశాడు. గెలిచాడు. బొబ్బిలి పరువు నిలబెట్టాడు.

విజయరామరాజు ముఖంలో నెత్తురు చుక్క లేదు. మనసు వికలం అయ్యింది. ఆ ఓటమి ఎంతో క్లేశాన్ని కలిగించింది.

విజయనగర మంత్రి బుర్రా బుచ్చన్న – "విచారించకండి, ప్రభూ... రేపు జరగబోయే కోడిపందాల్లో గెలుపు మన గజబలుడిదే... ఏడాదిగా దానికి ప్రత్యేక శిక్షణ ఇప్పించాం. పిస్తా, బాదం పప్పుతో బాగా మేపాం. పుంజు మంచి జోరుగా ఉంది. గజబలుడ్ని ఓడించడం ఎవరి తరమూ కాదు" అని ధీమాగా చెప్పాడు.

"మల్లయుద్ధం పోటీలో గెలిచినందుకు బొబ్బిలి నాయకులు మిడిసిపడుతున్నారు. వారి ఆనందోత్సవాలకి అడ్డుకట్ట వేయాల్సిందే. వారి అహంభావాన్ని కోడిపందెంతో దెబ్బ కొట్టాలి" అన్నాడు విజయరామరాజు.

"బొబ్బిలిగడ్డ మీద విజయనగర చరిత్రాత్మక విజయంగా ఈ కోడిపందెం నిలిచి పోవాల్సిందే"

"గజబలుడు ఎట్టి పరిస్థితుల్లోనూ గెలిచి తీరాలి" విజయరామరాజు చూపుడువేలు మీసం మీదకు వెళ్లింది.

పోతుగడ్డ పక్కన ఉన్న విశాలమైన ఖాళీస్థలం. రెండు భాగాలుగా విడదీసినట్లుంది. మైదానంలో ఒకవైపు విజయనగరంవాసులు. రెండో వైపు బొబ్బిలి పౌరులు.

వారికి ముందు ఆసనాల్లో విజయరామరాజు, మంత్రి బుచ్చన్న, జగన్నాథరాజు, యువరాజు ఆనంద గజపతిరాజు ఆశీనులై ఉన్నారు. మరో పక్క వెంగళరాయుడు, ధర్మారాయుడు ఉన్నారు. అందరిలో ఉత్కంఠ తాండవిస్తోంది.

జనం తమలో తాము మాట్లాడుకుంటున్నారు. అంచనాలు వేసుకుంటున్నారు. ఇపుడు జరగబోయేది మామూలు పందెం కాదు. రెండు పుంజుల మధ్య జరిగే పోరు అసలే కాదు. రెండు రాజ్యాల పరువు, ప్రతిష్టలకు సంబంధించిన పోరు. గెలుపోటములు ఎలాంటి పరిణామాలకైనా దారి తీయొచ్చు.

వెంగళ రాయుడు ఆకుపచ్చని అంచుగల తెల్లని పంచెతో ఉన్నాడు. మోకాలు నేలకు ఆన్చి తన చేతుల్లో కల్లుకుండ మీద పైకి ఉబికి వచ్చిన నురుగు లాంటి రెక్కలు గల తెల్లని కోడిపుంజు మెడ నిమురుతున్నాడు. అదేమో తన చిన్న చిన్న కళ్ళను అటూ ఇటూ కదిలిస్తూ చుట్టూ ఉన్న జనాల్ని చూస్తోంది. జుట్టు ఎర్రగా

ఉంది. రక్తపు కండలా మెరుస్తోంది. ఉన్నట్టుండి మెడ సారించి కొక్కొరోకో అని అరుస్తోంది.

ఆ సేతువా అంటే వెంగళరాయుడికి విపరీతమైన మమకారం. రోజు వచ్చి చూస్తాడు. విడిచి

ఉండలేనంత ప్రేమ. దాని పోషణకు ప్రత్యేక శ్రద్ధ తీసుకుంటాడు. బొబ్బిలి పౌరుషానికి ప్రతీకగా భావిస్తుంటాడు. రంగారావుకు స్వయానా తమ్ముడు. అపుడపుడు దానికి మక్కువతో తిండి తినిపిస్తాడు. ఆలనా పాలనా స్వయంగా చూసుకుంటాడు. అంచేత పనివాళ్ళు కూడా జాగ్రత్తగా చూసుకుంటారు.

అటు వైపు గజబలుడిని నిమురుతున్నాడు శిక్షకుడైన రాముడు. లోలోపల భయం ఉంది. కత్తి పందెం గనుక మితిమీరిన విశ్వాసం పనికిరాదు. ఎందుకంటే ప్రభువులతో వ్యవహారం కత్తి మీద సాము లాంటిది. అభిమానం వచ్చినా ఆగ్రహం వచ్చినా తట్టుకోడం కష్టం. ఏదైనా భరించడం అంత తేలిక కాదు.

గజబలుడు పందెంలో పారిపోతే జరగబోయే పరిణామాలు ఊహించలేం. పైడితల్లికి లోలోపల మొక్కుకుంటూ గజబలుడిని పోరాటానికి సిద్ధం చేస్తున్నాడు. పనిలేనోడు రాచవీధికి వెళితే ఏ గతి పడుతుందో అనుభవం లోకి వచ్చింది రాముడికి. ధీమాగా ఉండలేక పోతున్నాడు. కాళ్ళలో వణుకు... ఒళ్ళంతా చెమటలు...

చిన్నని పదునైన కత్తుల్ని రెండింటి కాళ్ళకి కట్టారు. అవి వెండి కత్తుల్లా తళతళ మెరుస్తున్నాయి.

ముక్కు కింద భాగంలో రెండింటినీ కరిపించి కవ్వించారు. రెండు కోళ్ల మెడ మీద ఈకలు నిక్కబొడుచుకున్నాయి. అంతవరకూ లేని ఆగ్రహమేదో కలిగి ఎదుటి కోడిని చీల్చి చెండాడాలనే కసి కలగడం అసంకల్పితంగా జరిగిపోతోంది. జాతి లక్షణం పొడసూపింది. నిశ్చలంగా ఉన్న చెరువులో రాయి వేసినట్టు అలలు అలలుగా వాటి దేహాల్లో అలజడి చెలరేగింది. ఆవేశం పొంగింది. జాతి లక్షణమేదో సమరానికి కాలు దువ్వుతున్నట్టుంది.

నేల మీదకు దింపి నెమ్మదిగా నడుం తట్టి వదిలారు.

క్షణాల్లో ఆజన్మాంతర వైరం ఉన్నట్టు వాటి మధ్య యుద్ధం ప్రారంభమైంది. ఒకదాని మీద ఇంకొకటి దూకుతున్నాయి. ఎగిరి కాలితో ఎదుటి కోడిని

గాయపరచడానికి చూస్తున్నాయి రెండు కోళ్లు.

గాలి స్తంభించింది. ఊపిరులు ఊరేగుతున్నాయి. మైదానంలో కోలాహలం మొదలైంది. అరుపులు... ఈలలు... కేకలు... సవాళ్ళు... ప్రతి సవాళ్లు... ఉత్సాహభరితమైన వాతావరణంగా మారిపోయింది. ఎవరి కోడి కాలు విసిరి దెబ్బకొడితే ఆ ప్రాంతం ప్రజలు కేరింతలు కొడుతున్నారు. ఆ దిక్కు దద్దరిల్లుతోంది.

“అది... అదిగలగ యెగిరి తన్ను... నేల పొర్లాల... అదీ దీని యమ్మ గిలగిల తన్నుకోవాల... ఈ పొద్దే దాని అత్రం పోత్రం తేలాలంతే... నేల నాకాల... యెయ్... కాలిసిరే... సిదగ తన్ను” బొబ్బిలి ప్రాంతం వాడు అరుస్తున్నాడు.

“గజబలా... విజీనగరం దెబ్బ ఏపాటిదో రుసి సూపించో... ఈపాలి విజీనగరం వోల్తో పందెంగిందిం వూసెత్తకుండా నీ జెబ్బ సత్తువ సూపించో... అదిరొరేయ్ దెబ్బ... పుంజి గిలగిలలాడాల... యమ్మ...” విజయనగరం వాసి అరుపులు.

గజబలుడు ఎగిరెగిరి పోటు వేయడానికి ప్రయత్నిస్తున్నాడు. బొబ్బిలి పుంజు దాని వేటుకు అందకుండా తప్పించుకుంటోంది. అది చూసి పరమానందభరితులవుతున్నారు విజయనగరవాసులు. విజయరామరాజు మీసం దువ్వుతూ రోషంగా చూస్తున్నాడు.

వెంగళరాయుడులో ఆతురత పెరిగిపోయింది. అంతవరకు తప్పించుకోడానికే ప్రయత్నిస్తున్న బొబ్బిలి పుంజు వ్యూహం మార్చుకుంది. ఒక్కసారిగా ఎదురు తిరిగింది. ఎగిరెగిరి గజబలుడిని విరామం లేకుండా తన్నుతోంది. గజబలుడి శరీరం ఎక్కడకక్కడ కోసుకుపోతోంది. ఒక చిన్నపాటి పొరబాటు గెలుపు దిశను అటూ ఇటూగా మార్చేస్తుంది. అవకాశం చేజార్చుకుంటే నష్టం జరిగిపోతుంది.

నేల రక్తంతో తడిసింది. గజబలుడు ఆ దెబ్బల నుంచి తప్పించుకోడానికి ప్రయత్నిస్తున్నాడు. సాధ్యం కావడం లేదు. కుడి రెక్క తెగి కిందకు జారిపోయింది. పందెంలో ఉండే పుంజుకు రెక్కలే బలం.

ఎడమ రెక్కతోనే గుండ్రంగా తిరుగుతోంది. ముక్కుతో పొడవాలని చూస్తోంది. కత్తి ముందు కరవడం ఏపాటిది? లెక్క చేయదు. పందెం కోడికి ఒంటి రెక్క ఎగురు... వృథాప్రయాస... ఒట్టి ఆయాసం....

ప్రజలకు పరిస్థితి అర్థమైపోయింది విజయం ఎవరిదో. విజయనగరపు కోడి

గజబలుడు ఓటమి అంచులో ఉంది. జవసత్వాలు ఊడిగిపోయినట్లే.

బొబ్బిలి సేతువా విజయకేతనం ఎగరెయ్యబోతోంది. విజయరామరాజు ముఖం మాడిపోయింది. మంత్రి బుచ్చన్న ఆయన ముఖం లోకి చూడటానికి సాహసించలేక పోతున్నాడు. శిక్షకుడు భయంతో గజగజ వణికిపోతున్నాడు. ఏం చేయాలో పాలుపోని స్థితి. ఓటమి తర్వాత పరిణామాలు ఎలా ఉంటాయో?

"ఇదా... బొబ్బిలి మట్టి మీద మనిసి జల్మ యెత్తునోడే గాదు... యే జీవమైనా వొంట్లో నెత్తురున్నంత కడకూ పోరాడి పగోడిని తన్ని తరిమి కొడతాది... పాపారాయుడి రగతమిది... ఈడ మట్టి అసొంటిది. ఈడ సవాలు ఇసిరినోడెవడైనా జావగారి నడిసీవలసిందే" వెంగళరాయుడు గర్వంగా అన్నాడు.

గజబలుడు పారిపోవడానికి మైదానం నలుపైపులకి పరుగులు తీస్తోంది. బొబ్బిలి పుంజు వెంట తరుముతోంది.

"మా బొబ్బిలోల జోలికి రావద్దొరే. ఇంతలేసి అంతలేసి అనొరే...గొప్పలు పోకండి. మట్టి బుక్కిత్తరు. యెల్లు ... యెల్లెల్లు... అయ్యోరికి కుసింత దారొసలండర్రా" ఒకడు అరిచాడు.

విజయరామరాజు ముఖం నల్లగా మాడిపోయింది. కళ్లు తిరుగుతున్నట్టు అనిపించింది. ఆసనం లోంచి లేద్దామనుకుంటున్నాడు.

సరిగ్గా అపుడు ఒక విచిత్రం జరిగింది.

గజబలుడు నేలకొరిగాడు. బొబ్బిలి పుంజు దాని మెడ మీద కాలు వేసి పీక తెగ్గోసింది. అక్కడితో ఊరుకోలేదు. విజయ గర్వంతో మిన్నంటేలా కొక్కొరోకో అని పెద్ద గొంతుతో అరిచింది.

బొబ్బిలి పుంజు చేష్టలతో విజయనగరం వారు మరింత అవమానభారంతో కుంగిపోయారు. తల తీసేసినట్టుగా అనుభూతి. ఇది రెండు పుంజుల పోరాటం కాదు. రెండు రాజ్యాల మధ్య ముఖాముఖీ జరిగిన యుద్ధంలో ఓడినంతగా బాధ... విజయరామరాజు ఆసనం లోంచి లేచి తలవంచుకుని అక్కడ నుండి కదిలాడు.

బొబ్బిలి గెలుపు వారి ఉత్సాహం అవధులు దాటింది. ఒకళ్లనొకళ్లు కౌగిలించుకోడం... కనుబొమలు ఎగరేయడం... మీసాలు తిప్పడం... ఎదుటి పక్షం వారిని గేలి చేయడం...తేలిక చేసి మాట్లాడటం... ఎగిరి గెంతులేయడం...

సేతువా చేసిన ముగింపు విన్యాసం...ఎవరూ ఊహించనిది. అదే బొబ్బిలి వారిలో విజయోత్సాహాన్ని రెట్టింపు చేసింది.

అక్కడితో అయిపోలేదు కథ. ఇంకా ఉంది.

❖❖❖

వినరా భారత వీరకుమారా... విజయం మనదేరా... విజయనగరం ప్రభువు ఏం చేసాడంటే... హైదర్‌జంగ్‌కు కానుకలే ఇచ్చాడా... ఫ్రెంచి కమాండరు బుస్సీనే కలిసాడా... అతని ప్రాపకమే సంపాదించాడా... స్నేహహస్తమే అందించాడా... భళిరా భళీ... తందానా తానా... కప్పం మొత్తం చెల్లిస్తానన్నాడా... పక్కలో నాటు బాంబులా ఉన్న బొబ్బిలిని సర్వనాశనమే చేసాడా... ఒకే ఒక్కడుగా మిగిలిన వీరాధివీరుడు బొబ్బిలి వీరుడు తాండ్ర పాపారాయుడు... పళ్లు పటపట కొరికాడా... భళాభళీ... ఆగ్రహోదగ్రుడయ్యాడా... భళాభళీ... కోపంతో ఊగిపోయాడా... అర్ధరాత్రి ఆదమరచి నిద్రిస్తున్న విజయరామరాజు గుండెల్లో కత్తిని దింపాడా... అయ్యో...అయ్యో.... చిలక ఎగిరిపోయిందా... అయ్యో... అయ్యో.. వీరగాథా ప్రస్థానం ముగిసిందా...

కోడిపందాలే బొబ్బిలి యుద్ధానికి కారణమయ్యాయా.... అసలు జరిగిందేమిటి?

పదమూడో శతాబ్దం. పల్నాటి యుద్ధం. కోడిపందాల నేపథ్యంతో ఆ వీరగాథ అనేక కళారూపాలతో విస్తృత ప్రచారం పొందింది. కథలో పట్టుండాలి. వీరావేశం ఉండాలి. రోమాలు నిక్కబొడిచే సన్నివేశాలుండాలి. అవేమీలేకుంటే కథలో హుషారు ఉండదు. రంజు ఉండదు. వీరరసం జొప్పించడానికి బొబ్బిలి యుద్ధంకు కోడిపందాలు జతచేశారు. పౌరుషానికి ప్రతీకగా పందాల్ని సాకుగా కలిపారు. ఇది నిజం.

"మీరు అర్థం కారు, తాతయ్యా... నిజం కాకపోతే మరెందుకు చెప్పారు?"

బుర్రకథలు... హరికథలు... నాటకాలు... సినీమాలు ఏది చూడండి... అన్నీ కల్పనలే. లోకంలో చెలామణీలో ఉన్న కథను ఆసక్తికరంగా చెప్పడానికే కోడిపందాల ఉదంతం. రెండు రాజ్యాల మధ్య కోడిపందాలు జరిగినట్టు చారిత్రక ఆధారాలు లేవు గాక లేవు. నీటి సమస్య ఉంది.

ఎగువన ఎత్తులో బొబ్బిలి ఉంది. దిగువన విజయనగర సంస్థానం ఉంది. నీళ్ల దిగువకు వెళ్ళకుండా బొబ్బిలి పాలకులు అడ్డుకట్ట వేసి తరలించుకుపోతున్నారు.

విజయనగరం ప్రజలు గగ్గోలు పెట్టారు. అందుకే ఫ్రెంచి వారి సహకారం తీసుకుని విజయరామరాజు బొబ్బిలిని ముట్టడించాడు. అదీ అసలు సంగతి.

❖❖❖

ప్రేమ... బరిలో:

ఆవేళ అమ్మాజీకి విపరీతంగా కోపం వచ్చింది. కోపంతో ఊగిపోయింది. తీవ్రస్థాయిలో మండిపడుతోంది. విసుక్కుంటూ చిరాగ్గా ముఖం పెట్టి మాట్లాడింది. అంతకుముందు తండ్రిని దెప్పింది. ఈసడించుకుంది. చిరాకు పడింది. కూతురు అలా మాట్లాడటం సీతారామరాజు ఎపుడూ చూడలేదు. నిర్ఘాంతపోయాడు. అవాక్కయ్యాడు. అమ్మాజీది ధర్మాగ్రహం. శిరసా వహించాల్సిందే.

“ఛీ... ఛీ... ఇది మనుషులుండే కొంపలా లేదు. ముందూ వెనుకా బోలెడంత ఖాళీ పెరడు ఉంది. కోళ్ళ సంతను ఇంట్లోకి తెచ్చి పడేసారు. నేను చెప్పేది ఒకటే, బావాజీ. మండువా లోంచి వాటిని తీయకపోతే... చస్తానంతే...” అమ్మాజీ అన్నది. క్షణికావేశంలో అన్నమాట కాదు. మాట నెరవేరకపోతే ఒకోసారి అన్నంత పనీ చేసేస్తారు. వెనకా ముందూ చూడరు. లిప్తలో నిర్ణయాలు తీసేసుకుంటారు.

మండువాలో కోళ్లను ఉంచడం- ముందు నుంచీ అమ్మాజీకి ఇష్టం లేదు. అపుడపుడు పరోక్షంగా చెబుతూనే ఉంది. కాకపోతే గట్టిగా చెప్పలేదు. అంటు వ్యాధి భయం అనడంతో ఊరుకుంది. అమ్మాజీకి జీవాలపై ప్రేమ ఉంది. అవసరమైనపుడు వాటి ఆలనాపాలనా చూస్తుంటుంది కూడా.

రెట్టల వాసన... క్కెక్కెక్కె... కోళ్ళ అరుపులు... కూతలు.. ఎవరెవరో ఇంటి లోపలికి రావడం... పెద్ద గొంతుతో మాట్టాడటం... అసలు బాగోలేదు. క్షణం కూడా భరించలేనితనం వచ్చేసింది అమ్మాజీకి. తండ్రి బాధ పడతాడని తెలిసినా నిశ్శబ్దంగా ఉండలేకపోయింది.

అమ్మాజీకి నలభై ఏళ్ళుంటాయి. అంత వయసు కనపడదు. తెల్లగా అందంగా ఉంటుంది. పెళ్ళైన ఆరు మాసాలకే పుట్టింటికి చేరింది. ముద్దూ మురిపెం తీరలేదు. మంచి సంబంధం. చదువుకున్నవాడు.

ఉద్యోగస్థుడు. పెళ్లి మూన్నాళ్ల ముచ్చట అయ్యింది. ఉద్యోగరీత్యా హైదరాబాదులో ఉండేవాడు అల్లుడు. కాపురానికి ముహూర్తం పెట్టుకుని తీసుకెళతాడనగా ప్రమాదం జరిగి చనిపోయాడు.

మేనల్లుడు వరసైనవాడు పెళ్లి చేసుకుంటానని ముందుకు వచ్చాడు. తనే తిరస్కరించాడు. అప్పట్నుంచీ ఒక అపరాధభావం వెంటాడుతునే ఉంది. ఒక నిర్ణయం తీసుకోడానికి జీవితకాలం ఆలస్యమైందా? ధ్వంసమైందనుకున్న జీవితాన్ని ఎంతోమంది సరిదిద్దుకోలేదా? ఇంతకీ తను తప్పు చేసాడా? సీతారామరాజు మథన పడుతుంటాడు.

అమ్మాజీ మాటను ఎప్పుడూ కాదనడు. బాధ పెట్టడానికి అసలు ఒప్పుకోడు.

'నా తల్లి మనసు కష్టపెట్టకూడదు. వ్యాధుల భయం వల్ల ఆందోళనతో ఆరుబయట కంటే లోపల పెట్టుకుంటే బావుంటుందని అలా చేశాడు. ఇక కుదరదు' అనుకుని వెంటనే కోళ్లను తరలించే ప్రయత్నం చేసాడు. తండ్రి వెంటనే స్పందించినందుకు అమ్మాజీ సంతోషించింది.

పుంజులు, పెట్టలు గాబులతో సహా వీధి వాకిట్లోకి వచ్చేసాయి. నిజానికి ఈ చోటే వాటికి ఆరోగ్యవంతమైన వాతావరణం. చెట్టు నీడ. సూర్యకాంతి. స్వచ్ఛమైన గాలి. గ్రామంలో రోగాలు ప్రబలడంతో వచ్చిన అనర్థం ఇది. ఎవరి జాగ్రత్తలు వారు తీసుకోవాలి కదా. రోగం దాపురించిన తర్వాత నయం చేసుకోడం కంటే ముందస్తుగా రోగం రాకుండా చూసుకోడం మేలు కదా.

గతంలో ఇవన్నీ ఇక్కడే ఉండేవి. మండువా లోకి చేర్చడంతో ఈ పరిసరాలు బోసిపోయాయి. ఇపుడు ఖాళీ భర్తీ అయి జీవకళ వచ్చింది.

సాయంత్రం వరకూ పుంజుల్ని పేర్లతో పిలుచుకుంటూ కాలక్షేపం చేసాడు.

'కళ్ళ ముందుంటే... ఆ భాగ్యం ఆ సందడే వేరు... కోడి రెక్కారవేస్తే... గొప్ప వాన..' అనుకున్నాడు సీతారామరాజు. పెందలాడే శుభ్రంగా స్నానం చేసాడు. భోజనం కూడా పూర్తిచేశాడు.

'తెగులు భయం లేదు. వస్తే ఈపాటికే వచ్చుండేది. ఊళ్ళో దాని తాలూకు హడావుడి లేదు. పుంజుల్ని రోగం బారి పడకుండా కాపాడుకున్నాడు ' కటకటాల్లోంచి కనిపిస్తున్న గాబుల్లోని పుంజుల్ని చూస్తూ సంబరపడ్డాడు.

'ఇన్నాళ్ళకు నా తల్లి కోప్పడింది. శషభిషలు లేకుండా నిష్కర్షగా మాట్లాడింది' కూతురు గురించి అనుకున్నాడు. తన దేహం లోకి కొత్త శక్తి వచ్చి ప్రశాంతత చేకూరింది.

మురళి, చంటి, రాజబాబు వచ్చేశారు. వాతావరణం హాయిగా ఉంది.

"ఏంటి, కోడిపందాల రాజు గారూ... హుషారుగా కనిపిస్తున్నారు? ఇంకా చెప్పాలంటే గ్లామరుగా కూడా ఉన్నారు. ఏదో జరిగింది...ఏదో జరిగింది..." అడుగు పెడుతూనే మురళి అడిగాడు సరదాగా.

సీతారామరాజు ఏదీ దాచలేదు. చిన్న గొంతుతో మొత్తం చెప్పేశాడు. అమ్మాజీ ఆగ్రహం తనకెందుకు ఆనందం కలిగించిందో చెప్పాడు. చీకటి పొరల్లో వెలుగును చూశానన్నాడు. కొన్ని సంఘటనలు అనుబంధాల్లో ఉండే ప్రేమను బయటకు తెస్తాయన్నాడు. నివురు గప్పిన నిప్పును చూడొచ్చన్నాడు. కాలం ఆడే వింత నాటకానికి కూడా ముగింపులు ఉంటాయన్నాడు. సమయ సందర్భాలు ఒక్కోసారి మంచికే దారి తీస్తాయన్నాడు.

ఆయన్ని కాసేపు అలాగే ఉంచితే ఎక్కడి దాకా వెళతాడో చెప్పడం కష్టం. ఆయన తాత్విక దృష్టిని మరల్చాలి. అందు లోంచి బయటపడేయాలి.

"మీ అమ్మాయి ఎపుడూ మా కళ్ల పడలేదు. ఎపుడూ బయటకు రాదు. మేం ఇంతవరకు చూడలేదు. లోపలి గదుల్లో అలికిడి ఆమె అక్కడ ఉందని తెలుస్తుందంతే. ఈ రోజుల్లో కూడా ఘోషా ఎందుకు?" మురళి అడిగాడు. సీతారామరాజు మాట్లాడలేదు.

"ఒకసారి గబగబా పరుగులా నడుచుకుని వెళుతుంటే వెనుకవైపు నుండి చూశాను. పలకరిద్దామనుకున్నాను" అన్నాడు రాజబాబు.

"నలుగురిలోకి రావడానికి ఇష్టపడదు. అమ్మాజీ నేటికాలం మనిషి కాదు. ఏదో రోజు పిలిచి పరిచయం చేస్తా... లే..." సీతారామరాజు చెప్పాడు.

"సరే అయితే ... తాతగారూ.... వదలండి... పసందైన జోకొకటి చెప్పండి. వదలండి... మరి.." రాజబాబుకు తొందరెక్కువ.

సీతారామరాజు నవ్వేశాడు. మీసం మీద చేయి వేసి దువ్వాడు. కొంటెగా చూసాడు. మెత్తని ప్రేమాస్పదమైన చూపు. తన్మయత్వపు అంచుల్ని తాకిన చూపు. ముఖంలో రకరకాల భావాలు. తెల్లజుట్టును తడుముకున్నాడు. కళ్లు చిట్లించాడు. కనుబొమలు ఎగరేసాడు. ఆయన తీరు ముగ్గురికీ నవ్వు తెప్పించింది.

సీతారామరాజు లేచి ఇంటి లోపలికెళ్లాడు.

అయిదు నిమిషాలు గడిచాయి. కాసేపటికి వచ్చాడు. ఆయన చేతిలో ఏదో ఉంది.

ఎవరో పంపిన సారె కాబోలు పళ్లెంలో పెట్టుకుని తీసుకు వచ్చాడు. రకరకాల స్వీట్లు ముగ్గురి ముందు పెట్టాడు. కొందరు ప్రతిష్ట కోసం ఎక్కువ వెరైటీలు పంచుతారు. తినమన్నాడు. ఆయన కళ్లల్లో ఆప్యాయత. ఎదుట వ్యక్తులు తింటుంటే ముచ్చట పడతారు కొందరు. ఈయనా అంతే.

"వైజాగ్ నుండి పెండ్లి పిలుపులకు వచ్చిన చుట్టం ఇచ్చాడు. ఆహ్వానిస్తున్నపుడే స్వీట్లు పంచడం ఇప్పటి పద్ధతి కాబోలు. మొన్నామధ్య వర్షాకాలంలో గృహప్రవేశానికి ఆహ్వానిస్తూ గొడుగులిచ్చేడొకాయన. వర్షం వచ్చినా రావాలనేమో. ముందు తినండి తర్వాతే మాటలు... " అంటూ తన వాలుకుర్చీలో కూర్చున్నాడు. గోరుమిఠీ చిన్న ముక్క విరుచుకుని నోట్లో పెట్టుకున్నాడు. తలో స్వీటు తీసుకున్నారు.

"చాలా బావున్నాయండి..." చంటిబాబు అన్నాడు. సీతారామరాజు మిగతా ఇద్దరినీ చూశాడు. వాళ్ళూ బుర్రలూపారు.

"మా ఇంట్లో మా అమ్మగారు చెప్పారు. మీ ఆవిడగారైతే ఎదుటి పిల్లలకు ఏదోటి తిండానికి పెట్టకుండా ఉండేవారు కాదంట. పరాయి పిల్లలకు కూడా కొసరి కొసరి పెడుతూ నా అమ్మవు కాదూ...నా తండ్రివి కాదూ...అని బతిమాలి తినిపించేవారట" రాజబాబు అన్నాడు.

సీతారామరాజు కళ్లు మూసుకున్నాడు. జ్ఞాపకాల్లోకి వెళ్ళిపోయాడు.

"అయ్యా... ముందు మా బాకీ తీర్చండి. ఏదోటి వదలండి... ఆ తర్వాత తీరిగ్గా ఆలోచనల్లో పడుదురు గాని..." అంటూ చేత్తో తట్టాడు చంటి.

ఉలిక్కిపడ్డాడు. తేరిపారి చూశాడు.

"అవును కదూ... చెబుతా... చెబుతా... అక్కడికే వస్తున్నా..." వాలుకుర్చీలో సౌకర్యంగా ఉండేలా సర్దుకుని కూర్చున్నాడు. పైన బంగాళా పెంకు దిగువన ఊడిన చిల్ల పెంకును చూస్తూ ఒక్కసారి ఊపిరి గాఢంగా తీసుకుని చెప్పడం మొదలెట్టాడు.

'ఈవేళ ఒక విచిత్రమైన సంఘటన చెప్పాలి. ఇది ముందు అనుకున్నది కాదు. బహుశా ఇది అమెరికా లోనో ఇండియా లోనో జరిగిందే. వార్తల్లో వచ్చింది.

పేపర్లలో చదివిందే. ప్రేమలో పడ్డవాళ్ళు ముందుగా కోరుకునేదేమిటి? ప్రేమను స్థిరపరచుకోడానికి తొలి మెట్టు ఏంటి? తికమక ప్రశ్నేదో వేసినట్లు ఇంకా ఆలోచిస్తున్నారా? వద్దు... జవాబు నేనే చెబుతా. ముద్దు... ముద్దు గురించి మాట్లాడుతున్నాను...

ముద్దు ఒక మహత్తరమైన సంకేత భాష. జువ్వుకుని తాగే మకరందం. ముద్దును సాధిస్తే ప్రేమను పొందినట్లే. దానికి ప్రత్యక్ష సాక్ష్యం.. ఎవరంటే... ఎవరంటే... ఎవరో తర్వాత మీరే తెలుసుకుంటారు' మర్మగర్భంగా నవ్వుతూ అన్నాడు. ఒక నిమిషం తర్వాత తిరిగి చెప్పడం ప్రారంభించాడు.

'అదొక బ్యాంకు. జనం పలచగా ఉన్నారు. ముప్పై అయిదేళ్ల యువతి వచ్చింది. ఆవిడ తెల్లగా ఉంది. కొత్త సబ్బుబిల్లలా పుష్టిగా ఉంది. దొండపండు పెదాలు. ఎర్రగా లిప్‌స్టిక్ రాసుకుంది. ముద్దొస్తుంది.

పదాహారేళ్ళ కుర్రాడు చూశాతడు. కుర్రాడు కుర్రాడే. మరి ఏం అనిపించిందో మరి ఇక ఆగలేకపోయాడు. దగ్గరగా వెళ్లాడు. అటూ ఇటూ చూశాడు. బలవంతంగా చటుక్కున ముద్దు పెట్టేసుకున్నాడు. యువతి నిర్ఘాంతపోయింది. ఆశ్చర్యపోయింది. చుట్టూ ఉన్నవాళ్లు ఎవరూ గమనించినట్టు లేదు. గమనించినా పెద్దగా పట్టించుకోలేదు. యువతికి తీవ్రమైన కోపం వచ్చింది. వెంటనే పోలీసులకు ఫిర్యాదు చేసింది. కుర్రాడ్ని అరెస్టు చేసి స్టేషనుకు తీసుకెళ్లిపోయారు. అక్కడితో కథ పూర్తవ్వలేదు. ఇంకా ఉంది. సశేషం...

కాలం గడుస్తోంది. సంఘటన జరిగి ఇరవై అయిదేళ్లయింది. కుర్రాడికి నలభై ఏళ్ళొచ్చాయి. ఒకనాడు ఒక లాయరు అతన్ని వెతుక్కుంటూ వచ్చాడు. అతన్ని గుర్తించాడు. రంగు, రూపు, వయసు... అన్నీ సరిపోయాయి. నిర్ధారించుకుని సంతృప్తిపడ్డాడు. అపుడు చిరునవ్వుతో అతని భుజం తట్టాడు.

'నువ్వు అదృష్టవంతుడివి. కోట్ల ఆస్తికి వారసుడివి' అన్నాడు లాయరు. అతను నమ్మలేకపోయాడు. అయోమయంగా చూసాడు. 'ఎలా?' అని ప్రశ్నించాడు.

అపుడు చెప్పాడు లాయరు అసలు సంగతి.

'ఒకావిడ మరణిస్తూ వీలునామా రాసింది. చాలా ఏళ్ల క్రితం ఒక వ్యక్తి తియ్యటి ముద్దును ప్రసాదించాడు ఆమెకు. నేనెప్పటికీ మర్చిపోలేకపోతున్నాను. జీవితమంతా ఆ ముద్దు ఇచ్చిన అనుభూతి వెంటాడుతూనే ఉంది. తన తదనంతరం

నా ఆస్తి మొత్తం అతనికే చెందాలి' అని వీలునామా రాసింది. ఆ వ్యక్తివి నీవే గనుక ఆస్తికి వారసుడివి నువ్వే. కంగ్రాట్స్' అన్నాడు లాయరు.

ధైర్యే సాహసే లక్ష్మీ అన్నదానికి ఉదాహరణ అతనికి దక్కిన ఫలం. నిలబెట్టుకోలేక పోయాను గానీ నాకూ దక్కింది అలాంటి అదృష్టం..." అన్నాడు సీతారామరాజు. కళ్ళల్లో నీళ్ళు ఉబికాయి. అంతలోనే సర్దుకున్నాడు.

"చెప్పడం అయిపోయింది గనుక మేం నవ్వాలా?" సూటిగా అడిగాడు రాజబాబు. సీతారామరాజు చంటిబాబు కేసి చూశాడు, 'నీవేం అంటావ్?' అన్నట్టు.

"ఇది జోకు కాదని అర్థమైపోతోంది. దీన్నించి మనం ఏం తెలుసుకున్నట్టు? కొన్ని సంఘటనలు కొంతమందికి అనుకోకుండా కలిసి వస్తాయి... ధైర్యంగా ముద్దు పెట్టడం వల్ల కూడా కొన్ని లాభాలు కలుగుతాయి... అంతే కదా..." చంటి అన్నాడు.

"అది కాదులే. ఆయనేదో చెప్పడానికి నిర్ణయించుకుని ఉంటారు. దీని ఆధారంగా అది చెబుతారేమో. నాకూ దక్కింది అలాంటి అదృష్టం అంటూ మాట్లాడబోయారు కూడా. అంతే కదండీ?" అన్నాడు మురళి నిదానంగా సీతారామరాజు కేసి చూస్తూ.

సీతారామరాజు ముసిముసి నవ్వులు నవ్వాడు.

"మురళీ... నీవు చెప్పింది వందశాతం నిజమే. ఇక నుండి కథ చెప్పే బాణీ మారుస్తాను. ప్రతి కథలో నా పాత్ర ఉంటుంది. నా అనుభవం లోంచి తెలుసుకున్న వాటిని కొన్ని సందర్భాల్లో ఆయా పాత్రల్లో పరకాయ ప్రవేశం చేసి చెప్పేవీ ఉంటాయి. అలా చెప్పాను కదా. వాస్తవంగా ఎవరి నిజమైన పేర్లూ ఉండవు. అయితే నేనెవరో మీరు పోల్చుకోవాల్సి ఉంటుంది. వందల మందితో పరిచయం... కోడిపందాల్లో అరుదైన జ్ఞాపకాలు... అన్నింటినీ మీతో పంచుకుంటాను. ఇందాక మీకు చెప్పిన ముద్దు- వీలునామా ఉదంతం నా ప్రేమ వ్యవహారాన్ని ముందుగా చెప్పేలా చేసింది. ఇదే సరైన సమయం. ఓ పావుగంట సేపు ఆగండి " అంటూ లేచి నిలబడ్డాడు.

మురళి అన్నాడు- "మీరు పురాణ, చరిత్ర కథల్ని చెప్పినపుడే మీలో మంచి కథకుడున్నాడని అర్థమైంది. కలంతో కాగితాన్ని నలుపు చేయకపోయినా కథనశైలితో అద్భుతంగా చెప్పారు. ఇపుడు మీ మాటలు కోడిపందాలకు సంబంధించి అన్ని

విషయాలూ ప్రత్యక్షంగా చూస్తున్నట్టు అనుభూతిని కలిగిస్తాయనిపిస్తుంది"

సీతారామరాజు మెచ్చుకోలుగా చూసాడు. 'మీ ముగ్గురూ తెలివైనవాళ్ళే అంటూ ఇంటి బయటకు చప్టా మీదకొచ్చి అక్కడ్నుంచి తూర్పు వైపు పెరట్లోకి వెళ్ళాడు. ఆయన అవసరం ఏమిటో మిత్రులు గ్రహిచారు.

"కోడిపందాల్లో సంచరించే పందెగాళ్ల అవతారం ఎత్తి వాళ్ల పరంగా కథను లాక్కొస్తారన్నమాట. ఆయన కోడిపందాల్లో కొన్ని సంవత్సరాల పాటు మునిగారు. విలువైన సమయాన్నీ డబ్బునీ ఆస్తుల్నీ పోగొట్టుకున్నారు. అది మనకు తెలుసు. ఆయన మాత్రం కాదంటారు. తనకు నష్టమే లేదంటారు. మరి అమ్ముకున్న ఎకరాల మాటేంటి?

విచిత్రమైన వ్యక్తిత్వం ఆయనది. దొరికిన పుస్తకాలు చదివారు. కావ్యాలు సైతం పఠించారు. చాలా పద్యాలు అప్పగించగలరు. చూద్దాం... ఇది ఎన్ని రోజుల పాటు కొనసాగుతుందో... మనం చేయాల్సింది ఒకటే. ఇష్టంగా వినడమే" అవునన్నట్లు చంటి, రాజబాబు తలలూపారు.

"నేను సెల్‌లో రికార్డు చేస్తున్నట్టు ఆయనకు తెలుసో తెలీదో. మనం అవసరమైతే మరోసారి వినొచ్చు" అన్నాడు చంటి.

వాళ్ల ముగ్గురి శ్రద్ధ చూస్తుంటే ప్రత్యేక దృష్టితో వింటున్నట్లే అనిపిస్తోంది.

"ఇపుడు ఆయన ప్రేమాయణం చెబుతానంటున్నారు. ఇందులో కోడి పుంజుల ప్రసక్తి ఉంటుందో లేదో ... ఒట్టి ప్రేమ కథేమో. అలాగైతే మనకెందుకు?"

ఆ వసారా ఎంతో పరిశుభ్రంగా ఉంది. రోజూ ఇలాగే ఉంటోంది. పరిసరాలు అందంగా సర్ది పెట్టినట్లుంది. ఏ రోజూ కూడా వస్తువులు చిందరవందరగా ఉండటం లేదు. కిటీకీ వార ఏవో మూటలు చక్కగా పేర్చి ఉన్నాయి. ఇక్కడ ఉన్నంత సేపు ఆహ్లాదకరమైన పరిమళం చుట్టుముట్టి ఉంటోంది. దీని వెనుక అమ్మాజీ అదృశ్య హస్తం ఉందనేది నిజం.

సీతారామరాజు వెనుక వైపు నుండి మండువా లోంచి వచ్చాడు.

"ఏదో తీవ్రమైన చర్చల్లో ఉన్నట్టున్నారు. లేకపోతే నా మీద జోకులేసుకుంటున్నారా?" అంటూ గట్టిగా నవ్వి అక్కడ ఉన్న ఖాళీ పళ్లెం తీసుకుని లోపలికెళ్ళాడు.

"మా అమ్మాజీ ఒప్పుకోదు. నీటుగా ఉండాలంటుంది" తిరిగి వస్తూ కుర్చీలో కూర్చున్నాడు.

"ఇపుడు చెప్పబోయేది నా అనుభవమే. వాస్తవ గాథ అనుకోండి. మీరు ఏదో పుస్తకంలో కథ చదువుతున్నట్టుగా ఉంటుంది. ఇపుడు రెండువేల ఇరవై రెండు సరిగ్గా అరవై ఆరేళ్ళ క్రితం నాటి సంగతి. భూతకాలం లోకి వెళుతున్నాను. కథ వింటున్నపుడు మీకే తెలిసిపోతుంది నా పేరేంటో.... సరేనా..."

సీతారామరాజు తన ప్రేమ బరిలోకి దిగి కథ చెప్పడం మొదలెట్టాడు.

❖❖❖

సంవత్సర కాలంగా కోడిపందాలంటే మోజు పెంచుకున్నాడు మూర్తిరాజు. పందాల్లో పెద్దగా గెలుపొందింది లేదు. జూదరి మనస్తత్వం ఎలా ఉంటుందంటే ఓడిపోయే కొలదీ లాభనష్టాలతో సంబంధం లేకుండా రెచ్చిపోతుంటారు. పోగొట్టుకున్న చోటే సంపాదించుకోవాలని తమను తాము సమర్ధించుకుంటారు. సంయమనం కోల్పోతే మటుక్కి ఆర్థికంగా విపరీతంగా ఇబ్బంది వస్తుంది. కత్తి సైతిగా దిగినట్లు వ్యసనాల ఊబిలోకి దిగితే తిమ్మిరెక్కి నొప్పి తెలియదు. అందులో కూరుకుపోతే ఇక అంతే సంగతులు. వెనక్కి రాలేరు. కోడిగుడ్డుతో కొండలు బద్ధలు కొట్టలేమా అనుకుంటారు. ఈలోపులో కుటుంబం నడివీధిలో పడిపోతుంది.

మూర్తిరాజు ముందున్న సమస్య ఏమిటంటే మేలైన జాతి పుంజుల్ని పెంచుకోడం. జాతి కోళ్లని అభివృద్ధి చేసుకోడం. సరైన శిక్షణతో పందాల్లోకి ఉరకడం. పోగొట్టుకున్న సొమ్ము రాబట్టుకోడం... ఒకలాంటి కసి...

ఊళ్లో వాసురాజు గారి గురించి తెలుసు. పెద్ద మనిషి. ఆయన దగ్గర చాలా మంచి పుంజులున్నాయి. ఆయన్ని ఒక్క పుంజు ఇమ్మని అడిగాడు. గుడ్డైనా ఇమ్మన్నాడు. మూర్తిరాజు కేసి ఎగాదిగా చూశాడు. ఇవ్వను పొమ్మన్నాడు. బతిమాలాడు. ప్రార్థించాడు. ఇద్దరి ముగ్గురు చేత అడిగించి భంగపడ్డాడు. వాసురాజు తిట్టిపోశాతడు. ఎపుడూ అడగొద్దన్నాడు.

వాసురాజు ఎవరి మాట వినడు. పుంజు ఎలాగూ ఇవ్వడు. గుడ్డు ఇవ్వాల్సి వస్తే ఆయనేం చేస్తాడో చెప్పారు కొందరు.

"తప్పనిసరిగా ఇవ్వాల్సి వస్తే ఆయన ఇచ్చే గుడ్లు పొదిగించడానికి పనికిరావు. ఎందుకంటే ఖాయంగా హడలికొట్టి ఇస్తాడు. హడలికొట్టడం అంటే గుడ్డును లోపలి

78 ❖ దాట్ల దేవదానం రాజు

పచ్చసొన. తెల్లసొన కలిసిపోయేటట్టు గట్టిగా ఊపి ఊపి ఇస్తాడు. అలా కాకపోతే వేడినీళ్లలో కాసేపు ఉంచి ఇస్తాడు. తన దగ్గరున్న జాతిరత్నాలు పక్కోడికి వెళ్ళకూడదని ఈ పనులు చేస్తాడు. ఎందుకొచ్చిందీ... ఆ ప్రయత్నం మానుకుని దూరంగా మరో చోట చూసుకో" అన్నాడొకడు.

"గుడ్డును పొదిగించడం ఒక కళ. ఏ జాతి పెట్ట ఏ జాతి పుంజుతో కలియాలో అన్నదే ఆ కళ. పెట్టను బట్టి పుంజును బట్టి బీడును పుట్టిస్తారు. అంతేగానీ ఇదేదో అల్లాటప్పా వ్యవహారం కాదు" మరొకడు అన్నాడు.

"ఇంకో రహస్యం కూడా ఉంది. ఒకే ప్రాంతంలో గుడ్లు ఇచ్చి దగ్గరి మందిలో తనకు తనే శత్రువును సృష్టించుకోడు ఎవడూ. రేపు అన్నాకాడ నువ్వే మొగుడవుతావనే భయం. ఎక్కడో దూరంగా ఉన్నవాడైతే నిరభ్యంతరంగా బోల్డన్ని షరతులు పెట్టి పొదిగించడానికి గుడ్లు ఇస్తాడు. అదీ సంగతి" ఇంకొకడు వివరంగా చెప్పాడు.

మూర్తిరాజుకు ఏం చేయాలో పాలుపోలేదు. అస్తిమితంగా గడుపుతున్నాడు. ఎలాగైనా మంచి జాతి గుడ్లను సాధించాలి. చటుక్కున ఒక ఆలోచన వచ్చింది. 'దొంగతనంగా మరో మార్గంలో పొందితే..." అనుకున్నాడు. చివరకు అలాగే చేద్దామని నిశ్చయించుకున్నాడు. సాహసం చేయరా...

కుక్కుటశాస్త్రం తిరగేసి ముహూర్తం పెట్టుకున్నాడు (దొంగతనానికి కూడా ముహూర్తాలుంటాయా?). ఆదివారం మధ్యాహ్నం వాసురాజు గారింటికి వెళ్ళాలి. ఇదంతా రహస్యంగా జరిగిపోవాలి. రెండో కంటికి తెలియకూడదు. ప్రణాళిక సిద్ధమైంది. దీన్ని దొంగతనం అంటారా? అనరు గాక అనరు. ఎవరి వస్తువునూ దొంగిలించడం లేదు.

చంకలో పెట్టుకుని లేదా జేబులో ఉంచుకుని తెచ్చేదేమీ కాదు. ఒక రకంగా మంచి పనే. జీవుల మధ్య రసానంద కేళికి అవకాశం కల్పించడమే ఇది. జోడు కుదర్చడమే. స్నేహావరణపు సంధి చేకూర్చడమే. భావప్రాప్తి వేరొకరిది. ఫలితం మాత్రం తనదే. ఇది ముమ్మాటికీ దొంగతనం కాదు.

ఆదివారం వచ్చింది. మూర్తిరాజుకు గుండెల్లో వణుకు మొదలైంది. దారి స్పష్టంగా కనిపిస్తోంది. తడబాటు అనవసరం. మనసును కూడదీసుకున్నాడు.

మధ్యాహ్నం. ఒంటిగంటకు వెళితే బావుంటుంది. అపుడు సమయం

సరిపోతుంది. మూర్తిరాజు తెల్లటి తువ్వాలు తీసుకున్నాడు. తెలుపు నలుపుల జాతి పెట్టను అన్నవరం సమీపంలో ఉన్న ఒక పల్లె నుంచి ముచ్చటపడి శ్రమపడి తెచ్చుకున్నాడు. దాన్ని చేతితో కడుపుకు ఆనించి ఎత్తుకున్నాడు. పైన తువ్వాలు కప్పాడు. ఇపుడు ఎవరికీ కనిపించదు.

రోడ్డు దాటి శివాలయం లోకి నడిచాడు. గుడి వెనుక వైపు దారి పట్టాడు. నలిగిన సన్నని కాలిబాట. నడవడం మొదలెట్టాడు.

కొంత దూరం వెళ్లగానే కూలిన గోడ ఉంది. నేల మీద చెల్లాచెదురుగా ఇటుకులు పడి ఉన్నాయి. ఇటుకల మీద అడుగులు వేసుకుంటూ ముందుకు సాగాడు. పెద్ద చింత చెట్టు. చిగురుతో ఉంది. కాసేపు చెట్టు కింద నిలబడి చుట్టూ చూశాడు. అడ్డదిడ్డంగా పెరిగిన పిచ్చి మొక్కలు. అల్లంత దూరాన ఎండు కొబ్బరాకుల గుట్ట. ఏ పామైనా కాలి కింద పడితే? దొడ్డంతా బాగు చేయకుండా ఇలా వదిలేసారేంటి?

రెండడుగులు వేసాడో లేదో అక్కడ రెండు పాములు పెనవేసుకుని కదులుతున్నాయి. ఒళ్లు జలదరించింది. భయం వేసింది. అలికిడి లేకుండా వాటికి భంగం కలగకుండా పక్క నుండి వెళ్ళాడు. అక్కడికి కనిపించే చప్టా కట్టిన నుయ్యి దాటి వెళితే ఇంటి వెనుక పెరడు వస్తుంది. చెమట పట్టింది. చొక్కా తడిసింది. ధైర్యంగా అడుగులేసాడు. అదిగో అక్కడున్నాయి వాసురాజు కోడిపుంజులు.

మూర్తిరాజును చూసి పుంజులు మెడ పైకెత్తి చిన్నగా అరిచాయి. చటుక్కున నూతి ఒర మాటున దాగున్నాడు. ఒక నిమిషం తర్వాత దగ్గరగా వెళ్లాడు. అరడజను గాబులున్నాయి. ఒక్కో దాన్నీ చూసుకుంటూ వెళ్ళాడు. అందులో తను కోరుకున్న నెమలీకల డేగను చూశాడు. గబుక్కున గాబు ఎత్తి చంకలో ఉన్న పెట్టను లోపలకి విడిచి పెట్టాడు.

గాబులోని డేగ పెట్టను చూడగానే దగ్గరకు వచ్చింది. దాని చుట్టూ తిరిగింది. నేల మీద ఏవో గింజల్ని పొడుస్తున్నట్టు ముక్కును మట్టిని తాకించింది. దాటడం కోసం పెట్టను తరిమింది. పెట్టేమో కంగారుగా ఎదరకు చూస్తూ పరుగెట్టింది. పుంజుకు దొరకడం లేదు. రెండు నిమిషాల తర్వాత పెట్టను ముక్కుతో కరచి పట్టుకుని మీదెక్కింది.

మూర్తిరాజుకు తెలుసు ఇక కోడిపుంజు విడిచి పెట్టదని. పదే పదే

దాటుతుందని. ఒక్కసారి అవకాశం వచ్చిందంటే అదే పని చాలాసార్లు చేస్తుందని.

సాయంత్రం నాలుగ్గంటల దాకా ఉంచి తిరిగొచ్చి పెట్టను తీసుకెళ్దామనుకున్నాడు. వెనక్కి తిరిగాడు. వచ్చిన మార్గాన గబగబా అడుగులేసుకుంటూ వచ్చేశాడు. అనుకున్నది అనుకున్నట్లుగా చేసినందుకు మూర్తిరాజుకు ఎంతో సంతోషం కలిగింది.

'వాసురాజుకు భలే పాఠం చెప్పాను. శతకోటి దరిద్రాలకు అనంతకోటి ఉపాయాలు. పుంజు బీడు ఇవ్వడానికి నీల్గాడు. ఇప్పుడేం చేస్తాడు? పెట్ట గుడ్లు పెడుతుంది. అపురూపంగా చూసుకుని చక్కగా పొదిగిస్తాడు. పొదిగిం తర్వాత అన్నీ పెట్ట పిల్లలే వస్తే తన ఆశ నెరవేరదు. ఒక్క పుంజు పిల్ల ఉన్నా చాలు. గొప్పలకు పోయాడు. వాడికి తెలీకుండా వాడి జాతి పుంజు బీడు తన వశం అవుతోంది. ఇపుడేం చేస్తాడు? ' అనుకున్నాడు మూర్తిరాజు.

ఎక్కడో కాకి అరుస్తోంది. అన్నట్టు కాకుల సృష్టికార్యం ఎవరైనా చూసారా? మనుషుల కంటబడవంట. చూస్తే పాపమంట. అసలు కాకులు కలలోకి వస్తే అపశకునం అంట. ఎవరో ఆప్తులు చనిపోయినట్టు నమ్మిస్తే గానీ ఆ కీడు పోదంట. అన్నీ పనికిమాలిన నమ్మకాలే. అన్నీ మనిషి బలహీనత ల్లోంచి వచ్చినవే. మరి పెట్టను పుంజు దగ్గర వదలడానికి ముహూర్తం ఎందుకు చూశాడు? కుక్కుటశాస్త్రం ఎందుకు తిరగేశాడు? ఎందుకంటే–

వాసురాజు మీద కోపం... కసి... ఎలాగైనా బుద్ధి చెప్పాలనే తాపత్రయం తప్ప మరేం కాదు. ఆటంకాలు లేకుండా అంతా మంచి జరగాలని కోరుకున్నాడు. వేళావిశేషం అనేది నరనరాన పాకిందన్నమాట. అయినా గానీ ఎదుటివారికి చెప్పేందుకే నీతులున్నాయన్న సంగతి ఎరుకే కదా. తనూ ఆ బాపతే.

మూర్తిరాజు దృష్టంతా తన పెట్ట మీదే. తలచిన కార్యం నెరవేరుస్తుందని కొండంత ఆశ. సాయంత్రం వరకూ వాసురాజు మనుషులెవరూ ఆ దాపుకి రాకుండా ఉంటే చాలు.

పుంజు మంచి జోరు మీద ఉంది. రాజసం ఒలకబోసే పుంజు... తీర్చిదిద్దినట్లుండే బలమైన రెక్కల పుంజు... దృఢమైన గట్టి ఇనపతెర వంటి చర్మంతో కూడిన తొడలు గల పుంజు... పొడవాటి మెడతో మిలమిల మెరిసేకళ్ళ కలల పుంజు...

పెట్టలో ఐక్యం అయిపోవాలి. పుంజు అచ్చు గుద్దినట్టు దిగిపోవాలి. జాతి లక్షణాలు వశమై పోవాలి. వాసురాజు మతి పోవాలి. కుళ్ళి పోవాలి. 'ఢీ' కొట్టాలి.

సవాలు చేస్తే దిమ్మ తిరిగిపోవాలి. ఇది జరగాలంటే కొంతకాలం పడుతుంది. ఏ పుంజైనా సంత్సరన్నర వయసు ఎదిగితే గానీ పందానికి సిద్ధం కాదు.

మధ్యాహ్నం మూడు గంటలైంది. ఇంకో గంటలో వెళ్లి పెట్టను తెచ్చేసుకోవాలి.

అనుకున్న సమయం ఆసన్నమైంది. శివాలయం చేరాడు మూర్తిరాజు. భక్తితో శివుడికి దణ్ణం పెట్టాడు. ఇంతకు ముందు వెళ్లిన దారే. ఉత్సాహంగా బయలుదేరాడు.

కూలిన గోడ... అస్తవ్యస్తంగా పడివున్న ఇటుకలు... పిచ్చి మొక్కలు... చింతచెట్టు... నూతి చెప్టా... గుండె వేగంగా కొట్టుకుంటోంది. అడుగులు తడబడుతున్నాయి.

నెమ్మదిగా పుంజులున్న గాబుల దగ్గరకెళ్లాడు. అంతా ఊహించినట్టే జరిగితే విశేషం ఏముంటుంది?

గాబులో పుంజు ఒంటరిగా ఉంది. పెట్ట లేదు. హతాశుడయ్యాడు. దిమ్మ తిరిగి పోయింది. మిగిలిన గాబులూ చూసాడు. పుంజులే ఉన్నాయి. ఏం జరిగింది?

కోపం ఉవ్వెత్తున ఎగసింది. ప్రతీకారంగా పుంజును ఎత్తుకెళ్లి కోసుకు తినేయాలనుకున్నాడు. గాబు ఎత్తడానికి చేయి వేసాడు.

ఎవరో వస్తున్నట్టు అలికిడి. పక్కకు తిరిగి చూసాడు. పదహారేళ్ల శాంత. వాసురాజు కూతురు. పైకి ఎత్తబోతున్న గాబు వదిలేశాడు. చిత్రమైన భయం లోపల్నుంచి తన్నుకొస్తోంది. గుండె దడదడలాడుతోంది. ఏం చేయాలి? కదలకుండా నిలబడిపోయాడు.

ఒత్తుగా నొక్కుల జుత్తు. గుండ్రని కళ మొహం. తెల్లని తెలుపు. ప్రశాంతమైన కాటుక కళ్లు. లంగా ఓణీ ధరించింది. ఆకుపచ్చని పరికిణీ ఎరుపు రంగు ఓణీ. మెడలో సన్నని బంగారు గొలుసు. దివి నుండి తోట లోకి దిగి వచ్చినట్లుంది శాంత.

బంగారం లాంటి జాతి కోడిపెట్ట మాయమైందన్న బాధ ఒకవైపు. కసితో కోడిపుంజు పట్టుకుపోవాలనే దుష్ట తలంపు మరోవైపు. అనుకోకుండా తారసపడిన శాంత. ఏం చేయాలి?

శాంత ఆశ్చర్యంగా చూస్తోంది. అకస్మాత్తుగా ఏదో గుర్తొచ్చినట్టు గట్టిగా అరవబోయింది. మూర్తిరాజు గ్రహించాడు. ఒక్క ఉరుకుతో శాంతను చేరాడు.

ఆమె నోటిని తన కుడిచేతితో మూసాడు. రెండోచేయి వీపు మీద పడింది. తొలి ఆడపిల్ల స్పర్శ. నరాలు జివ్వుమన్నాయి.

శాంత గిజాయించుకుంటోంది. మూర్తిరాజు అకస్మాత్తుగా నోటి మీంచి చేయి తొలగించి శాంత పెదాల్ని గట్టిగా ముద్దు పెట్టుకున్నాడు. అంతా లిప్తలో అసంకల్పితంగా జరిగిపోయింది. తన కోపం తీవ్రతను శాంత మీద చూపించాడు.

కళ్లింత చేసుకుని చేష్టలుడిగి శాంత నిలుచుండిపోయింది. పెద్దల్ని పిలుద్దామన్న ధ్యాస లేదు. ఆమెకు కళ్లంటా నీళ్లు జలజలా రాలాయి. పాలరాతి బొమ్మలా నిశ్చలంగా నిలబడిపోయింది. ఏం చేయాలో తెలీలేదు.

భావోద్వేగం... పసిహృదయంతో తప్పు చేసానన్న భావన మూర్తిరాజులో లేదు. వాసురాజు మీద బదులు తీర్చుకున్నాననే భ్రమలో ఉన్నాడు మూర్తిరాజు.

మూర్తిరాజు వెనక్కి తిరిగి రయ్‌మని పరుగు లంకించుకున్నాడు. ఒకటే పరుగు... పిచ్చిమొక్కలకు అడ్డం పడి పరుగు... పాము గీము భయం లేని పరుగు...

రెండు నిమిషాల్లో ఇంటికొచ్చి పడ్డాడు. ఆవేశంతో ప్రవర్తించిన తీరు తనకే విచిత్రం అనిపించింది. జరిగిన సంఘటన యాదృచ్ఛికం.

చుంబన మధురిమ మాత్రం అంటి పెట్టుకునే ఉంది. గమ్మత్తు అనుభవం. పాపం... శాంత ... ఏమనుకుంటుందో... రేపు అన్నాక ఏం గొడవ పెడుతుందో... తండ్రి వాసురాజుకు ఏమని చెబుతుందో... విషయం తెలిస్తే వాసురాజు ఊరుకుంటాడా? నలుగురిలో నగుబాటని అవకాశం కోసం ఎదురుచూద్దామనుకుంటాడా? గమ్మున ఉండే రకమేనా? రభస చేయకుండా ఉంటాడా?

మూర్తిరాజుకు మొండి ధైర్యం వచ్చేసింది. ఆవేళ సాయంత్రం గొడవ అవుతుందేమోననుకున్నాడు. రచ్చ తాలూకు ఛాయలు కనపడలేదు. రాత్రి కూడా ఏవిధమైన కబురు అందలేదు. శాంత వాసురాజుకు ఫిర్యాదు చేయలేదా? ఏడ్చి గోల పెట్టలేదా? మౌనంగా ఉండిపోయిందా? శాంత మాట్లాడక ఊరుకుందంటే తనంటే ఇష్టమేమో. వేడిఊపిరితో శరీరం పులకించింది.

మర్నాడు-

ఒకవేళ వాసురాజు పనోడు గాబులో పెట్టను తొలగించి వేరే చోట

ఉంచాడేమో. వెళ్ళి చూస్తే బావుంటుందేమో. కోడిపెట్టను తిరిగి తెచ్చేసుకోవాలి. ఎలా? అక్కడికెళ్తే ఆచూకీ దొరుకుతుందేమో. దానికి తోడు లోలోపల మళ్లీ శాంత కనిపిస్తుందేమోనని ఆశ ఉంది. తప్పక వెళ్లాలి.

గత రెండుసార్లు వెళ్లిన సమయానికే అక్కడకు చేరాడు. గాబులన్నీ వెదికాడు. అటూ ఇటూ పరికించాడు. కోడిపెట్ట కనిపించలేదు. నిరాశగా వెనుదిరిగాడు.

అపుడు కనిపించింది శాంత. దండెం మీద ఆరేసిన బట్టల్ని భుజం మీద వేసుకుంటోంది. శాంత మరింత అందంగా ఉంది. నీలిరంగు గౌనులో చిన్న పిల్లలా ఉంది. చలాకీగా కూనిరాగం తీస్తోంది.

మూర్తిరాజు చేస్తున్నది సాహసమే. దగ్గరగా వెళ్లాడు. శాంత బెదరలేదు. మందహాసం చేసింది.

“శాంతా...నిన్న మీకు ఏం కూర వండారు?” యధాలాపంగా అడిగాడు. ఇదేం అసంబద్ధమైన ప్రశ్న అనుకున్నట్లుగా అమాయకంగా నవ్వింది.

“మళ్ళీ అడుగుతున్నాను. నిన్న రాత్రి నీవు ఏ కూరతో అన్నం తిన్నావు?”

“కోడిమాంసం కూర...” ఒక్క క్షణం ఆలోచించి చెప్పింది శాంత.

అంతే. మూర్తిరాజులో ఆగ్రహం పెల్లుబికింది. విచక్షణాజ్ఞానం కోల్పోయాడు. వాసురాజుపై కోపాన్ని శాంత మీద వెళ్లగక్కాడు. ఆమె తల పట్టుకుని మీదకు లాక్కుని ముద్దు పెట్టేశాడు. ఇందులో కోపం ఒక్కటే

ఉందనుకోవాలా?

శాంత భయపడిపోయింది. ఆమెకు కళ్లంటా నీళ్లు జలజలా రాలాయి. ఏడుస్తున్న అందమైన బొమ్మలా ఉంది. మూర్తిరాజు అలాగే చూస్తూ ఉండిపోయాడు. గిరుక్కున వెనుదిరిగి గబగబ అడుగులేసుకుంటూ పరుగు లాంటి నడకతో అక్కడ్నుంచి కదిలాడు.

“ఏం చేస్తున్నావురా... నీలో నువ్వే నవ్వుకుంటున్నావ్?” అమ్మ అడిగింది. మూర్తిరాజు సమాధానం చెప్పలేదు. బింకంగా ఉండటానికి ప్రయత్నించాడు.

రాత్రి పడుకుందామంటే నిద్ర పట్టదే. శాంత స్వచ్ఛమైన నవ్వు... అమాయకమైన ముఖం... పదేపదే కనిపిస్తోంది. ఒక్కసారిగా కాఠిన్యం ఆమె

నవ్వులో... ఆమె ముఖంలో....

రౌద్రంగా మారింది. కళ్ల లోంచి నిప్పులు కురిపిస్తోంది. చేతులు విసురుగా జాడిస్తోంది. నేల మీద మట్టి బెడ్డ తీసి బలంగా విసిరింది. నుదుటను తాకింది. చిట్లిన చర్మం. రక్తం... రక్తం...

చేతిలోని గుడ్డ ముక్కతో కట్టు కట్టింది. తుపుక్కున ఉమ్మేసింది. అంత లోనే రోదిస్తోంది. కళ్లు తుడుచుకుని చేతితో గూబ పగలకొట్టింది. గూబ మీద ఆనవాలు. రక్త చారికలు. జుట్టు పట్టుకుని ఈడ్చుకెళుతోంది. మంట... మంట... పకపకా నవ్వుతోంది. ఏమిటీ కల? చొక్కా తడిసిపోయింది.

మెలకువ వచ్చింది. మళ్లీ మగత నిద్ర. శాంత తలపులకు రెక్కలొచ్చాయి. ఆకాశ విహారం. నదిలో ఈత. శిఖరమెక్కుతున్న అనుభూతి. అపరాధభావమేదో వెన్నంటి వస్తోంది. ఎలాంటి ప్రమాదమైనా ఎదురవ్వనీ. ఎట్టాంటి శిక్షకైనా సిద్ధమే. రేపు మళ్ళీ వెళ్ళి క్షమించమని అడగాలి. ఎట్టి పరిస్థితుల్లోనూ బలవంతంగా ముద్దు పెట్టకూడదు. అసలు ముద్దు జోలికే పోకూడదు. నిర్మల సంస్కారంతో మెలగాలి.

మర్నాడు మధ్యాహ్నం వరకు అన్యమనస్కంగా గడిపాడు మూర్తిరాజు. మనసు కలచివేసే సంఘటన ఇది. నిక్షేపం లాంటి కోడిపెట్టను పోగొట్టుకున్నాడు. వాసురాజు కోడిని కోసుకు తిన్నది నిజం. శాంత ద్వారా తెలిసిపోయింది. నిర్ధారణ అయినట్లే. సందేహం లేదు. గొప్ప జాతిరత్నం ఆ కోడిపెట్ట. దాన్ని పోగొట్టుకోడం దురదృష్టం.

అడిగినంత డబ్బులిచ్చి మారుమూల గ్రామం వెళ్ళి ఎంతో శ్రమపడి సంపాదించాడు. వాసురాజుకు నోరెలా వచ్చింది అంత మంచి రకం కోడిని తినడానికి? బుద్ధీ జ్ఞానం ఉండక్కర్లేదా? తన గాబు లోకి అది ఎలా వచ్చిందనుకున్నాడు? పెట్ట ఎవరిదో తెలుసా? తెలిసే అవకాశం లేదు.

దుర్మార్గుడు... దుష్టుడు... పనికిమాలినోడు... నికృష్టుడు... త్రాష్టుడు... దొంగ సచ్చినోడు... ఎదవన్నర ఎదవ... పోరంబోకు... తిండిపోతు... ఇంగిత జ్ఞానం లేనోడు... ఈ పదాలన్నింటినీ వాసురాజు పేరుకు ముందు తగిలించుకుని తిట్టుకున్నాడు. పోనీయ్... పోతే... పోనీ... వస్తే...రానీయ్... వచ్చిందిగా...

తేనె పూసిన పెదాలు... అధరామృతపు జల్లులు... బెదురు కళ్ళ అందమైన భామ... చిరునగవుల నిలువెత్తు బంగారం... అపురూపమైన ముద్దుల వర్షం... మది నిండిన హర్షం...ఏనాడూ రుచి చూడని అనుభవం... వాసురాజును

క్షమించేద్దాం... శాంతిని కన్నందుకు... పెంచుతున్నందుకు... మెరుగులు దిద్దుతున్నందుకు....

వైరాగ్యంలోంచి ఆనందార్ణవంలోకి... తేలికపడ్డ హృదయంతో... నిండు ప్రేమతో... శాంతను మరల కలవాలి... ముద్దు కోసం... కాదు... కానే కాదు... ఆమెకు ఇష్టం లేని పనిని బలవంతంగా చేసినందుకు... ఏమనుకోవద్దని చెప్పడానికి... మరోసారి ఈ వంకతో మాట్లాడటానికి... కలవడానికి...

వెళ్ళాడు, అలవాటైన చోటుకు. నిర్భయంగా... నిస్సంకోచంగా... సాహసంగా...

చుట్టూ వెదికాడు. శాంత కనిపించలేదు. సుకుమార మందస్మిత వదనంను అంటిపెట్టుకుని ఉండే పరిమళాన్ని ఏ పిల్ల గాలీ మోసుకురాలేదు. ఏ అలికిడీ చిరు పాదాల సవ్వడి కాలేదు. ఏ చూపూ ప్రేమాస్పదం అవ్వలేదు. ఏ మాటా వీనుల విందై ఉల్లాసపరచ లేదు. కదలకుండా మెదలకుండా కాసేపు వేచి చూశాడు. శాంత రాలేదు.... శాంత రాలేదు.

సరిగ్గా మూర్తిరాజు దృష్టిని ఆకర్షించినదేదో అక్కడ ప్రత్యక్షమైంది. దండెం మీద ఆరేసిన బట్టలు. ముఖ్యంగా శాంత ధరించే బట్టలు. వాటిని చూడగానే మూర్తిరాజు కళ్ళు మిలమలా మెరిసాయి.

ఆతురతగా వెళ్ళి అందుబాటులో ఉన్న రంగు రంగుల పూల డిజైను గౌనును తీసుకున్నాడు. మడత పెట్టి చొక్కాలో దోపుకున్నాడు. చుట్టూ చూసాడు. ఎవరూ గమనించడం లేదు. వెంటనే అక్కడ్నుంచి జారుకున్నాడు. పెద్ద పెద్ద అంగలతో తిరిగి వచ్చేశాడు.

గదిలో భద్రంగా దాచుకున్నాడు. ప్రతిరోజు అపురూపంగా చూసుకోడం అలవాటైంది. తలుపులేసుకుని గౌను తీసేవాడు. దాన్ని స్పర్శిస్తే చాలు ఒక మోహపు పవనం వీచేది. పరిచితమైన దేహపు గుబాళింపు చుట్టుముట్టేది. గుండెకు ఆనిస్తే వింత కంపనం కలిగేది. ముఖానికి కప్పుకుంటే అనిర్వచనీయ ప్రేమోద్రేకంతో మనసు ఉప్పొంగేది. ఆ గౌను గదిలో ఉందనేది వింత భావన కలిగించే విషయంగా మారింది. శాంత తన పక్కనున్నట్టుగా అనుభూతి. తన జీవితపు తోడు అనిపించేది.

రోజులు గడుస్తున్నాయి.

సంవత్సరమైంది. శాంత గురించి ముందుగా అమ్మతో చెప్పాడు మూర్తిరాజు.

అమ్మతోనే చనువు. బావాజీతో ఎదుటపడి మాట్లాడటం అరుదు. చెప్పింది చేయడం అంతే. బావాజీది విశాలమైన నుదురు. ఎఱ్ఱని కళ్ళు. కంచు కంఠం. ఏదైనా ఒప్పించి చేయడం కష్టం. బావాజీతో అమ్మ అంత తేలిగ్గా ప్రస్తావించలేదు. ఎందుకంటే అమ్మకూ భయమే. భర్త స్వభావం తెలుసు. భార్య సలహా చెబితే వినడానికి ఇష్టపడడు. తను చెప్పింది వినాలి. చేయాలి. అంతే... పాతతరపు అభిజాత్యం...

పోరగా పోరగా అమ్మ మూర్తిరాజు బాధ పడలేక ధైర్యం చేసి చెప్పేసింది. బావాజీ నిదానంగా విన్నాడు. ఆడ పెత్తనాలేంటని అరవలేదు. సాధారణంగా ఇలాంటపుడు అలాగే అంటాడు. చిత్రంగా కేకలు వేయలేదు. విని ఊరుకున్నాడు.

మూర్తిరాజుకు తన ప్రేమను దక్కించుకోడం ఎలాగో అర్థం కాలేదు. కొక్కొరొకో అనగానే తెల్లవారినట్లు కాదని తెలిసింది. సానుకూలత రావాలంటే ఎన్నో మజిలీలు దాటాలి. అన్నింటినీ ఛేదించుకుంటూ వెళ్లాలి.

ఆరోజు – బావాజీ ఇంటికి వచ్చీ రాగానే అమ్మ మీద విరుచుకుపడ్డాడు. ఆ సమయానికి మూర్తిరాజు ఇంట్లోనే ఉన్నాడు. తను కూడా వినాలని గట్టిగా మాట్లాడుతున్నాడు బావాజీ.

“నారాయణ బావను పంపించి వాసురాజును అడిగించాను. అతగాడికి గోరోజనం ఎక్కువ. నానా మాటలు అన్నాడట. బాధ్యతలు తెలయనోడికి పిల్లను ఎలా ఇస్తాను? అన్నాడట. మూర్తిరాజు వాలకం చిన్నప్పట్నుంచీ చూస్తున్నదే. కోళ్లే లోకం అనుకుంటాడు. రికామీగా తిరుగుతాడు. శాంతను ఇచ్చి గొంతు కోయలేను. పిల్లను ఇచ్చి జీవితమంతా ఏడవలేను అంటూ తెగేసి చెప్పాడట. అదీ నిజమే కదా. ఇక వదిలేయ్...ఆ సంగతి” భుజం మీది తువ్వాలు విసురుగా గాలిలో దులిపి పొలం వెళ్ళిపోయాడు బావాజీ.

గుండెల్లో రాయి పడింది. ఈ గడ్డు సమస్య నుంచి ఎలా బయటపడాలి? శాంతను ఎలా పొందాలి?

కోడిపందాల పిచ్చే లేకపోతే శాంత దొరికేదా? అరుదైన అనుభవం లభించేదా? శాంత మీద ప్రేమ కలిగేదా? వాసురాజు కోడిపెట్టను మింగకపోతే శాంతను ఇబ్బంది పెట్టేవాడే కాదు. కోపం వల్ల జరిగింది ఇదంతా. తను చేసిన పని సరైనది కాదు. తప్పు సవరించుకోడానికే కాకుండా శాంత మీద ప్రేమ కలగడం

వల్లే పెళ్ళి చేసుకోవాలని అనిపించింది.

తర్వాత కాలం తనకు అనుకూలంగానే మారింది. వాసురాజుతో సాన్నిహిత్యం పెంచుకున్నాడు. అభిమానాన్ని సంపాదించుకున్నాడు. ఫలితంగా శాంత– శాంతమ్మ అయి నలభై నాలుగు సంవత్సరాల పాటు తోడు దీపంగా వెలిగింది. మెలిగింది. ఇద్దరు బిడ్డల్నిచ్చింది.

మూర్తిరాజు జీవితంలో విషాదం ఉంది. అది కూడా చెప్పాలి. అర్ధంతరంగా శాంతమ్మ ఊపిరి ఆగిపోవడానికి బలమైన కారణం అంటూ ఏమీ లేదు. ఒట్టి క్షణికావేశం. మాట పట్టింపు. సమాచార లోపం. ఇంటి వెనుక బావిలో పడి విలువైన ప్రాణం పోగొట్టుకుంది. చానాళ్ళు మూర్తిరాజు మామూలు మనిషి అవ్వలేకపోయాడు. మరల కోడిపందాలపై ఆపేక్ష పెంచుకుని దృష్టి మరల్చుకున్నాడు.

❖❖❖

"ముసిలాడు తన ప్రేమకథ చెబితే ఎలా ఉంటుంది? రంజుగా ఉండదు. పాత గబ్బు కొడుతుంది. మీరింత సేపూ నన్ను చూడలేదు. నేనెక్కడా కనపడలేదు. మూర్తిరాజును చూసారు. నవనవలాడే కొత్త ప్రేమ కథ విన్నారు. అవునా... కాదా? అందుకే మూర్తిరాజుగా పేరు మార్చాను" అర్థమైందా అన్నట్టు ముఖం పెట్టి మీసం దువ్వుకున్నాడు సీతారామరాజు.

ముగ్గురూ అవునన్నట్టు తలలూపారు.

"పందెం కోడిపుంజులకు అనేక కసరత్తులు చేస్తారు. జాగ్రత్తలు తీసుకుంటారు. మీరు పెట్టను తీసికెళ్ళిన రోజులు పందెం రోజులేనా?" అడిగాడు మురళి.

ఉలిక్కిపడ్డాడు సీతారామరాజు. మరచిన విషయమేదో గుర్తు చేస్తున్నట్టున్నాడు.

"అవును... అన్నట్టు ఒక విషయం చెప్పడం మర్చిపోయాను. మూర్తిరాజుకు మంచి జాతి పుంజును పుట్టించుకోవాలనే తలంపుతో బాటు ఆ వాసురాజును దెబ్బతీసే ఉద్దేశం కూడా ఉంది. అది పుంజుల్ని పందేలకు తర్ఫీదు ఇచ్చే కాలమే. ఆ సమయంలో కోడిపెట్టల్ని పుంజుల దరి చేరనివ్వరు. వాసురాజు పుంజుని బలహీన పరచాలనే కోరిక కూడా మూర్తిరాజుకు ఉంది. అది సరే... ఎంత వయస్సులో పందానికి కోడి పుంజును తయారు చేస్తారు? అసలు కోడిపుంజు ఎన్నాళ్ళు జీవిస్తుందో చెప్పగలరా?"

"పదేళ్ళు బతుకుతుందేమో. మరి పందేనికి..." అన్నాడు చంటిబాబు వెంటనే.

అకస్మాత్తుగా కరెంటు పోయింది. చీకటి అలుముకుంది. ఉన్నట్టుండి కరెంటు పోతే ఇబ్బందే. మాట్లాడితే వినిపిస్తుంది. ముఖంలో భావాలు తెలియవు.

సీతారామరాజు అగ్గిపెట్టె, చుట్ట కోసం తడుముకుంటున్నాడు. కనపడలేదు. ఉస్సురని నిట్టూర్చాడు.

సరిగ్గా అదే సమయంలో తలుపు పక్క నుంచి ఒక చేయి బయటకు వచ్చి వెలిగించిన కొవ్వొత్తిని బియ్యం గ్లాసులో ఉంచి అక్కడ పెట్టింది. లిప్తలో చటుక్కున తలుపు మూసుకుంది. అమ్మాజీ ముఖం కనిపించలేదు.

చిరుకాంతి వెలుగులు. రాజబాబు వెళ్ళి ఆ గ్లాసును తీసుకొచ్చాడు. బాగా వెనగ్గా గోడ వార ఉన్న అగ్గిపెట్టె, చుట్ట తెచ్చి సీతారామరాజు చేతిలో పెట్టాడు. ఆయన చుట్ట వెలిగించాడు. పొగ వాసన.

ముగ్గురూ లేవడానికి సిద్ధపడ్డారు.

"ఆగండి... అయిదు నిమిషాల్లో కరెంటు వచ్చేత్తుంది. ఏదో అడిగావు కదూ...ఆ...పుంజు ఎనిమిదేళ్ళ కన్నా ఎక్కువ బతకదు. ఒకటిన్నర సంవత్సరాల పుంజు పందెంకు ఉరకలేస్తుంది. ఇంకో తమాషా చెప్పనా...మట్టు (గుడ్ల మీద కూచుని పొదగడాన్ని మట్టు అంటారు)కు గుడ్లు పెట్టిన పెట్టను కాకుండా వేరే పెట్టను ఉపయోగిస్తారు. ఎందుకంటే కోడిపిల్లల పెంపకంలో జాతి కోడిపెట్ట కూరుకుపోకూడదు. దాన్ని మరల గుడ్లు పెట్టడానికి సిద్ధం చేయాలి. మట్టు దిగిన చిన్న పిల్లను రెండువేలు ఇచ్చి ఎగరేసుకుపోతారు, తెలుసా..."

"అయ్యబాబోయ్... అంత రేటా? అది సరేనండి... మరి రేపు ఏ కథ చెప్పబోతున్నారు? చిన్న కొస అందించండి" రాజబాబు అడిగాడు.

సమాధానంగా సీతారామరాజు బిగ్గరగా నవ్వాడు.

అంతలో కరెంటు వెలుగులు విరజిమ్మింది.

"అదేమిటో...రేపు చూద్దాం..." ఇక వెళ్లండన్నట్టు చూశాడు సీతారామరాజు.

❖❖❖

భక్తి వ్యాపారం:

కోడీ, కుంపటీ లేకపోతే తెల్లవారదా? ఎందుకు తెల్లారదు? బ్రహ్మాండంగా తెల్లవారుతుంది.

సీతారామరాజు ఇంకా వెలుగురేఖలు విచ్చుకోక ముందే లేచాడు. కాలకృత్యాలు పూర్తి చేసుకున్నాడు. వీధి లోకీ పెరటి లోకీ తిరుగుతూ నడిచాడు. తర్వాత-వసారాలో తన కుర్చీ మీద కూచున్నాడు.

హఠాత్తుగా డబ్బుల అవసరం గుర్తుకొచ్చింది. నిన్నట్నుంచీ బుర్రలో మెదులుతూనే ఉంది. పక్కూరులో ఉంటున్న వీరబాబుకు అన్నమాట ప్రకారం డబ్బులు ఇవ్వాల్సి ఉంది. ప్రస్తుతం తన దగ్గర లేవు. ఎలా కూడగట్టాలి?

వీధి గేటు చప్పుడైంది. నలభై ఏళ్ళ అపరిచిత యువకుడు లోపలికి రావడం కనిపించింది. వచ్చినవాడు తిన్నగా ఒక్కో గాబు లోని కోడిపుంజునూ చూస్తున్నాడు. సీతారామరాజు గమనిస్తున్నాడు.

గళ్ళ చొక్కా... కొద్దిగా పెరిగిన గెడ్డం...నుదుటన బొట్టు... చెదిరిన జుట్టు... ఇదీ అతని రూపం. సీతారామరాజు లేచి అతని చెంతకు వెళ్ళాడు. అతను వెనక్కి తిరిగి చూసి నమస్కారం చేశాడు. వంగి వంగి చేసిన ఆ నమస్కారం చిత్రంగా ఉంది. తేడాగా ఉంది.

"ఏమిటి... బాబూ...నీవెవరువు? ఎందుకొచ్చావు? ఏం కావాలి?"

"ఏండీ... రాకూడదాండీ... మీ పుంజుల్ని సూడకూడదా? సరదా అండి నాకు. కోడి మాంసం కూడా ఇష్టంగా తింటానండి. అమ్మ పంపించిందండి. నాన్న వెళ్ళొద్దన్నాడండి. పక్కోళ్ళు కదలొద్దన్నారండి. నేను గిజాయించుకుని వచ్చేసానండి" తికమకగా ఏవో సంబంధం లేని మాటలు మాట్లాడుతున్నాడు.

"సరే గానీండి... ఈ పుంజును అమ్ముతారేంటండి. నేను కొనుక్కుంటాను" అన్నాడా యువకుడు.

సీతారామరాజుకు అప్పటి దాక రాని ఆలోచన బుర్ర లోకి చేరింది. కోడిపుంజు అమ్మేస్తే ఎట్లా ఉంటుంది? తన అతవసరం తీరుతుంది కదా అనుకున్నాడు.

"ఆ... అమ్ముతాను... మీరు చూసిన పుంజు ఓ ఏభై ఇస్తే అమ్ముతాను. అది కూడా కేష్ అయితేనే... అమ్ముతాను" అన్నాడు సీతారామరాజు. అవసరాన్ని బట్టి

బేరమాడితే ఓ పది తగ్గించొచ్చు అనుకున్నాడు.

"అంతేనా? నేనింకా ఎక్కువుంటుందనుకున్నాను. సరే... సరే..అయితే ఇచ్చేయండి. ఇపుడే కేష్ ఇచ్చేస్తాను" అన్నాడు ఆ యువకుడు.

సీతారామరాజు ఆశ్చర్యపోయాడు. కనీసం బేరమాడకుండా చెప్పిన రేటుకే తీసుకుంటానంటున్నాడు. భలే దొరికింది బేరం పొద్దున్నే. కాళ్ల దగ్గరకొచ్చిన బేరం పోగొట్టుకోకూడదు.

గాబులోంచి పుంజును బయటకు తీసాడు. యువకుడు దాన్ని ఎత్తుకుని బరువెంత ఉంటుందో అన్నట్టు చేతులతో తూకం వేసుకుంటున్నాడు. ఫాంటు జేబులోంచి జేబురుమాలులో చుట్టిన సొమ్ము తీసాడు.

"మరదే... పందెం కోడి రుసే వేరండి. బాగా మేపుతారు కదండీ. అది అంత తేలిగ్గా దొరుకుతుందేమిటండీ? రాజుగోరు మంచి దయా గుణం గలోరు. త్యేగమూత్తులు... లేకపోతే ఏభైకు ఇత్తారేంటండి" అని ఏభై నోటు ఇవ్వబోయాడు.

సీతారామరాజు తెల్లబోయాడు. గబుక్కున అతని చేతుల్లోంచి పుంజు లాక్కున్నాడు.

"ఈ పుంజంటే ఏమనుకుంటున్నావు? డబ్బులు అవసరం కాకపోతే అమ్ముతాననే అనను. నీకు మతుందా? ఏభై అంటే ఏభైవేలు... అసలు పందెం పుంజుల విలువేంటో నీకేమైనా తెలుసా?" తీవ్ర స్వరంతో అన్నాడు సీతారామరాజు.

"ఏభై వేలా?... రూపాయలే... అయ్య బాబోయ్..." గుండెల మీద చేతులేసుకున్నాడు యువకుడు.

ఈలోపులో ఒక ముసలావిడ లోపలికి వస్తోంది. ఆమె ఆయాసపడుతూ కంగారుపడుతూ వచ్చింది.

"ఒరే... చిన్నోడా... ఇక్కడున్నావా? నీతో సత్తున్నానురా బాబూ... పద... పద... వీడేమైనా వాగాడా, బాబూ... మతి సరిగ లేనోడు ... ఏమనుకోకండి..." అని యువకుడి చేయి పట్టుకుని తీసుకెళ్లిపోయింది.

'ఔరా..' అంటూ నిర్ఘాంతపోయాడు సీతారామరాజు.

డబ్బు సర్దుబాటు ఎలా? భద్రిరాజు గుర్తుకొచ్చాడు. ప్రతి అవసర

సమయంలోనూ ఎపుడూ మాట కాదనలేదు. భద్రిరాజు ఇంటికి బయలుదేరాడు. సాయం అందింది. వీరబాబుకు పంపించేసాడు. మాట దక్కించుకున్నాడు. అదో తృప్తి.

సాయంకాలమైంది. కాళ్లు నొప్పులుగా ఉన్నాయి. ఈ రోజంతా ఎంతో అలసట.

శుభ్రంగా డేసాలో కాచిన వేడినీళ్ళతో స్నానం చేసాడు సీతారామరాజు. ఆరింటికే భోజనం కానిచ్చాడు, బంగాళాదుంపలు చిన్న ముక్కలుగా కోసి సిరిపురం ఉల్లిపాయలు ఆపళంగా వేసి మసాలాతో వండిన కూరను ఆమ్లెట్ నంజుకుని తిన్నాడు. కూర పొద్దుట వండిందే. ఇష్టమైన కూరతో కడుపు భారంగా ఉంది.

కోడికి పుట్టిన పిల్ల కొక్కొరోకో అనక ఏమంటుందన్నట్టుగా చలాకీగా కబుర్లు చెప్పుకుంటూ వచ్చేశారు ముగ్గురు మిత్రులు.

సీతారామరాజుకు హుషారొచ్చింది.

"కూర్చోండిరా... అబ్బాయిలూ... మీ కోసమే చూస్తున్నాను. మీరెప్పుడూ నాకు ఒరుగుల్లా కనబడతారు. ఒరుగు అంటే ఏమిటో తెలుసా? మధ్య వయసు కోడిపుంజును ఒరుగు అంటారు. ఉదయాన్నే ఒక చిత్రమైన సంఘటన ఎదురైంది" అని పొద్దుట యువకుడి బేరం గురించి చెప్పేసి పెద్దగా నవ్వేశాడు.

"పందెం కోడి రుచి అంత అద్భుతంగా ఎందుకుంటుందో చెప్పనా? లేదులే...మరోసారి చెబుతాను. ఇపుడు సందర్భం కాదు" అన్నాడు.

"సరేనండి. మేమే జ్ఞాపకం చేస్తాం. మరి ఇక మా మామూలు వదలండి" అన్నాడు చంటిబాబు.

"ఓకే. ఒక్క క్షణం ఆగండి" అని ఆలోచనల్లో పడిపోయాడు సీతారామరాజు.

"రోజూ ఇదో పితలాటకం పెట్టారు. అసలు కంటే కొసరు మీదే మోజులా ఉందే. మీకు నచ్చుతుందో లేదో తెలీదు. చెబుతా... వినండి. రత్నంకు పెళ్లైంది. సామాన్యమైన చదువు. ఆమెలో అమాయకత్వం ఉంది. ఎవరితో ఏం మాట్లాడాలో తెలియనితనం ఉంది.

ఆ రోజు మొదటిరోజు శోభనం ముచ్చట అయ్యింది. ఉదయాన్నే అత్తగారొచ్చి పలకరించింది.

'ఏమ్మా...ఇల్లూ బంధువులూ కొత్త కదా... నెమ్మదిగా సర్దుకుంటావులే. ఏం కష్టం వచ్చినా అమ్మలాంటిదాన్ని నాతో చెప్పుకో...' అంది. కొత్త కోడలు రత్నం ఏడుపు మొదలెట్టింది. 'నా జీవితం నాశనం చేసారు. బతుకు ఒక ఆటగా మారింది' అంది. అత్తగారు ఆశ్చర్యపోయింది. కంగారుపడింది. దగ్గరగా వచ్చి అనునయంగా భుజం మీద చేయి వేసింది. 'ఏమ్మా.. ఏమైంది?' అని అడిగింది. 'కబడీ ఆటగాడికిచ్చి కట్టబెట్టారు..." ఏడుస్తూ చెప్పింది. 'అవును... మా అబ్బాయి మంచి కబడీ ఆటగాడు. బలంగానే ఉంటాడు. నీకొచ్చిన ఇబ్బంది చెప్పు... నేనూ ఆడదాన్నే కదా. చాతనైంది చేస్తాను' అంది అత్తగారు. అపుడు కోడలు పిల్ల ఏం చెప్పిందో... తెలుసా?'

"అదేనండి... కబడి ఆటగాడిమోలాన కాబోలు ముందుకీ వెనక్కీ టచ్ చేసి పారిపోతున్నాడు' అంది. ఇక అత్తగారేం చేస్తుంది? తెల్లబోయింది. ఆవిడ తెల్లబోయింది... సరే... మీకేమైనా అర్థమైందా?"

ముగ్గురూ పడి పడి నవ్వారు. అంతలా నవ్వడానికి కారణం ఉంది. చెరువు స్నానం- కప్పలు ఇద్దరు ఆడాళ్ళలో ప్రవేశించి ఉదయాన్నే తమ అనుభవాల్ని చెప్పే బూతు జోకునొకదాన్ని మిత్రులు ఈ మధ్యనే విన్నారు. అది గుర్తు వచ్చింది వాళ్ళకు.

"సరే... మరీ ఎక్కువగా ఊహించుకోకండి. సరిపెట్టండి. ఇక కథ లోకి వద్దాం"

చెవులు రిక్కించి వినడానికి సిద్ధపడారు మిత్రులు.

❖❖❖

ఇది చరిత్ర కాదు. వాస్తవిక గాథ. లోకం పోకడలు అర్థం చేసుకోడానికి ఈ కథ ఉపయోగపడుతుంది. సమాజం, మనుషుల స్వభావాలు కథలో చూడొచ్చు. కల్పనలు ఉంటే ఉండొచ్చు. అయితే ఇపుడు చెప్పే దాంట్లో కల్పన ఇసుమంత కూడా లేదు. అంతా జరిగిందే. భాష, పలుకు వారధిగా పనిచేస్తుంది. వినండి. రెడ్డి నాయుడు మూర్తిరాజుకు మిత్రుడే. ఇందులోని ప్రతి చిన్న విషయం మూర్తిరాజుకు తెలుసు. అందుకే పూసగుచ్చినట్లు చెప్పగలగడం. ప్రతి సన్నివేశం కళ్ల ముందుంచగలగడం. అంతా జరిగిందే చెప్పడం.

రెడ్డి నాయుడుకి ఓ పదిహేను ఎకరాల కొంప్ర ఉంది. కష్టపడి పనిచేయించగలిగే దమ్ముంది. అదనుకు పనులు చేయించగలిగే సత్తా ఉంది.

ఇంకా కొంత చేను కొనగలిగేవాడే. సంపాదించగల నేర్పు ఉన్నవాడే. అందుకే అందరూ పొలాన్ని పెంచుతాడనుకున్నారు. కానీ కొనలేదు. కొనలేదు.

ఎందుకంటే కోడిపందాల మోజు. నరాలు తెగ్గొట్టుకునే వ్యసనం అది. అంటుకున్నదంటే గమ్మున బయటపడలేరు. జీడిలా పట్టుకుంటుంది. పట్టు తప్పించుకోవాలంటే గిజాయించుకోవాలి. శ్వాస బంధించుకోవాలి. కొన్ని స్నేహాలు కాదనుకోవాలి. కొన్ని రకాల స్నేహాల్ని కావాలనుకోవాలి.

రెడ్డి నాయుడు పొలం గట్టున ఉన్నాడు. సూరిగాడి రాక గురించి ఎదురు చూస్తున్నాడు. సూరిగాడికి

పదిహేనేళ్లుంటాయి. దూళ్లకు గడ్డి కోస్తాడు. కాలవకు తోలుకెళ్లి స్నానం చేయిస్తాడు. చేతిలో గడ్డితో వాటి శరీరమంతా శుభ్రంగా తోముతాడు. పాలు పితికి ఇంటికి తీసుకొస్తాడు. పని దొంగ కాదు.

పొద్దున ఇంటి కాడ చెప్పాడు, తొందరగా అన్ని పనులు చక్కబెట్టుకుని పొలం రమ్మని. తను వచ్చేటప్పటికి పొలంలో ఉండాలన్నాడు. పత్తా లేదు. ఆవులు, గేదెలు కట్రాటనే ఉండిపోయాయి. జాము పొద్దెక్కినా అయిపు లేదు. జీవాలు ఉసూరుమంటున్నాయి. ఎక్కడ చచ్చాడో ఎదవ...

మట్టి పామును పట్టుకోవాలి. దాని చర్మం దళసరిగా ఉంటుంది. పాము బొద్దుగా ఉంటుంది. వేగంగా కదలలేదు. కనిపించిందంటే తేలిగ్గా చంపేయొచ్చు. రెడ్డి నాయుడికి ఇపుడు మట్టిపాము అవసరం పడింది. కోడిమేతగా తినిపించాలనుకుంటున్నాడు.

కాసేపటికి సూరిగాడు వచ్చాడు. రెడ్డి నాయుడుకు కోపం నషాళానికి అంటింది.

"ఏరా... ఇప్పటిదాక ఏం రాచకార్యాలు వెలగబెడుతున్నావు? పొద్దుటేం చెప్పాను? చెప్పిన మాట బుర్రకెక్కించుకోవా?" తీవ్ర స్వరంతో అన్నాడు.

"నాకు బయం. జొరం వత్తాది." తాపీగా అన్నాడు సూరిగాడు.

రెడ్డి నాయుడు ఊరుకోలేదు. దవడ మీద ఒకటిచ్చాడు. వాడు ఏడవలేదు. సణుక్కుంటూ దూళ్ల దగ్గరకెళ్లిపోయాడు.

రెడ్డి నాయుడు వాడి రెక్క పట్టుకుని వెనక్కి లాక్కొచ్చాడు.

“నీ పేనానికి నా పేనం అడ్డు. నీవలా కర్ర పట్టుకుని నిలబడు అంతే. మిగిలింది నేను చూసుకుంటాను. గడ్డివాము దగ్గర చూసానన్నావు కదా పద... పద...” అంటూ బలవంతంగా తీసుకెళ్లాడు.

తొలకరించి వారం రోజులయ్యింది. నైరుతి రుతుపవనాలు. వారం రోజులుగా వర్షం. ఈవేళే తెరిపిచ్చింది. చిత్తడిగా ఉంది.

రెడ్డి నాయుడు దుడ్డుకర్ర తీసుకున్నాడు. పంచెను అడ్డంగా తొడ దాకా మడిచాడు. తలపాగా గట్టిగా బిగించాడు. మేఘాల చాటు నుంచి అపుడే బయటకు వచ్చాడు సూర్యుడు.

సూరిబాబు దూరంగా జడుస్తూ నిలబడ్డాడు. అతని చేతిలోనూ చిన్నకర్ర ఉంది. మట్టిపాము వేరే పాములా చురుగ్గా పరుగెట్టలేదు. చంపాలంటే తల చితక్కొట్టాలి. తను పొద్దున పామును చూసిన చోటు చూపించాడు సూరిబాబు.

గడ్డిమేటు అంచున కొద్దిగా కర్రతో కెలికాడు. పాము కనపడలేదు. రెండు చేతులతో కొంచెం గడ్డి లాగాడు. అడుగు దూరంలో సున్నాలా ముడుచుకుని ఉండచుట్టుకున్న రింగులుగా నల్లటి జీరలతో మట్టిపాము కనిపించింది. తల ఏ పక్క నున్నదో తెలీడం లేదు. రెడ్డి నాయుడు బలంగా లాగడానికి ప్రయత్నించాడు. సూరిబాబు నాలుగడుగులు వెనక్కేశాడు.

ప్రమాదం గుర్తించినట్లుంది. తల ఇవతలకి పెట్టింది. లోపలికి పోవడానికి శరీరాన్ని కదలిస్తోంది. గట్టిగా తల మీద బాదాడు. మళ్ళీ మళ్ళీ కొట్టాడు. తల చితికిపోయింది. నజ్జు నజ్జు అయ్యిది. అయినా తోక అటూ ఇటూ ఆడిస్తోంది. కాసేపటికి చలనం ఆగిపోయింది.

రెడ్డి నాయుడు అదే కర్ర మీద వేలాడదీశాడు. బరువుగా ఉంది. రెండు చేతులతో కష్టపడి దిబ్బ దగ్గరకు మోసుకొచ్చాడు. సూరిబాబును పాకలో ఉన్న చెక్కబల్ల, గొడ్డలి, కుండ తీసుకు రమ్మన్నాడు. పామును గొడ్డలితో ముక్కలు ముక్కలుగా నరికాడు. సంచిలో మూటకట్టి తెచ్చిన రెండు శేర్ల ధాన్యం గింజల్ని వాటికి కలిపాడు. బాగా జాడించి కలిపి కుండలో పోశాడు.

చేనును ఆనుకుని పునాస మామిడిచెట్టు పక్కన పెంటకుప్ప ఉంది. దానిలో సుమారు రెండున్నర అడుగుల లోతుగా గొయ్యి తవ్వాడు. కుండను బోర్లించి గోతిలో పూడ్చి పెంటతో కప్పెట్టాడు. ఆరునెలలు అలాగే ఉంచేస్తాడు. సూరిబాబుకు

ఇదంతా ఎందుకో చెప్పలేదు.

ఆరు నెలలయ్యాక తవ్వి తీసాడు. రెడ్డి నాయుడుకు పందెం కోళ్లు నాలుగున్నాయి. అందులో సవల కోడిపుంజును పందానికి ఎంచుకున్నాడు. దాన్ని పందానికి సిద్ధం చేయాలనుకున్నాడు. నీటిలో ఈదించడం... గస తీయడం... వేళకు బలమైన ఆహారం ఇవ్వడం... చంటిపిల్లాడిని సాకినట్లు ముప్పొద్దులా చూసుకోడం... కోడిపెట్టల జోలికి వెళ్లనీయకపోవడం... ఇదంతా అందరూ చేసేదే. వీటికి తోడు మట్టిపాము, ధాన్యం గింజల మెత్తని గుజ్జు... ఇది తినిపిస్తే చర్మం గట్టి పడుతుంది. కత్తి దిగనంతగా బిగిసుకుపోతోంది. చేవదేరుతుంది. ఒక కొండ మనిషి అయిదు కుంచాల ధాన్యం ఇస్తే చెప్పాడు. ఉచితంగా చెప్పకూడదట. ఎవరికీ చెప్పకూడదట. ఈ సలహా మరొకరికి అమ్ముకోవాలేమో. వృత్తి రహస్యం అన్నమాట.

సవలకు ప్రతిరోజూ ఆ గుజ్జును కొంచెం కొంచెం తినిపించాడు. కోడిపుంజు ఇష్టంగా తింది. ఎవరైనా ఎత్తుకు పోతారేమోనని వేగంగా తినేసేది. ఈ తిండి బలం సాధారణమైంది కాదు. రాటుదేరుతుంది. చర్మం ముట్టుకుంటే గట్టి రాయిలా తగులుతోంది. కోడిపుంజు శరీరాన్ని చేతి వేలితో కొడితే టంగుమని మోగుతోంది.

రెడ్డి నాయుడు సవలను పందానికి తీసుకెళ్ళాడు. అదే రోజు ఉదయాన సారాలో నిమ్మరసం పిండి తాగించాడు. అవతలి పుంజు డేగ. ఆ సమయం సవలకు అనుకూలం కాదు. రంగు లేదు. ముహూర్తం కూడా బలంగా లేదు. ఎల్లపుడూ రెడ్డి నాయుడు పక్కనుండే సింహాద్రి గాడు కుక్కుటశాస్త్రం పుస్తకం తిరగేశాడు. పందెం జరిగే దినం బట్టి పందెం కోళ్ళ నామాక్షర వర్గం బట్టి వారం బట్టి తిది వార నక్షత్రాలను బట్టి మేలు కీడుల్ని వివరించే శాస్త్రం అది.

ఆరుద్ర నక్షత్ర కాలం. డేగ పుంజు కాకిని జయిస్తుంది. పైగా నాలుగోజాము (మధ్యాహ్నం మూడు గంటల సమయం) సుద్ద డేగకే అనుకూలం. పందెం వద్దని సింహాద్రి పోరుతూనే ఉన్నాడు.

రెడ్డి నాయుడ్ని పందెం వద్దని వారించారు మరి కొందరు. వినలేదు. పుంజు మీద గట్టి నమ్మకం ఉన్నవాడు. ఎలా వింటాడు?

సవల పుంజు మీద హెచ్చు పడలేదు. పందెం వదిలే లోపు డబ్బులు కాయడానికి వాటి సత్తా అనుసరించి హెచ్చుతగ్గులు నిర్ణయిస్తారు పందెంగాళ్ళు. ఆరూనాలుగెచ్చు అంటారు. గెలిచినోడికి ఆరుకీ నాలుగే వస్తాయి. అవతల పుంజు

గెలిస్తే ఎక్కువ మొత్తం వస్తుందన్నమాట. ఉదాహరణకు సవల గెలిస్తే ఆరువేలు పందెం అయితే నాలుగువేలే వస్తాయి. హామీగా గెలుస్తుందని నమ్మితే తక్కువ సొమ్ము వచ్చినా పర్వాలేదని అలా వేస్తారు.

పుంజుల్ని బరిలోకి దింపారు. మెడ కింద పొడిపించి వదిలారు. డేగ సవల మీదకొచ్చి కాలు విసిరింది. తేలిగ్గా దూదిపింజ మాదిరి ఎగురుతోంది అది. సవలకు కత్తి గీసుకుంది. ఇంకో ఎగురులో సవల తలకు తగిలింది. పైకి ఏమీ కనపడలేదు. మళ్ళీ మళ్ళీ దెబ్బలు తింది. రక్తం కారలేదు. రెడ్డి నాయుడు వింతగా చూస్తున్నాడు. మిగిలినవారు చెప్పినపుడు వినకపోతే అంతే అన్నట్టు కనుబొమలు ఎగరేస్తున్నారు.

చిత్రం జరిగిందప్పుడే. సవల అకస్మాత్తుగా డేగను ముక్కుతో గట్టి పట్టుపట్టి విడవకుండా చావగొట్టింది. ఈడ్చి కొట్టింది. ఎవరూ ఊహించలేదు. సవల ధాటికి తట్టుకోలేకపోయింది డేగ. నేల కరిచింది. కత్తి పందేల్లో గెలుపు ఒకోసారి ఇలాగే ఉంటుంది. ఈలలు, కేకలు మిన్నంటాయి.

రెడ్డి నాయుడు నమ్మకం వమ్ము కాలేదు. గెలిచాడు. పుంజు మీద ఉన్న అపారమైన నమ్మకం వట్టినే పోలేదు. పాతికవేల రూపాయలు గెలిచాడు.

గెలిచిన సవలను జాగ్రత్తగా పరిశీలించాడు. చిన్న చిన్న దెబ్బలు. పెద్దగా విచారించక్కర్లేదు. కవుకు దెబ్బలు తగిలుంటాయి. చర్మం కమిలి ఉంది. పైకి బాగానే ఉంది. కాపడం పెట్టి శ్రద్ధగా చూసుకోవాలనుకున్నాడు.

అదేం చిత్రమో సవల నాలుగోరోజు చచ్చిపోయింది. ఏమైందో తెలీదు. తెల్లారి చూడగానే నేల మీద పడుంది. తలలో ఏ నరమో చిట్లుంటుంది.

ఎప్పుడూ లేంది రెడ్డి నాయుడు కండ్లలో నీళ్లు ఉబికాయి. ఏడ్చాడు. ఇంట్లో మనిషి పోయినంత బాధ. వెక్కి వెక్కి మరీ ఏడ్చాడు చాటుగా. ఒడిలో పుంజు పెట్టుకుని తలకు ఆనించి మౌనంగా రోదించాడు. గంటలో సర్దుకున్నాడు. దుఃఖాన్ని అణచుకున్నాడు.

చుట్టూ గుడ్డ చుట్టి చిన్న పిల్లాడిని ఎత్తుకున్నట్టు అరచేతుల మీదుగా పుంజును పట్టుకుని బయటకు వచ్చాడు. మెయిన్ రోడ్డులో ఉన్న ఆసుపత్రి ప్రాంతానికి చేరాడు. ఎదురుగా రోడ్డు అవతల గోతిని తవ్వి పాతిపెట్టాడు.

ఇంటికెళ్లాడు. పెరటిలో కట్టవ వార మూడడుగుల మఱ్ఱి మొక్క ఉంది.

దాన్ని వేళ్ళు మట్టితో సహా ఊడబెరికి మరల ఆసుపత్రి దగ్గరకు వెళ్ళాడు. సవలను కప్పెట్టిన చోట మర్రి మొక్కను నాటాడు. నీళ్లు పోశాడు. ఒకరిద్దరు దారినపోయినవారు చూశారు గానీ పలకరించలేదు. రెడ్డి నాయుడు చేసిన పని గ్రామం కావటాన ఊళ్లో జనాలకు తెలిసిపోయింది.

రెడ్డి నాయుడు మర్రిమొక్క ఆలనాపాలనా పెద్దగా ఏమీ చూడలేదు. పాతి వదిలేసాడంతే. అది జామ్మని పెరుగుతోంది. ఆ దారంట వెళ్లేటపుడు మాత్రం చూస్తుంటాడు. మేకలు అవీ తినకుండా ఎవరో ముళ్ళ కంచెలాంటిది వేశారు.

రోజులు గడుస్తున్నాయి. మర్రిచెట్టు పెద్దదయ్యింది. ఊడలు దిగాయి. నీడ పుట్టింది. చల్లగా సేద తీరే చోటుగా మారింది. పక్షులు చేరాయి. మనుషులూ చేరుతున్నారు. కాసేపు నిలబడి చెమటలు తుడుచుకుంటున్నారు. ఊసులు చెప్పుకుంటున్నారు. చెట్టు చేసే మేలు కనబడుతోంది. పలువురికి ఇష్టపడే చోటయ్యింది. కలిసే ప్రదేశమైంది.

“రెడ్డీ... నీకు పున్నెముంటుంది. మర్రి మాను చుట్టూ చప్టా కట్టించవయ్యా... ఆస్పటలుకు వచ్చినోళ్లు నీ పేరు చెప్పుకుని సేద తీరతారు” చనువున్న వాళ్లు అడుగుతున్నారు. రెడ్డి నాయుడు పట్టించుకోలేదు. తర్వాత్తర్వాత ఆ మాటలు బుర్రకెక్కాయి. చప్టా కట్టించాడు. అరుగులా తీర్చి దిద్దాడు. రోడ్డు మీద నడుస్తున్నవాళ్లకు కనిపించేలా ‘కోకిలమ్మ’ అని రాయించాడు. అందరూ కోకిలమ్మ బండ అనడం మొదలెట్టారు.

ఆసుపత్రికొచ్చేవారు బస్సు కోసం ఎదురుచూడ్డానికో డాక్టర్లను కలవడానికో ఆ చెట్టు నీడనే కూర్చునేవారు. ఎంతగానో జనాల్ని సమాదరించింది ఆ చోటు.

“ఆ బాబు... సల్లగుండాల. బలే చెట్టు... ఎంతమందికైనా చోటిస్తోంది”
“చెట్టు కింద నిలబడితే సగం రోగం తీరినట్లే”
“పచ్చులకీ మనుసులకీ నెలవైంది కదా”
“రెడ్డి నాయుడు ఏ మూర్తాన పాతేడో... పేనం అయిగా సైతిగా ఉంటుందిక్కడ”

కాలానికి పొగరెక్కువ. జీవితాల్ని నిక్షేపంగా దొర్లనీయదు. ప్రతి అంచు లోనూ ఏదో మడత పేచీ దాగి వుంటుంది. కోడి గుడ్డంత సంసారం లోనూ అనంతమైన కోరికలుంటాయి. అదే జరిగింది ఈ రచ్చబండ దగ్గర. మార్పులు చెప్పి రావు.

అనంతాచార్యులు కొత్తగా వచ్చాడు ఆ ఊరికి. దూరపు బంధుత్వం ఉంది శివాలయ అర్చకుడితో. బంధువుకు సాయపడాలని వచ్చినవాడల్లా చాలా రోజులు ఉండాల్సి వచ్చింది. ఊరి వాళ్ళతో పరిచయాలూ పెంచుకున్నాడు తన మాటకారితనంతో.

అనంతాచార్యులు సన్నగా బక్కపలచగా ఉంటాడు. పసుపు రంగు పంచె మీద కాషాయం రంగు తువ్వాలు బిగిస్తాడు. కబుర్ల పోగు. శాస్త్రాలు చెబుతాడు. సంస్కృత శ్లోకాలు వల్లె వేస్తాడు. మనిషిని చూస్తే గౌరవభావం కలుగుతుంది. రెడ్డి నాయుడ్ని తరచు పలకరించి యోగక్షేమాలు అడుగుతుంటాడు.

"చిత్తం... అయ్యవార్లూ..." అని అనంతాచార్యులు చెప్పిందల్లా వింటాడు. రెడ్డినాయుడు అపుడపుడు తన చేలో పండిన కూరగాయలు పంపిస్తుంటాడు. రోడ్డు మీద ఎదురుపడితే ఆప్యాయంగా మాట్లాడతాడు.

హఠాత్తుగా అనంతాచార్యులు ఒకరోజు రెడ్డి నాయుడి ఇంటికి వచ్చాడు. కుశల ప్రశ్నలు అయ్యాయి.

"రెడ్డి నాయుడూ... రాత్రి కలొచ్చిందయ్యా... కలలో కుక్కుటేశ్వరుడు కనిపించాడు. లింగాకారం... దాని మీద కోడిపంజు తల... నన్నెవరో ఏదో శక్తి ఆవహించి ఆసుపత్రి దాక నడిపించింది. మీ మర్రిచెట్టును చూపించి మాయం అయ్యింది. తిడితే చచ్చిన వాడూ లేడు దీవిస్తే బతికినవాడూ లేడు. కారణజన్ములు మీరు. మీ చేతి మీదుగా కాగల కార్యం ఒకటుందనిపిస్తోంది" అనంతాచార్యులు చెప్పడం ఆపాడు. రెడ్డి నాయుడు ముఖం లోకి చూశాడు. ఇపుడు గోదారి లోకి దూకేయమన్నా దూకేసేలా ఉన్నాడు. మనసులో మాట చెప్పడానికి ఇదే అదను అనుకున్నాడు.

"సెలవియ్యండి... మహాశయా... నా చేతిలో పనైతే తప్పకుండా చేస్తాను" అన్నాడు రెడ్డి నాయుడు.

"మీరు కాదనరని తెలుసు... అయినా అడిగిందాకా ఉండి మాట బోటవుతుందని సందేహిస్తున్నాను" ముందస్తుగా బంధం వేయడానికి అన్న మాట అది.

అనంతాచార్యులుకు దగ్గరగా వచ్చి రెడ్డి నాయుడు చేతులు జోడించాడు. శిరస్సు వంచి నిలబడ్డాడు.

"మర్రిచెట్టు చప్టాకు చుట్టూ కటకటాలు పెట్టి గుడి కట్టండి. కుక్కుటేశ్వరుని ఆలయం. ఆ దేవదేవుని ఆన. లింగం మీద కోడిపుంజు ఆకృతితో... నిత్యవ్యవహారాలంటారా... నేను నడిపిస్తాను ఏ లోటు లేకుండా. అంతా చూసుకునే బాధ్యత నాదే. దీని పుణ్యం వట్టినే పోదు. కోడిపందాల్లో అజేయుడిగా నిలుస్తారు. కుక్కుటేశ్వరుని ఆశిస్సులు ఉంటాయి. నన్ను నమ్మండి " అన్నాడు అనంతాచార్యులు.

రెడ్డి నాయుడు అంగీకరించాడు. గుడి కట్టించాడు. చప్టా అంతా కటకటాలు పెట్టించాడు. చెట్టు మొదలు ముందు భాగం తొలిచినట్లుంటుంది. అక్కడ లింగం ప్రతిష్ఠించారు. లింగం పై భాగాన కోడిపుంజు తల ఆకారం ఉండేట్టుగా తయారు చేశారు. పైన పక్షుల వల్ల రెట్టల సమస్య లేకుండా సీలింగు చేశారు. గుడి రడీ. దారంటా వెళ్ళే వారు ఒక్కక్షణం ఆగి దర్శించుకుంటున్నారు.

కుక్కుటేశ్వరస్వామికి దీపధూప నైవేద్యాలు ప్రారంభమయ్యాయి. ముందులో జనం పలుచగా వచ్చేవారు. అనంతాచార్యులు గుడిని అంటిపెట్టుకునే ఉంటున్నాడు. భక్తి శ్రద్ధలతో పూజలు నిర్వహిస్తున్నాడు.

మహిమలు పుట్టుకొచ్చాయి. జనబాహుళ్యం లోకి నెమ్మదిగా వెళుతున్నాయి. స్థల పురాణం మరింత లోతుగా తయారైంది. కరపత్రాల ద్వారా విస్తృత ప్రచారం జరుగుతోంది.

క్రమేపీ పొరుగూరు నుండి కూడా భక్త జనులు రావడం మొదలెట్టారు. రెడ్డి నాయుడు ఊహించనంతగానూ అనంతాచార్యులు తలచినట్టుగానూ దేవాలయం ప్రాశస్త్యం పెరిగిపోయింది. మాఘ బహుళ ఏకాదశి నాడు కళ్యాణం. నాలుగు రోజుల పాటు గ్రామోత్సవం. చతుర్దశి రోజు శివరాత్రి. అపుడే తీర్థం కూడా జరుగుతుంది. ఆ రోజుల్లో జన సందోహం గురించి చెప్పలేం. దూర ప్రాంతాల నుంచి కూడా వందల సంఖ్యలో భక్తులు వస్తారు.

అయిదు సంవత్సరాలు గడిచాయి. లింగం మీద కోడిపుంజు ఆకారం చిట్లింది. చితికిపోయింది.

ప్రజల్లో గగ్గోలు మొదలైంది. రకరకాల ఊహాగానాలు చెలరేగాయి. రెడ్డి నాయుడు దంపతులు లింగం ప్రతిష్ఠ సమయంలో పీటల మీద కూర్చున్నారు. అప్పటికి రెడ్డి నాయుడు తండ్రి చనిపోయి సంవత్సరం కాలేదు. ఏటి మైల వదలలేదు. అందుకే విగ్రహం పాడైందని చెవులు కొరుక్కున్నారు. నిజానికి నిత్యం ఆవునెయ్యి-

పాలుతో అభిషేకాలు, సంప్రోక్షణలు పేరుతో కడుగుడులుతో జరిగిన అనర్థం ఇది. లింగం మరమ్మత్తులు చేశారు. ఈసారి కోడిపుంజు ఆకారం కాకుండా లింగం పై భాగం కొద్దిగా ముందుకు వంగినట్లుగా తయారు చేశారు. పండితుల సలహాలతో ప్రతిష్ట మహోత్సవం ఘనంగా జరిగింది

రోగులు కూర్చునే చోటు మాయమైనట్లే. ఆసుపత్రి ఎదుట నిత్యం సందడిగా ఉంటోంది. జనంతో కళకళలాడుతోంది. శబ్ద కాలుష్యపు విషకోరలు సాచి ఆసుపత్రి వాతావరణం దెబ్బతింది. భక్తి పారవశ్యం మనోభావాలకు సంబంధించింది.

అనంతాచార్యులు ఆశయం నెరవేరింది. సాంఘికంగా గౌరవం, మర్యాదలు దక్కుతున్నాయి. ఉన్నత వ్యక్తిత్వం చేకూరింది. ఆయన చుట్టూ కాంతిరేఖలు విరజిమ్ముతున్నాయి. ఆయన పట్ల భక్తి భావం పెరిగింది.

రెడ్డి నాయుడు మూర్తిరాజుతో తన గోడు చెప్పుకున్నాడు. తలచింది ఒకటి. జరుగుతున్నది మరొకటి. పుంజు మీద ఎనలేని ప్రేమ కాస్తా భక్తి వ్యాపారంగా మారడం పట్ల మనసులో బాధ ఉంది. రోగులకు నిలవనీడ లేకుండా పోవడం భరించలేక పోతున్నాడు. ఇక చేసేదేమీ లేదని తెలిసిపోయింది.

కోడిపుంజు రెక్కలు విసనకర్రగా మారి చెమటలు పట్టకుండా అనంతాచార్యులు ఒంటి పైకి విసురుతోంది. ఇది ఆయన కాలం. బతకనేర్చిన అనంతాచార్యులు చిద్విలాసంగా నవ్వుతున్నాడు.

❖❖❖

సీతారామరాజు చెప్పడం ఆపాడు. ఆయన ముఖం మీద అలసట తాలూకు ఛాయలు. దెబ్బ తిన్నపుడు కలిగే బాధ. ఇంకా రెడ్డి నాయుడి గురించే ఆలోచిస్తున్నాడు.

"రెడ్డి నాయుడు చాలా అమాయకుడు. జీవితంలో అన్నీ పోగొట్టుకున్నవాడే. కూడబెట్టినవాడు కాదు. ఎవరేం చెప్పినా నమ్మేసే రకం. భక్తిని కూడా వ్యాపారంగా మార్చేసుకునే ఘనులుంటారని తెలీదు. ఇలా చాలా చోట్ల జరుగుతుండే విషయమే ఏమో. మనిషిలోని బలహీనతలతో ఆడుకునే ఆటలెన్నో " సీతారామరాజు ముక్తాయింపు ఇచ్చాడు.

మంచి నీళ్ళ గ్లాసు లోకి ఒంపుకుని తాగాడు. మురళి ఆయన ముఖంలోకి చూస్తున్నాడు.

"మీరు చెప్పింది వింటే అంతా జరిగిందే అనిపిస్తోంది. ఒకసారి మేమూ అక్కడికెళ్లి చూస్తాం. మీరింత ఆధునిక స్థలపురాణం చెప్పిన తర్వాత చూడకుండా ఎలా ఉంటాం?" అన్నాడు మురళి.

"రెడ్డి నాయుడు పుంజుకు కత్తి పోట్లు లేవు కదా. ఎలా చచ్చిపోయింది? అందులోనూ గట్టి చర్మంతో దిట్టంగా ఉన్న పుంజు" రాజబాబు అడిగాడు.

"నిజమే. కత్తి పందేల్లో రక్తం కారి లోతుగా పోటు తగిలి గాయాలై చస్తాయి. కత్తి పందెం నిమిషాల్లో తేలిపోతుంది. విడి కాళ్ళ పందేలు అదే జట్టీ పందేల్లో కత్తి కట్టరు. పోరాటం రెండు మూడు గంటల సమయం సేపు సాగుతుంది. ఏదో కోడి చచ్చిపోతుంది. చాలా తక్కువ సందర్భాల్లో పారిపోవడం జరుగుతుంది. వాటికిచ్చే శిక్షణ వల్ల మేపు వల్ల సాధారణంగా పారిపోవు.

ఇంకో సంగతి గమనించాలి. కత్తి పందేల్లో పుంజులు మెడ కింద భాగాన్నే కొడతాయి. విడికాళ్ళ పందేల్లో తల మీదకే గురి ఉండేలా కాలు విసురుతుంది. ఆ రకంగా వాటికి తర్ఫీదు ఇస్తారు. సరేనా... ఇక లేద్దామా?" అంటూ లేచాడు సీతారామరాజు.

"ఒక్క చిన్న ప్రశ్న. గతంలో పరిపాలన చేసే రాజులు కోడిపందేలు ఎందుకు ప్రోత్సహించారు. ఇపుడెందుకు నిషేధం?" చంటిబాబు అడిగాడు.

"నాయనా... ఇప్పటి వరకు నేను వాగిందీ మీరు విన్నదీ చాలదా? అన్నీ ఒకేసారి విసుగు విరామం లేకుండా చెప్పేయాలా? రేపు వస్తారు కదా... చెప్పుకుందాం. మీ ఉత్సాహం చూస్తుంటే లేని అనుభవాల్ని కూడా కథలుగా అల్లి చెప్పాలనిపిస్తోంది. కొన్ని మసాలాలు దట్టించి చెప్పడం అన్నమాట... అహహా..." సీతారామరాజు ఒళ్లు విరుచుకున్నాడు.

ఆయన్నిక ఇబ్బంది పెట్టడం ఇష్టం లేదు. మురళి ఇక లేద్దామని సైగ చేసాడు. ముగ్గురూ బయటకు నడిచారు, ఇతర విషయాలు మాట్లాడుకుంటూ.

❖❖❖

గుర్తింపు సమస్య:

చీకటి లోంచి పుట్టిన లేత కిరణాల వెలుగురేఖలు ఉదయం. ఈ ఉదయం కోసం పదిరోజులుగా ఎదురుచూస్తున్నాడు సీతారామరాజు. మోడువారిన జీవితాన

మసకబారిన పండుగ. గెంతులేసి కేకులు కోసి సంబరంగా జరుపుకుని ఆనందించాల్సిన రోజు. అవును ఈరోజు అమ్మాజీ పుట్టినరోజు. జ్ఞాపకం చేసేవారు లేక సొంత పుట్టినరోజులు నెమ్మదిగా జారిపోయిన సంగతులున్నాయి. అలాంటి పొరబాటు జరక్కుండా గుర్తు పెట్టుకునే ప్రయాస అందుకే.

నెమ్మదిగా వంటింటి గదికి చేరాడు. శుభాకాంక్షలు చెప్పాడు. చెప్పిన విధానం పేలవంగా ఉంది. ఈవేళ తినాల్సిన ప్రత్యేకంగా వండుకోవాల్సిన వంటలు గురించి మాట్లాడాడు. అమ్మాజీ మౌనంగా

ఉండిపోయింది. పదే పదే అనునయంగా అడిగాడు. తన వల్ల ఆమెకు నష్టం జరిగిందనే అపరాధభావం ఏ మూలో ఉంది. దాన్ని చక్కదిద్దే అవకాశం ఇప్పటికీ ఉంది. కాలం తీర్చాల్సిన సమస్య ఇది.

“ఈ ఒక్కరోజూ ప్రత్యేకంగా వండుకుని మనిద్దరం తినాలా? వద్దులెండి? నాకిష్టం లేదు, బావాజీ” అని తండ్రితో చెప్పేసింది అమ్మాజీ.

“అలా కాదులే. నాలుకలకు ఆ వంకన కొత్త రుచులు తినిపించొద్దా? అదీ కాకుండా రాత్రికి ఆ కుర్రాళ్లకు పెడదాం. నాటుకోడి కోయిస్తాను. పలావు చేయి. పాయసం కూడా. నీ చేతి పలావు, పాయసం అద్భుతంగా ఉంటుంది. జీవితంలో మరచిపోలేరు” అన్నాడు. అమ్మాజీ వినిపించుకోలేదు. మాట్లాడలేదు.

“నిన్న పుట్టినట్లున్న నీకు నలభై ఏళ్లొచ్చాయి. నా మాట కాదనకు, తల్లీ”

“వద్దు...వద్దు..” కరాఖండీగా చెప్పింది అమ్మాజీ. సీతారామరాజు ఊరుకోలేదు. బతిమాలాడు.

“వచ్చే పొద్దేం కాదు నాది పోయే పొద్దు. ఈవేళ నిత్యం. రేపు అసత్యం. రేపు సూర్యుడ్ని చూడాలనేది ఆశ. నీకోసం కాదు నా కోసం. తినాలనివుంది” అనడంతో అమ్మాజీ ఇక సరేనని అనక తప్పలేదు.

వెంటనే కావాల్సినవి పురమాయించాడు.

తన వాలు కుర్చీలో కూర్చున్నాడు. ఆలోచనలు తిన్నగా ఉండవు. ఏవో బుర్రలో కలియతిరుగుతూ మనసు లోంచి దేవుతున్నట్టు కుదుపుతాయి. కళ్ల తెర ముందు నలుపు తెలుపు రంగులు...

అనుబంధ సౌందర్యం ఒకోసారి జీవితేచ్ఛ పెంచుతుంది. ఆప్తుల మధ్య

స్నేహావరణపు వాతావరణం కలిగిస్తుంది. ఒకళ్ళనొకళ్లు విడిచి ఉండలేనంత ఆత్మీయతను కురిపిస్తుంది. ఇవన్నీ యాంత్రికత చోటు చేసుకోనంత సేపే. అలా కాకపోతే ఆవేశపు ఒక కొస ముడులు బిగిసుకుపోయిన చప్పుడు వచ్చేలా చేస్తుంది.ఆ తీవ్ర కంపనం ఎడబాటుకు కారణమౌతుంది. కాలాన్ని వెనక్కి తిప్పి సరిచేసుకోలేం.

అదే విషయాన్ని కుర్రాళ్లకు ఈరోజు చెప్పాలి. జీవితం లోని కొన్ని సంఘటనలు బాధాకరంగా మారడానికి శరీరం లోని కొన్ని హార్మోన్లు పనిచేస్తాయి. ఇదెక్కడో చదివిందే. ఇదీ కుర్రాళ్ళకు సందర్భం కల్పించుకునైనా సరే చెప్పాలి. ఇలాంటి వాటిని చెప్పడానికి జీవితాన్ని తవ్వుకోవాలి. జ్ఞాపకాలు వెల్లువలా వస్తాయి. ఉక్కిరిబిక్కిరి చేస్తాయి. ఒకోసారి తట్టుకోలేనంత బాధ తన్నుకొస్తుంది.

పగలు ఎండ ఎక్కువగానే ఉంది. ప్రత్యక్షంగా తలెత్తి చూడకపోయినా సూర్యుడు రగిలిపోతున్నట్టే ఉంది. సాయంత్రం అయినా ఇంకా వేడిగానే ఉంది వాతావరణం.

పుంజుల దగ్గరకెళ్లాడు, మంచినీళ్ళు తీసుకుని. ప్రతి పుంజు దగ్గర ఉన్న పింగాణీ కప్పులను నీళ్ళతో నింపాడు.వెనక్కి వచ్చి వాలుకుర్చీలో కూర్చున్నాడు. గతం గతమే కావచ్చు. పట్టుదలతో కూడిన ఆవేశం తనను కుదిపిన సంఘటనలు స్ఫురణకు వచ్చాయి. దీన్ని కథగా మలచి కుర్రాళ్ళకు చెప్పుకుంటే హృదయభారం తేలికవుతుందేమో. బరువు పెరగకుండా కొన్నింటికి బయటకు వెళ్ళే దారి చూపించాలేమో.

ఎపుడూ లేంది ముగ్గురు మిత్రుల రాక కోసం ఎదురుచూస్తున్నాడు. ఏది కావాలనుకున్నామో అది ఆలస్యమైనపుడు అసహనం తప్పదు. వస్తారనుకున్నవాళ్లు రారేమో. రాకపోతే ఏం చేయాలి?

సీతారామరాజు సందేహాలు పటాపంచలయ్యాయి. ముఖం నూతనోత్తేజంతో వెలిగింది. ముగ్గురు మిత్రులు రానే వచ్చారు. వాళ్ల సమక్షం ఎందుకో నచ్చుతోంది. వాళ్లు రాకపోతే చెప్పలేనంత వెలితి. ఎందుకో? ముగ్గురు మిత్రులు తెలివైనవాళ్లే. ఎదుట వ్యక్తికి సాయపడాలనే తత్వం వాళ్లది. తప్పుడు భావనలు లేవు. కొత్త విషయాల్ని తెలుసుకుందామనే కోరిక వాళ్లను ఇక్కడకు రప్పిస్తోంది.

"ఉండండ్రా... మీ చేత ఇవాళ తీపి, కారం తినిపిస్తాను. మీరు తింటే నాకు తృప్తి" అని లోపలికెళ్ళాడు సీతారామరాజు. కొత్త ఉత్సాహం... పండుగ సంబరం... ఉత్సవ సౌరభం... నూతనోత్తేజపు సవ్వడి...

"ఎందుకో....ఏమిటో... ఈ హడావుడి..." అన్నాడు చంటిబాబు.

"కొంచెమే... ఎక్కువ కాదు. రుచి చూడటానికే..." అని మూడు ప్లేట్లను ట్రేలో పొందిగ్గా అమర్చి పెట్టిన పలావు తీసుకొచ్చాడు, మతాబులా వెలుగుతున్న ముఖంతో.

"ఏమిటండీ... విశేషం... చెప్పకుండా... తినేదెలా?" అన్నాడు మురళి.

"ముందు తినండి...తర్వాత చెబుతాను" వాళ్ల కేసి ఆపేక్షగా చూస్తూ.

ముగ్గురూ చెంచాలతో తినడం మొదలెట్టారు. చాలా రుచిగా ఉన్నట్లు వాళ్లు తింటున్న విధానమే చెబుతోంది. మామూలు పలావుకు భిన్నంగా ఉండటాన్ని గమనించారు. కొత్త రుచి. ఘుమఘుమలాడుతోంది. ఇంటిలో శ్రద్ధగా చేసిన వంట మహాత్మ్యం ఇది.

"అద్భుతంగా ఉంది. మేమెప్పుడూ తిననంత బావుంది. ఇపుడు చెప్పండి. ఏమిటి విశేషం?"

"ఒక్క క్షణంలో వస్తాను" అని మళ్లీ లోపలికెళ్లాడు. ఈసారి పాయసం తీసుకొచ్చాడు.

"ఏమీ లేదయ్యా... నా జిహ్వ చాపల్యం తీర్చుకోడానికి... చేయించాను. దానికి వంక ఏమిటంటే మా పాప పుట్టినరోజు" అని చెప్పి కూర్చున్నాడు. జీడిపలుకులు కిస్‌మిస్‌లతో పాయసం మధురంగా ఉండటంతో నెమ్మదిగా గ్లాసు పెదాలకు తాకించి తాగారు.

రాజబాబు ఖాళీ ప్లేట్లనీ గ్లాసుల్నీ స్తంభం దగ్గర పెట్టాడు.

ఏక కంఠంతో ముగ్గురూ చాలా బావున్నాయని తృప్తితో మెచ్చుకున్నారు.

"అంతా శాంతమ్మ తర్ఫీదు. ఆవిడ గొప్పగా వండేది ఏదైనా సరే. మా బంధువులందరూ తెగ సంబరపడిపోయేవారు. వాళ్ల ఇంటికెళ్ళినపుడు కూడా పనిగట్టుకుని ఈవిడ చేత వండించుకునేవారు. ఈవిడ ఆనందంగా చేసి పెట్టేది" అని ఆగాడు. ఆతురత పెంచడానికి అన్నట్టు మధ్యలో కాస్తంత విరామం ప్రకటిస్తుంటాడు. మూడు నిమిషాలసేపు నిశ్శబ్దంగా ఉండిపోయాడు. వాళ్లు ఆయన ముఖం చూస్తూ ఉండిపోయారు. ఒకోసారి స్తబ్దులోకి వెళ్లిపోవడం అలవాటే. తట్టి ఈ లోకంలోకి తీసుకురావాలి.

"పసందైన విందు భోజనం చేసినట్లుంది. అన్నట్టు మొన్నామధ్య పందెంకోడి ఎందుకు రుచిగా ఉంటుందో చెబుతానన్నారు కదా. చెప్పండి. మాకు చాలా ఆతృతగా ఉంది. అసలు పందెంకోడి తింటూ చెప్పుకుంటే బావుండేదేమో" అన్నాడు మురళి.

సీతారామరాజు చిత్రంగా పెదాలు చప్పరించాడు. ఆ చప్పరింపులో ఆస్వాదించే రుచి ఏదో నోటిలోకి తెచ్చుకున్నట్లుగా ఉంది. తినకపోయినా వెంటాడే రుచి తాలూకు మాధుర్యం ఇతరులకు తెలుస్తుందన్నమాట.

చెప్పబోయేదానికి ఉపోద్ఘాతంలా ఉంది అది.

"అడిగావా?... సరే... చదివిందీ విన్నదీ చెబుతాను. మామూలు కోడికీ పందెం కోడి మాంసానికి రుచిలో చాలా తేడా ఉంటుంది. రుచిగా ఉండటానికి అనేక కారణాలు ఉన్నాయి. మాంసప్రియులు ఒక్కసారి పందెం కోడి తింటే వదిలిపెట్టరు. దాని రేటుతో సంబంధం లేకుండా మళ్లీ మళ్లీ కావాలంటారు. అస్తమానం దొరికేది కూడా కాదు. పందెం కోడిని పందానికి తయారు నిమిత్తం బాదంపప్పు, పిస్తా, గ్రుడ్డు లాంటి బలవర్ధక ఆహారం పెడతారు. శుచిగా శుభ్రంగా మంచి ఆరోగ్యవంతమైన వాతావరణంలో ఉంచుతారు. ఇదొక్కటే రుచి పెరగడానికి కారణం కాదు. రుచి ఎలా పెరుగుతుందో ఒక ఉదాహరణ చెబుతాను.

అడవిలో పులి ఉంది. పులి రోజువారీ ఆహారం కోసం వేటాడుతుంది. జంతువు దొరికింది కదా అని ఒక్క దెబ్బతో పంజా విసిరి చంపేయదు తెలుసా... తరిమి తరిమి అది ప్రాణభయంతో... పరుగెడుతుంటే ఆదొక వినోదంలా ఆటలా ఆడుకుంటూ అపుడు వేస్తుంది పంజాతో చావుదెబ్బ. పిల్లికి ఆట ఎలక్కి ప్రాణసంకటంలా పులి ప్రవర్తన ఉంటుంది. ఇదేదో వ్యూహంతో చేస్తుందనుకోలేం. అదో సరదా కృత్యంలా సాగుతుందన్నమాట. వేగవంతమైన రక్త ప్రసరణతో ఒక భయోత్పాత దేహచలనపు అనుభూతి వల్ల ఎడ్రినల్ గ్రంధి ఊరుతుంది. ఆ హార్మోన్ల ప్రకోపానికి గురై మరణించిన దానికి రుచి ఎక్కువగా ఉంటుంది. ఇది కొత్తగా నేను చెప్పడం కాదు. అలాగే పందెం కోడి-

వీరావేశంతో కత్తిపందెంలో కూడా గ్రంధులు స్రవిస్తాయి. రెండు కోళ్ల మధ్య జరిగే సంకుల సమరం లో కూడా ఎడ్రినల్ తన ప్రతాపం చూపిస్తుంది. పందెం కోడి మాంసానికి జనం ఎగబడేది అందుకే. సాధారణ మాంసానికి నాలుగు రెట్లు లేదా పది రెట్లు ధర చెల్లించి పట్టుకెళ్లేవారున్నారు. పెద్ద పెద్ద నాయకులు,

ఉన్నతాధికారుల దగ్గర పనులు చేయించుకోడానికి దీన్ని పంపుతున్నారు. ఆ మధ్య ముఖ్యమంత్రి మన ఎమ్మెల్యే ఇంటికి విందుకొచ్చినపుడు పందెంకోడి మాంసంతో వంటకాలు వడ్డించినట్టు చెప్పుకున్నారు. పాతిక ముప్పై వేలుండే ఆ పుంజును ఇంటి కాడ కాసేపు వేరే పుంజుతో విడికాళ్లతో ఎగిరించుంటారు. అది సరే... మనిషి శరీరం లోనూ ఉంటుంది ఎడ్రినల్ గ్రంధి, కందిబద్దంత. సకల కోపాలు, ఆవేశకావేశాలుకు అదే మూలకారకంగా చెబుతారు. ఎవరైనా పశువుల డాక్టరును అడిగితే ఇంకా అనేక విశేషాలు తెలుస్తాయి. అడిగి తెలుసుకోండి. మనం ఆశ్చర్యపోతాం"

చంటి, రాజబాబు చప్పట్లు కొట్టారు.

"ఈ చప్పట్లు ఎందుకంటే ఒక ఉపాధ్యాయుడు పాఠం చెప్పినట్లుగా చెప్పినందుకు... ఒట్టిదో నిజమో గానీ గట్టి నమ్మకంగా చెప్పినందుకు..." చంటి అన్నాడు.

"ఎందుకంత మోజు పడతారో... భలే... చెప్పారు... గతంలో రాజులు కోడిపందేల్ని ఎందుకు ప్రోత్సహించారో... అది కూడా చెప్పండి.."

సీతారామరాజు గంభీరంగా నవ్వారు. మీసాల్ని వడి తిప్పాడు.

"రాజులు కృత్రిమ వాతావరణం సృష్టించుకునేవారు. అది సమర వ్యూహంలో భాగమే. తరచు యుద్ధాలూ ఆక్రమణలు...వీటితో సైనికులకు విసుగు రాకుండా రాజులు జాగ్రత్త పడేవారు. సైనికుల్లో పౌరుషాగ్ని జ్వాలలు చల్లారకుండా ఉండటానికి శత్రువు మీద పగ రగిలించడం కోసం భావోద్వేగాల్ని రెచ్చగొట్టడం కోసం కోడి పందేల వినోదం కల్పించేవారు. తదనంతర కాలంలో ఇరాన్, ఇరాక్ పందేల్లో సైనికులు నూతనోత్తేజం పొందేవారు. అసలు కోడిపందాలు చానాళ్లు గెలుపొందిన వారికి అవతలి పుంజు కోశ కోసం మాత్రమే జరిగేవి. డబ్బులు ఒడ్డడం ఉండేది కాదు. సాంస్కృతిక విషాదమేమిటంటే దేన్నైనా జూదంగా మార్చుకోగలగడం. ఆచారం పేరిట వినోదాన్ని ఆస్వాదించడం. గెలుపోటములు వ్యక్తిగత ప్రతిష్టకు ముడివెయ్యడం.

ఇపుడైతే శాంతి భద్రతల సమస్యగా మారి నియంత్రించడం చాలా కష్టం అయిపోయింది. పరువు ప్రతిష్టలతో బాటు లక్షలాది రూపాయిలు పణం పెట్టడం జరుగుతోంది. రాజకీయ ప్రతీకారాలు, సామాజక గొడవలు, వర్గ పోరాటాలు

ఇవన్నీ వచ్చేస్తాయి. ఎంత కట్టడి చేద్దామన్నా వీలుపడదు. అందుకే నిషేధాలు. ఈ నిషేధాలు ఎంతవరకు అమలవుతున్నాయనేది వేరే సంగతి. పక్కా జూదం అవ్వడం అనుబంధంగా అనేక వ్యసనకేంద్రాలయ్యే తంతు గురించి వివరంగా చెప్పుకుందాం... సరేనా... అర్థమైనదా?" అంటూ చిత్రమైన రాగం తీశాడు.

లోపలి గది తలుపు కొడుతున్న చప్పుడైంది. ముందు పెద్దగా పట్టించుకోలేదు. మళ్ళీ మళ్ళీ తలుపు శబ్దం వినబడుతోంది. అమ్మాజీ ఇస్తున్న పిలుపు అని అర్థమైంది. 'ఎందుకో' అనుకుని లేచాడు. లోపలికెళ్ళాడు. పది నిమిషాలు గడిచినా రాలేదు.

"ఏమైందో..." అని ఎదురు చూస్తున్నారు మిత్రులు.

"ఇది కూడా మీరే ఖాళీ చేయాలర్రా..." అంటూ వేడి చేసిన పలావును మరికొంత తీసుకొచ్చాడు.

రాజబాబు ఇక వద్దన్నాడు. మిగిలిన ఇద్దరూ తినేశారు.

"ఈవేళ మా కడుపులు నింపేసారు. వంట అద్భుతంగా కుదిరింది. ఇక మరి... వదలండి.." అని అడిగాడు చంటి.

సీతారామరాజుకు ఏ జోకు చెప్పాలో గుర్తుకు రాలేదు. సాలోచనగా కుర్చీలో వెనక్కి వాలి ఆలోచనల్లో పడ్డాడు. చటుక్కున మెరుపు మెరిసింది. ముఖం మీద సన్నని నవ్వు విరిసింది.

"వెంకటసామి గాడు చెప్పిన విదేశీ జోకు చెబుతా. ఇది జోకు అవునో కాదో తెలీదు. సరేలే... అదే చెబుతాను. విన్న తర్వాత ఈసడించుకోకండి. వినండి అంతే...

ఇద్దరు పిల్లలు. ఆడమగ. రవి, రమ వాళ్ళ పేర్లు. రవి చుట్టాలబ్బాయి. ఆవేళే వచ్చాడు. ఆరేసి సంవత్సరాలుంటాయేమో. ఒకళ్ళనొకళ్ళు మాటా మాటా అనుకున్నారు. కోపంతో బట్టలు కూడా విప్పేసుకున్నారు. నగ్న దేహాలతో నిలబడ్డారు. కిందికి చూసుకున్నారు. ఒకలా లేవు. మళ్ళీ పోట్లాడుకున్నారు, ఎవరి అంగం గొప్పదని. చిన్నపుడు చదువుకునేటప్పుడు ఎవరు గొప్ప అని పాఠం ఉండేది. అందులో మనిషి శరీరంలోని అంగాలు నేను గొప్ప నేను గొప్ప అని పోట్లాడుకుని చివరకు సమ్మె చేయడం గుర్తుందా... అలాగన్న మాట.

కయ్యం తేలలేదు.

'ఇదిగో నా దగ్గరున్నది నాకెంతో ఇష్టం. ఇలాంటిది నీకెప్పుడూ రాదు...నాది నాదే" అన్నాడు రెచ్చగొట్టినట్లుగా రవి. రమ కళ్ళింత చేసుకుని చూసింది. ఏడుపు వచ్చింది. విసురుగా ఇంటి లోపలికెళ్లింది, మమ్మీ దగ్గరకు.

'ఏమీ లేకుండా ఇక్కడ ఖాళీగా ఉంది... ఇదేమిటీ? నాకు రవికున్నట్టే కావాలి ఇది వద్దు" మమ్మీతో ఏడుస్తూ ఉంది. పేచీకి దిగి మారాముగా అడగడం మొదలెట్టింది.

మమ్మీ ఆశ్చర్యపోయింది. సర్ది చెప్పడానికి ప్రయత్నించింది. రమ వినలేదు. ఊరుకోలేదు.

'ప్రకృతిసిద్ధంగా పుట్టనపుడే వచ్చింది. మార్చడం కుదరదు. మనం ఏం చేయలేం. భరించాల్సిందే" అని చెప్పింది మమ్మీ. అయినా వినలేదు. ఏడుపు ఆపలేదు.

ఆఖరుకు మమ్మీకు కోపం వచ్చింది.

'ఇదొక్కటే ఉంటే చాలమ్మా, అలాంటివి ఎన్నైనా పొందొచ్చు..' విసుగ్గానో పరాకుగానో అనేసింది మమ్మీ.

చెప్పడం ఆపాడు సీతారామరాజు. వాళ్ళ ముఖాల కేసి చూసాడు.

హాయిగా నవ్వుకున్నారు ముగ్గురూ.

"పిల్లతో బహిరంగంగా అలా అనగలిగిందంటే ఇది ఖచ్చితంగా విదేశీ జోకే..." అన్నాడు మురళి.

"ఒకేనా... కోళ్ల బేరానికెళ్లి కోటలో కబుర్లాడినట్లుంది మన పని. కుర్రాళ్ళు... మీకు ఇలాంటి కబుర్లే కావాలి... రామాయణంలో పిడకల వేటలా ఇందాక చెప్పిన ఎడ్రినల్ గ్రంధి ప్రభావం ఎంతటిదో తెలియాలంటే ఇపుడు నేను చెప్పేది వినాలి" సీతారామరాజు కళ్లు తడిసాయి. తువ్వాలుతో కళ్లు తుడుచుకుని చెప్పడం ప్రారంభించాడు.

ముగ్గురూ ఆతురతగా వినడానికి సిద్ధమయ్యారు.

❖❖❖

కుటుంబ సంబంధాల్లో అప్రమత్తత అవసరం. అంతా మనోళ్లే కదా అని

మాట జారితే వెనక్కి తీసుకునే అవకాశం లేకపోవడం వల్ల జీవితాంతం దాని ఫలితం అనుభవించాల్సి వస్తుంది. పదే పదే గుర్తుకు రావడం వల్ల గుండెలో ఏదో మూల కలుక్కుమంటుంది. వెంటనే సర్దుబాటు చేసుకోవడం ఆరోగ్యవంతమైన పని. ఇందులో అనేక అభిజాత్యాలు అడ్డు వస్తాయి. ఛేదించాలి. సంశయాలు మాట పట్టింపుల్లో ఎవరు తగ్గారు అనేది ఉండకూడదు. అది సరే...

ఆమెకు ఏం ఇష్టమో ఈయనకు తెలుసు. తెచ్చేవాడు. మురిసేది. ఆమె అభిరుచులు తెలుసు. తీర్చేవాడు. సంతోషించేది. తన అదృష్టానికి పొంగిపోయేది. తన జీవితం ఏనాడో చేసుకున్న పుణ్యఫలం

ఆవిడ తంపటి తేగలు (తేగల్ని కుండలో ఉంచి బోర్లించి చుట్టూ మంట పెడితే వచ్చేవి తంపటి తేగలు) తినదు. చక్కగా చిదుగు పుల్లలతో కాల్చిన ఒక మాదిరి వేడి తేగలు ఇష్టం. ఆయా కాలాల్లో గుర్తుంచుకుని పొలం నుంచి తెప్పించేవాడు. అలాగే తాటిరొట్టెలు ఇష్టం. రహస్యంగా ఊళ్లో దూరంగా ఉన్న బంధువుల ఇంట్లో కాల్పించి తెచ్చేవాడు. రహస్యం ఎందుకంటే అదో ముచ్చట. దాపరికం చేసి అకస్మాత్తుగా ఇవ్వడంలో రుచెక్కువుంటుందేమో. ఊరించి ఇవ్వడం అదో సరదా ముచ్చట.

ఆయనకు ఆనపకాయ బొరుగు, వరిపిండితో చేసిన అట్టు అంటే మహా ఇష్టం. అలాగే గోధుమపిండి, బెల్లంతో చేసిన దోశ ఇష్టం. బంగాళాదుంపల్ని బుల్లి ముక్కలుగా కోసి సిరిపురం ఉల్లిపాయలతో మసాలా వేసిన కూర ఇష్టం. చిట్టి వడియాలు కూర ఇష్టం. పాకం గారెలు ఇష్టం. తరచు ఇంట్లో వండేది. సంబరంగా తినేవాడు. హాయిగా నవ్వుతూ పొగిడేవాడు. ఇష్టాల్ని కనుక్కుని పరస్పరపూరకంగా చెల్లించుకోవడం ఎంతో ఆనందంగా ఉంటుంది.

ఆయన మూర్తిరాజు. ఆమె శాంతమ్మ. ఒకరి ఇష్టాన్ని మరొకరు తెలుసుకుంటే గౌరవించుకుంటే బంధాలు శాశ్వతంగా నిలబడతాయి కదా.

మరి ఇదేమిటి?

అన్యోన్యంగా ఉంటారు. ప్రణాళికాబద్ధమైన జీవితం. ఆదర్శ జంట. ఎక్కడా పల్లెత్తు మాటలు విసురుకోవడం ఎవరూ వినలేదు. ఎదురు సమాధానాలు లేవు. వాళ్ళను చూసి నేర్చుకోండి అనేవారు పెద్దలు. సర్దుకుపోయే మనస్తత్వంతో పొరపొచ్చాలు లేకుండా బతకడం వారిని చూసే నేర్చుకోవాలి.

మరి ఇదేమిటి?

"ఇదెక్కడి చోద్యం. నచ్చు చెప్పుకోవడం ఒకింత సర్దుబాటు చేసుకోడం నామోషీ ఎలా అవుతుంది? విధి వైపరీత్యం కాకపోతే ఇంత లోనే అనుబంధాలు అంత బలహీనంగా మారిపోతాయా?"

"ఒకళ్లకు బుద్ధి చెప్పాల్సినవాళ్ళు చేయదగ్గ పనేనా ఇది"

"పేరు గొప్ప. ఊరు గొప్ప. బజారు పడటం ఎవరికి పరువు ప్రతిష్టకు భంగం?"

రెండు సంఘటనల అనంతరం బోలెడన్ని సన్నాయి నొక్కులు. నొసట చిట్లింపులు. అహాలు సంతృప్తిపడి లోలోపల అప్రకటిత ఆనందాశ్చర్యాలు.

ఉలికిపాట్లు లేవు. కంగారు లేదు. కంపనాలు లేవు. దీర్ఘమైన మాటల యుద్ధం లేదు. ఒకళ్లనొకళ్లు దెప్పుల్లేవు. నలుగురి నోళ్లల్లో నానేంత వరకు లాగడం చిలవలు పలవులుగా మాట్లాడుకోవడం... ఏమిటి ఇదంతా? జీవితం అన్నాక ఊహించని మలుపులుంటాయి. అందంగా కట్టిన పూందండ పుటుక్కున తెగితే ఏముంది? పూలు చెల్లాచెదురుతాయి.

ఆవేళ ఆదివారం. ఉదయం ఎనిమిది గంటలు. వాతావరణం చల్లగా ఉంది. ఆకాశం మేఘాలు కమ్మి ఉన్నాయి. కాసేపట్లో వాన వస్తుందేమో. ఎదురింటి వేప చెట్టు మీద కాకి పదే పదే అరుస్తోంది. అక్కడేమైనా చచ్చి పడున్న కాకి ఉందేమో. తన వాళ్లకు పిలుపు ఇస్తుందేమో. గోడ వారగా వెళ్లి చూశాడు. ఏమీ లేదు.

ముందస్తు సమాచారం లేదు. చుట్టాలు అకస్మాత్తుగా వచ్చారు. ఎప్పుడో గాని రాని చుట్టాలు.

మర్యాదలకు మన్ననలకు లోటు రాకుండా భోజన సదుపాయాలు సమకూర్చాలి. మెచ్చేలా చూడాలి. కలకాలం చెప్పుకునేలా ఉండాలి.

ఇంటికి బంధువుల శోభ వచ్చేసింది. ఆత్మీయమైన ముచ్చట్లు ప్రారంభమైనాయి. చిన్ననాటి కబుర్లు తీపి గుర్తుల్ని నెమరేసుకోవడమే. చిన్న చిన్న సంఘటనలు కలబోసుకోవడం... పెద్దల ఆంక్షల గురించి చెప్పుకోడం... చుట్టాల మధ్య పెరుగుతున్న దూరాలు గురించి మాట్లాడుకోవడం... ఇవన్నీ అల్పాహారం

తీసుకుంటూ చెప్పుకుంటున్నవే.

మూర్తిరాజు పాలేరుకు వాకిట్లో తిరుగాడే కోడిని పట్టుకోమని పురమాయించాడు. వాడేమో గింజలేవో పోస్తున్నట్టు చేయి చాపి భో... భో.. అంటూ కోడి వెంట పడ్డాడు.

చుట్టాలెవరో కాదు. మూర్తిరాజు మేనత్త కొడుకు కోడలు పిల్లలు. వాళ్ళు కేరళలో ఉంటున్నారు. పిల్లాడికి పదిహేనేళ్లుంటాయి. వాడు అనవసరంగా పెరిగిన పిల్ల భీముడిలా ఉన్నాడు. వాడి తిండి గట్టిగానే ఉంది. టిఫిను దండిగా లాగిస్తునే ఉన్నాడు. కూతురు బొద్దుగా ఉంది. తిండిలో ఈ పిల్లా అంతే.

పనంతా శాంతమ్మదే. సాయానికి పక్కింటావిడ్ని పిలిచింది. శాంతమ్మ రుచికరంగా వండుతుంది. ఏది చేసినా నలుగురూ మెచ్చుకోవాలనే తాపత్రయం ఎక్కువ. వండిన పదార్థాలు తింటున్నవారి కళ్లల్లో బాగుందనే సంకేతాల కోసం ఎదురు చూస్తుంది. బావున్నాయంటే మొత్తం అలసటను మరచిపోతుంది. వండటమే కాదు కొసరి కొసరి వడ్డించి ఆనందపడుతుంది.

పీటలు వేసింది. పళ్లాల్లో ఆహార పదార్థాలు చక్కగా సర్దింది. మంచి నీటి గ్లాసులు చెంత ఉంచింది. చక్రకేళి అరటిపండ్లు ఒలిచి వేరుగా గిన్నెలో పెట్టింది. వడ్డన పూర్తి చేసుకుని భోజనానికి రమ్మని పిలిచింది.

మూర్తిరాజు వాళ్లతో కూర్చోలేదు. తర్వాత తిందురేనని శాంతమ్మ చెప్పింది.

వరసలతో పిలుచుకుంటూ ఇష్టాలు చెప్పుకుంటూ కడుపు నిండా తిన్నారు. మరీ మరీ అడిగి వడ్డించింది. శాంతమ్మ చేతి వంట అమోఘంగా ఉందని పొగిడారు. ఇన్నాళ్లూ వినడమే కానీ ప్రత్యక్షంగా చూస్తున్నామన్నారు. శాంతమ్మ ఊపిరి పీల్చుకుంది.

భోజనాలు అయిన గంటకు వెళ్ళిపోయారు చుట్టాలు. పెద్ద కోట్లాట జరిగి ముగిసినట్టు ఇల్లంతా ప్రశాంతత ఆవరించుకుంది.

భర్తకు వడ్డించింది. తిన్నాడు. మూర్తిరాజు ముఖంలో రంగులు మారాయి. గబగబా నోటిలోకి కుక్కుకుని తిన్నాడు. శాంతమ్మ కేసి చూసాడు. ఆవిడ ఏదో ఆలోచిస్తున్నట్టుగా ఉంది. తక్షణ సమస్య ఊహించలేదు.

"నీ కళ్లకు ఎలా కనిపిస్తున్నానే... నా గురించి ఏమనుకుంటున్నావ్?" అంటూ

విరుచుకు పడ్డాడు.

"ఇదేం పలావు... ఒక్క మాంసం ముక్క లేకుండా పెట్టావ్? వాళ్లతో కూర్చుంటే సర్దుకుని తినేవాళ్ళం కదా... నాకు అవమానం కలిగేలా ప్రవర్తించావు... భరించలేకపోతున్నాను... అందుకే ఒకటి చెప్పదలుచుకున్నాను..." అంటూ ఇంకా ఏదో చెప్పబోయాడు. ఆయన్ని చేతి సైగతో వారించింది.

"ఆగండి చెప్పేది వినండి. అందుకే మిమ్మల్ని వాళ్లతో కూర్చోనీయలేదు. వాళ్ళ వాలకం టిఫిను తింటున్నపుడే గమనించాను. తిండం కోసమే పుట్టినట్టుంది. వెనకాల వాళ్లకు ఉందో లేదో చూసే జ్ఞానం లేదు. అమాంతం ఏరి ఏరి తినేసి గిన్నెలు నాకేసారు. నేనేం చేయను? ఇందులో నా తప్పేంటి? ఊరికే నా మీద ఎగురుతారేంటి?" నెమ్మదిగా చెప్పింది నిష్టూరంగా.

"కొంత తీసి పక్కన పెట్టుకోవాలి. ఆ మాత్రం జ్ఞానం ఉండక్కర్లేదా? ఎంతుంటే అంతటితో సరిపెట్టుకుంటారు. తప్పు నీదే " విసురుగా అనేసి బయటకెళ్లిపోయాడు.

ఆవేళ కోడిపందేలున్నాయి. కబురు అందింది. తొట్టె తూము దగ్గర. అక్కడైతే క్షేమం. పోలీసులకు తెలీకుండా జరిగే పందేలు అవి. కోలంక కూడలిలో నెహ్రూ బొమ్మ ఉంది. అక్కడ మనిషిని కాపలా పెడతారు. పోలీసు జీపు వస్తే వాడు ఆకాశం లోకి తారాజువ్వలు వదులుతాడు. పోలీసులు వస్తున్నారనడానికి సంకేతం అన్నమాట. వాళ్లు వచ్చే లోపు ఎక్కడివాళ్ళు అక్కడకు గప్‌చిప్. దూరంగా పారిపోతారు. కోడిపందేలు జరుపుకోడానికి ఎన్నో ముందస్తు ఏర్పాట్లు చేసుకోవాలి. ఇదంతా దొంగచాటు వ్యవహారం.

క్షణం క్షణం భయాల మధ్య వినోదం... కాలక్షేపం... జూదం... ఆటవిడుపు... ఆనందం...

బండోడ్ని పిలిచాడు రమ్మని. మూర్తిరాజుకు తోడు వాడు. ఎక్కడికైనా వాడుండాల్సిందే. ఎగురుకుంటూ వచ్చేశాడు. వాడికదో సరదా. మూర్తిరాజు వెంట పుంజును చంకనేసుకుని వచ్చేస్తాడు. వాడికి పదో ఇరవయ్యో రూపాయిలు ఇస్తే చాలు. చిన్నపుడు పెదాల పైన గేనం మొర్రుతో పుట్టాడు. మాట స్పష్టంగానే ఉంటుంది.

ఇద్దరూ బయలుదేరారు. కోలపిళ్లమ్మ అమ్మవారి గుడి పక్కన కాలవబడ్డీ దిగి ఎడమవైపున నడక ప్రారంభించారు. కబుర్లు చెప్పుకుంటున్నారు. వాడే ఏదో

వాగుతున్నాడు.

మూర్తిరాజు కోపం దిగలేదు. ముఖం కందగడ్డలాగే ఉంది. అన్యమనస్కంగా నడుస్తున్నాడు. శాంతమ్మ మీద అనవసరంగా కోపం తెచ్చుకున్నట్లుగా అనిపించింది. ఉత్తి పుణ్యాన విరుచుకుపడ్డాడేమో. నిజానికి ఇందులో శాంతమ్మ తప్పు ఏముంది? ఇంటికొచ్చిన చుట్టాల తృప్తి ముఖ్యం కదా. ఆతిథ్యం ఇచ్చేవాళ్లు తమను తాము తగ్గించుకుని మర్యాద ఇవ్వాలి కదా. పావుగంట నడిచేటప్పటికి శాంతమ్మ మీద జాలి కలిగింది. పాపం శాంతమ్మ మాత్రం ఏం చేస్తుంది? హృదయంలో ఎక్కడో కాసింత ద్రవించే గుణం ఉంటుంది.

"ఏంటండి? కుయ్యిమంటాలేదు...కూకుండమంటాలేదు పోనీ కొక్కొరోకో అంటా లేదు. మా తమ్ముడు ఈరిగాడు గురించి చెబుతుంటే వింటంలేదు... ఊకొడతాలేదు... ఇదేంటండి, బాబూ..." అన్నాడు బండోడు.

"ఏమిటిరా... నీ గోల... మీ తమ్ముడ్ని చెట్టుకు కట్టి నాలుగు వాయించారు. గోడ దూకి ఎదవ్వేసాలేస్తే...ఊరుకుంటారా? వింటున్నానా? లేదా? వింటున్నట్టే కదా..." విసుగ్గా అన్నాడు మూర్తిరాజు.

పుంజుల్ని చంకనెత్తుకుని మరో ఇద్దరు కలిసారు. పందేలప్పుడే కలుస్తుంటారు. పరిచయం అంతవరకే.

"రాజుగోరో... ఈ కాలవ్వొడ్డేమిటండి, బాబూ... మరీ ఎగుడుదిగుడుగా ఉంది... ఈ కర్మేంటండి...సుబ్రంగా ఇంట్లో కూచుని తిని తొంగోక..." అందులో ఒకడు ముందుకు తూలబోతూ అన్నాడు.

"గవర్నమెంటోడ్ని అనాలి. కాసింత కళోపాసన అయినా లేకపోతే ఎలా? కొన్నింటిని చూసీ చూడనట్టు వదిలేయాలి. సాంప్రదాయాలుంటాయి. వాటిని గౌరవించాలి. ఆచారాలుంటాయి. వాటిని కొనసాగించాలి. అన్నీ కట్టడి చేద్దామనుకుంటే ఏది ఆగుతుంది? ఏం ఉద్ధరిస్తారు? ఇపుడు జరగడం లేదా? కాకపోతే దొంగల్లా ఏదో తప్పు చేస్తున్నట్టు కానిస్తున్నాం. ఎవరో వస్తారని భయపడుతూ... ఏం సరదా తీరుతుంది. చిన్నపాటి ఆనందానికి అడ్డుకట్ట వేయడం ఏం సబబు? నేనిలా అంటే తినమరిగిన కోడి ఇల్లెక్కి కూసిందంటారు" అన్నాడు మూర్తిరాజు ఒకింత చికాగ్గా.

"బాగా చెప్పారు, బాబూ... అయినా ఇట్టాంటి దారి ఉండబట్టే కదా పోలీసు

జీపు రాదనే ధైర్నం"

మరో గంటలో తొట్టె కాడ తోటకు చేరుకున్నారు. అక్కడక్కడ మామిడిచెట్లు, కొబ్బరి చెట్లు ఉన్నాయి. చుట్టూ ముళ్ల డొంకలున్నాయి. ఒక పక్క చిన్న బాట ఉంది లోపలికెళ్ళడానికి. చల్లని చెట్ల నీడలో కోడిపందేలు.

చిన్న చిన్న మొక్కల కాండాలకు కోడిపుంజులు కట్టేసి ఉన్నాయి... కొంచెం కొంచెం దూరంగా...

ఓ ఏభై మంది ఉంటారేమో. గుంపు పలచగానే ఉంది. చిన్న గంప మీద బజ్జీలు, సాతాళించిన శెనగలు చల్లగుత్తులు పెట్టుకుని ఒక నిక్కరు కుర్రాడు అమ్ముకుంటున్నాడు. కాసేపటికి అవే గొప్ప తినుబండారం. దూరంగా ఆ మూల రహస్యంగా తెచ్చిన బ్రాందీ సీసాలున్నాయి. అన్నీ చిన్న సైజు నిబ్బులే.

ఇక్కడ జరిగే కోడిపందేల్లో రాంబాబూ మునసబురాజు ప్రధాన పోటీదారులు. ఈ ఇద్దరి వల్లే ఇక్కడ పందేలు. మునసబు పేరు హోదా వల్ల వచ్చింది కాదు. ఆయన చెప్పే కబుర్లు ఊరికి తగవులు తీర్చే మునసబు అన్నట్టుంటాయి. ముందుగా రోజు, సమయం, ఒక్కో పందేనికి ఎంత డబ్బో నిర్ణయించేసుకుంటారు. ఈ ప్రాంతంలో జెట్టీ పందేలుండవు. అన్నీ కత్తి పందేలే. గమ్మున తేలిపోవాలి.

వీళ్లతో మూర్తిరాజు కలిస్తే ఇక కోళ్ల సంబరమే. ప్రస్తుతం మూర్తిరాజు వారెవరితోనూ కలియక మౌనంగా ఉన్నాడు. నిజానికి ఈవేళ రానని చెప్పాడు కూడా. ఈ పందానికి రావడం ఎప్పటికీ మరచిపోలేడు. మూర్తిరాజు జీవితంలో అనుకోని సంఘటనలు జరగడానికి కారణమైంది. ఒక రహస్యం బట్టబయలైంది.

పుంజుల్ని బరిలో దింపిన తర్వాత డబ్బులు పెరగొచ్చు. కాయ్ రాజా కాయ్... కాస్తేనే ఉంది చూస్తే లేదు... చుట్టూ జనం వాళ్ల స్తోమతను బట్టి కాసుకుంటారు. పందెం డబ్బులు మాత్రం ఫలితం అయిన వెంటనే ఇచ్చేయాలి. అరువులుండవు. వ్యసన క్రీడల్లో బాకీలుండవు. హెచ్చు వడ్డీలకు డబ్బులిచ్చేవారు దరిదాపుల్లోనే ఉంటారు. సాధారణంగా పెద్ద పందాల్లో ఇట్లాంటి ఏర్పాట్లు ఉంటాయి. ఇవి అంతటి పందేలు కావు.

రాంబాబు దగ్గరున్న కోడిని చూడగానే మూర్తిరాజుకు అనుమానం వచ్చింది. అచ్చం అటువంటి అమెరికన్ డేగ తన దగ్గరుండేది. దాని ఒడుపూ చూపూ నడకా చూస్తే సందేహం లేదు తన పుంజు సంకరమే. ఒకప్పటి తన పుంజు నోటి

లోంచి ఊడిపడినట్లుంది. అది రాంబాబుకు చేరే అవకాశం లేదు. ఈ జాతి అతనికి ఎట్లా చేరింది?

ఎవరెంత ప్రయత్నించినా తన గడప దాటనీయలేదు. ఎవరికీ గుడ్లు పొదిగించుకోడానికి ఇవ్వలేదు. పకడ్బందీగా కాపాడుకున్నాడు. అందుకే జనం ఫలానా పుంజు మూర్తిరాజు దగ్గరుందని చెప్పుకునేవారు. ఇపుడు రాంబాబు దగ్గర చూస్తే మతి పోయింది. మనసు పరిపరి విధాలుగా ఆలోచిస్తోంది. ఇదెలా సాధ్యం?

చీరాల నుంచి తెచ్చాడు ఆ జాతి కోడిని అడిగినంత డబ్బులిచ్చి. అత్తారబత్తంగా చూసుకున్నాడు. దాని బీడు పక్కోడికి చేరకుండా జాగ్రత్త వహించాడు. అద్భుతమైన కోడిపుంజు. అందమైనదీ చురుకైనదీ. బెరస లోంచి బీడు లాగారు. కత్తి పందేలకు మొనగాడు. బోర విరుచుకుని ఎదుటి పుంజు మీదకి లంఘిస్తే చిత్తు కావల్సిందే. చాలా మందికి దీని లక్షణాలు సరిగా తెలియవు. ఇంతకీ రాంబాబుకు ఇది ఎట్లా వచ్చింది?

మునసబురాజు బలమైన కాకిని దింపాడు. దానికెదురుగా రాంబాబు అమెరికన్ డేగను నిలబెట్టాడు. రెండూ సమ ఉజ్జీలుగానే ఉన్నాయి. వాటి ఎత్తూ, బలమూ జోడీ కుదిరినట్లుగానే ఉన్నాయి. జోడీ కుదిరినట్లుంటే పందెగాళ్ల ఉత్సాహం అవధులు దాటుతుంది.

నెమ్మదిగా గుంపు పెరిగింది. వంద దాటి ఉంటారు. ఇంకా వస్తారేమో. పందెం జరుగుతుందంటే ఎక్కడెక్కడి వాళ్లు వాలిపోతారు. పక్క ఊళ్లే కాదు దూర ప్రాంతాల నుంచీ వచ్చేస్తారు. కాకి కబురులా సమాచారం తెలిసిపోతుంది.

ఒకడు గొంతుక్కూర్చుని పుంజు ఒక కాలి వెనక్కి మడిచి రెండో కాలుని కత్తి కట్టడానికి వీలుగా పట్టుకుంటాడు. రెండోవాడు జాగ్రత్తగా నూలు దారంతో గట్టిగా ఒడుపుగా కడతాడు. పందెంలో కత్తి వదులయ్యి జంకకూడదు. కత్తి మెలి తిరగకూడదు. కత్తి కట్టడానికి నేర్పరితనం ఉండాలి. అందరూ చేయలేరు.

"ఏండే... రాంబాబుకీ మునసబురాజుకీ ఎలా కుదిరిందండి. రాంబాబేమో పెదాల మీద పప్పులొండుతాడు. చేతలుండవు. వట్టి కబుర్లే. గొప్పలు చెప్పుకోడంతో సరిపోతుంది ముపొద్దులా. ఇక మునసబురాజేమో ఇరిగిన కాలు మీద ఉచ్చెయ్యడు. వాళ్ళిద్దరి మధ్య పందేలేంటండీ, బాబూ. ఎప్పుడో ఒకప్పుడు గొడవై పోకపోతే అడగండి. ఏమంటారు, మూర్తిరాజు గారో..." అన్నాడు పక్కూరి పెదకాపు పెద్దగా

గొంతు పెట్టి. చుట్టూ ఉన్నవాళ్లు వింటున్నారు. ముసిముసి నవ్వులు నవ్వుకుంటున్నారు. ఇదో కాలక్షేపం.

మనుషుల స్వభావాలు పక్కవాళ్లే సరిగా బేరీజు వేస్తారు. మన ఇంట్లో వారి గురించి మనకంటే పక్కింట్లో వాళ్లకే బాగా తెలుస్తుంది. దడి బొక్కల్లోంచి కిటికీ రెక్కల వార లోంచి తలుపు చాటు నుంచీ సంగతులు తెలిసిపోతుంటాయి. ఊరంతా టముకు వేయడం జరిగిపోతుంటాయి.

మూర్తిరాజు నవ్వి ఊరుకున్నాడు. అతని దృష్టంతా రాంబాబు పుంజు మీదే. ఆ పుంజు అతనికి ఎట్లా దక్కింది? ఎవర్ని అడగాలి? ఎవరు చెబుతారు? మూర్తిరాజు ఆలోచనలు సాగుతున్నాయి. అడగాలి... తెలుసుకోవాలి... అడగాలి... తెలుసుకోవాలి... తెలిసికునేంత వరకూ మనసు ఊరుకునేటట్టు లేదు.

"ఏంటండి? గమ్మున ఉండిపోయారు?... అబద్ధం చెప్పానా?..." అంటున్నాడు పెదకాపు.

ఈలోపులో బరిలోకి దిగాయి పుంజులు. రాంబాబు కోడి హెచ్చు మీద ఉంది. పెద్ద పందెం చూస్తున్నామనే భావన అందరిలో ఉత్సాహాన్ని నింపింది. మారు మూల జరిగే ఇట్లాంటి చోట సాధారణంగా నాసిరకం పుంజులే ఉంటాయి. ఇప్పటి పరిస్థితి వేరు. ఇద్దరి మధ్య ఒడంబడిక పందేల మూలంగా జాతి పుంజులు తెచ్చారు.

అందరి కళ్ళూ పుంజుల మీదే. చూపులన్నీ ఎగురుతున్న పుంజుల కాళ్ల వైపే. పందేలు ఇష్టంగా చూసే వారు ఎపుడూ వాటి కాళ్ళ మీదే గురి ఉంటుంది. నిశితమైన పరిశీలనంతా పుంజు ఎగురుతున్న తీరు మీదా కత్తి వాడిగా ఉందా లేదా అనే దాని మీద ఉంటుంది. కత్తి మొన విరిగిందంటే వెంటనే కనిపెట్టి మార్చేస్తారు.

ఢీకొడుతున్న పుంజులు గుద్దుకున్నప్పుడల్లా ఒక విధమైన చప్పుడు వస్తుంది. దానికి లయగా పందిగాళ్ళ నోటి మీంచి అరుపులు వస్తున్నాయి. గుంపంతా కేకలతో నిండిపోయింది.

రెండు మూడు ఎగురులు తర్వాత మునసబురాజు డీలా పడ్డాడు. అమెరికన్ డేగ నిదానంగా ఎగురుతున్న విధానం భయం కలిగిస్తోంది. తొట్రుబాటు లేదు. వాడి అయిన చూపుతో ప్రత్యర్థిని అంచనా వేసుకుంటూ ఎగురుతోంది.

కాకి ఎంతసేపూ కాచుకోడానికే సరిపెట్టుకోడాన్ని గమనించాడు. కొంచెం జంకిందంటే అవతల పుంజు విజృంభిస్తుంది. మునసబుకు ఆ విషయం తెలుసు. దీన్ని కాకుండా సవలను దింపాల్సిందేమోని చింత పడుతున్నాడు. ఇపుడు అనుకుని లాభం లేదు.

కాకిలో సత్తువ సన్నగిల్లింది. జనం నిలబడిన వైపుకు పుంజులు నెట్టవేయబడటంతో రెండింటినీ ఎత్తుకున్నారు. నోటిలోంచి వేగంగా నీళ్లను గాలితో ఊది పుంజు తల తడిపాడు కత్తులేసినోడు. దెబ్బల తాలూకు తిమ్మిరి నుంచి ఉపశమనం కలగడానికి అలా చేస్తారు. మునసబు కోడి కొద్దిగా సేద తీరింది. సరిపోదు. అప్పటికే పోట్లు తగిలాయి. నెత్తురు కారుతున్న చోట నేల మీంచి దుమ్ము తీసి అదిమిపెట్టాడు.

తయారు సమయం పూర్తియ్యాక మరల పుంజుల్ని బరిలో దింపారు. అమెరికన్ డేగ వార చూపుతో కాకిని చూసింది. టక్కున మీదకు దుమికి తలలో కత్తి దింపింది. పందెం అయిపోయింది. కాకి పుంజు వెల్లకితలా పడి గిలగిలా కొట్టుకుంటోంది.

మునసబురాజు అమెరికన్ డేగ కేసి చూస్తున్నాడు. రాంబాబు తన కోడిని పట్టుకుని చూశాడు. ఎక్కడా దెబ్బ లేదు. నేల మీద విడిచి పెట్టి నడిపించాడు. కొద్దిగా కుంటుతోంది అంతే.

“ఏం రాంబాబూ... కత్తి పోటు లేకుండా పందెం గెలిచినట్లున్నావు. మళ్లీ దింపుతావేంటీ? చూసుకో..” అని రాంబాబును అడిగాడు. మరో పుంజును దింపి దాన్ని ఎలాగైనా కొట్టాలనే ఉద్దేశం మునసబురాజుది. ఓటమి ఒకలాంటి కసి కలిగిస్తుంది.

రాంబాబు తల అడ్డంగా ఊపాడు.

“ఇపుడు కుదరదులే. మరోసారి చూద్దాం...” అన్నాడు.

మునసబు రెచ్చగొట్టాడు. సవాలు విసిరాడు. ఇదొక జూదం. ఎదుటి వ్యక్తిని బలహీనపరచి పబ్బం గడిపి లాభం పొందాలని చూస్తారు. స్థిర చిత్తం ఉండాలి. లేకపోతే మనిషి బోల్తా పడతాడు. రాంబాబుకు ఇవన్నీ తెలుసున్నవే. అంత తేలిగ్గా పందేనికి ఒప్పుకోలేదు.

“రెట్టింపు పందెం. నా పుంజు గెలిస్తే నాలుగువేలు ఇయ్యి. నీవు నెగ్గితే

ఎనిమిదివేలిస్తా... ఏమంటావు?" అన్నాడు మీద మీదకొచ్చి. అతని నోట్లోంచి మందు వాసన కొడుతోంది. పందెంలో అమెరికన్ డేగ అలసివుంటుంది కదా సులభంగా కొట్టొచ్చనీ పోయిన చోటే వెతుక్కోవాలనీ మునసబురాజు ఆలోచన.

రాంబాబు తటపటాయించాడు. కొంతసేపు తర్జనభర్జనల తర్వాత రాంబాబు తన అనుచరుడు వీర్రాజును పక్కకు తీసుకెళ్ళి మాట్లాడాడు. ఇతరులతో సమాలోచన చేసి అవతల ఏ పుంజు దింపుతాడో అంచనా వేసుకుంటారు. సంభాషణంతా గుసగుసలుగా సాగుతుంది.

కడకు రాంబాబు సరేనని అంగీకారమేనని మునసబురాజుకు చెప్పాడు. కాకపోతే ఒకట్రెండు పందాలు తర్వాత వీటిని వదులుదామని అన్నాడు. అప్పటికి కాసింత అలుపు తీరుతుందని అతని ఆలోచన.

అమెరికన్ డేగ సంగతి వీర్రాజును అడిగితే తెలుస్తుందేమో అనిపించింది మూర్తిరాజుకు. వీర్రాజును సమీపించి ఘాటైన చుట్టను ఇచ్చాడు. యథాలాపంగా ఆ మాటా ఈ మాటా మాట్లాడుతూ విషయ సేకరణకు ఉపక్రమించాడు. అమెరికన్ డేగ రాంబాబుకు ఎట్లా చేరిందో చెప్పేశాడు వీర్రాజు. మూర్తిరాజుకు మొత్తం అర్థమైపోయింది. రహస్యం విడిపోయింది. మూర్తిరాజు మనసు రగిలిపోయింది, కోపంతో.

డేగను మరల పందేనికి సిద్ధం చేసే హడావుడిలో రాంబాబు ఉన్నాడు. మామిడి చెట్టు మొదలుకు తీసుకెళ్లాడు. ఎక్కడైనా కత్తిపోటు ఉందేమో చూసి నడిపించి మరోసారి చూసుకున్నాడు. మూర్తిరాజు అక్కడకు చేరి డేగను పరిశీలనగా చూశాడు. నిర్ధారించుకున్నాడు. వెంటనే ఇంటికి వెళ్లి శాంతమ్మను నిలదీయాలని అనుకున్నాడు.

అరగంట గడిచింది. మునసబురాజు ఈసారి సవలను దింపాడు. దాని ఆకారం, ఎత్తు, శరీర కైవారం అమెరికన్ డేగకు ధీటుగా ఉంది. విశాలమైన వక్షంతో బలంగా ఉంది. అది కూడా జాతి కోడే. మూర్తిరాజు వెంటనే వెళ్లాలనే ఉద్దేశాన్ని మార్చుకున్నాడు. పందెం చూసే వెళదామనుకున్నాడు. పందేల మీద ఇష్టం త్వరగా బరి విడిచిపెట్టాలనిపించదు.

చుట్టూ జనంలో ఉత్సుకత పెరిగింది. డబ్బులు కాసే పందేల జోరుతో... కేకలతో రణగొనధ్వనులుగా వాతావరణం మారింది. బరి కోలాహలంగా

ఉండటంతో అందర్నీ వలయంగా నిలబడమని చెప్పాడు రాంబాబు. గీత దాటి రావొద్దని హెచ్చరించాడు. చేతిలో కొబ్బరాకులను దగ్గరగా చేర్చి చుట్టుగా కట్టి పాదాలకు తగిలేట్టు బిరి కొట్టాడు. లేకపోతే అందరూ గుమిగూడి పందెం మోజు దెబ్బతీస్తారు. వెనకాతల ఉన్నవాళ్లకు కనిపించకపోతే గొడవ పెడతారు. ప్రతి క్షణం ఆస్వాదించాలనుకుంటారు.

పుంజుల్ని ముక్కు కింద కరిపించి వదిలారు. అమెరికన్ డేగ కాక మీద ఉంది. ఇందాకటి పందెం బాపతు ఆవేశం ఇంకా ఉంది. పుంజుకు రోషం అంత గమ్మున పోదు.

సవలకు సమయం ఇవ్వకుండా టపటపా ఎగురుతూ కాళ్లు విసిరింది. ఎదుట పుంజుకు ఎగిరి తన్నే అవకాశం ఇవ్వకుండా చేయడం జాతి పుంజు లక్షణం. బెరస జాతి పుంజుకు మరో విదేశీపెట్ట కు దిగిందే అమెరికన్ డేగ. దాని పోరాట పటిమ మిగిలిన వాటికి రాదు.

అమెరికన్ డేగ నెగ్గే ఊపులో ఉంది. సరిగ్గా అపుడే అనూహ్యంగా దాని రెండు కళ్ళూ పోయాయి. కదలకుండా నిలబడిపోయింది. ఇక సవల గెలుపు తథ్యం అనుకున్నారు అందరూ. రాంబాబు నిరాశగా అలాగే చూస్తున్నాడు. సవల మీదకు వెళ్లకుండా సంశయిస్తోంది. ధైర్యం గా ముందుకు వెళ్లలేకపోతోంది. ఉన్నట్టుండి ఏ సడి సవల జాడ చెప్పిందో మరి- అమెరికన్ డేగకు శబ్దభేది విద్య తెలిసినట్టు సవల మీదకు ఎగిరింది. జుట్టు దొరక పుచ్చుకుని పట్టు విడవకుండా కాళ్ళు జాడించింది.

అంతే- రెండు నిమిషాల్లో పోరు అయిపోయింది. సవల నేలకొరిగింది. అందరూ ఆశ్చర్యపోయారు. ఒక గొప్ప పందేన్ని చూసిన అనుభూతి పొందారు. నేల పడిన పుంజును ముక్కుతో కొరుకుతోంది అమెరికన్ డేగ. సవల ప్రతిస్పందన లేదు.

కేకలు... అరుపులు... ఈలలు... గెలిచినవారి ఉత్సాహం పట్టుకోలేం. మునసబురాజు ముఖంలో నెత్తురు చుక్క లేదు. రాంబాబును చేతులపై ఎత్తి కుదేశారు.

మూర్తిరాజు ఇక అక్కడ ఉండలేకపోయాడు. ఇంకా రెండు మూడు పందేలు జరిగే సమయం ఉంది. అయినా వెళ్ళడానికి సిద్ధపడ్డాడు. బండోడు ఉందామంటాడు.

రమ్మని బలవంతంగా రెక్క పట్టుకుని లాక్కొచ్చాడు.

అనుమానం బలపడింది. ఖచ్చితంగా తన పుంజు బీడే అది. సందేహం లేదు. ఇంటికెళ్ళి గట్టిగా శాంతమ్మను అడిగి తెలుసుకుంటేనే గానీ మనశ్శాంతి ఉండదు. అమెరకన్ డేగ రాంబాబు చెంతకు చేరడానికి ముందు తన ఇంటి దగ్గర నుంచి ఏ విధంగా కదలబారిందో తెలుసుకోవాలి. అప్పటి దాకా అశాంతే.

పావుగంట గడిచేటప్పటికి ఆకాశంలో పడమర సూర్యుడూ తూర్పువైపున చంద్రుడు వచ్చేశారు. సూర్యుడు అరుణిమ కాంతులతో పెద్దగా కనిపిస్తున్నాడు. మసగ్గా కనిపిస్తున్న చంద్రుడు నిండుగా లేడు.

శాంతమ్మతో పొద్దుట చిన్న విషయమై పేచీ పడ్డాడు. ఇపుడు మళ్లీ ఈ గొడవ. ఇప్పటి గమ్యం వేరు కావడం వల్ల కాబోలు గతుకుల రోడ్డు ఈసారి బాధించడం లేదు. తొందరగా ఇంటికి చేరాలనే ఆతురత వేగంగా నడిపిస్తోంది. బండోడు నెమ్మదిగా నడుస్తూ వెనక పడ్డాడు.

మూర్తిరాజు ఇంటికి చేరాడు. తిన్నగా వంటగదికి వెళ్లాడు. శాంతమ్మ వంట పనిలో ఉంది. ఆమె మూర్తిరాజు కేసి అభావంగా చూసింది. బాంబు పేలడానికి సిద్ధంగా ఉందని తెలీదు. పేలింతర్వాత జరిగే పరిణామాలు ఎట్లా ఉంటాయో తెలీదు. భవిష్యత్తులో ఏం జరగబోతుందో ఎలా ఊహించగలం?

మూర్తిరాజు కోపాన్ని నిగ్రహించుకున్నాడు. విషయం తేలిపోయిన తర్వాత ఏం చేయాలో ఇంకా నిశ్చయించుకోలేదు. వెనక్కి వచ్చేశాడు. స్నానం చేశాడు. ముందుగా మాటను ఎలా కదపాలి? ఉదయం జరిగిన దాంట్లో తన ఆవేశమే ఎక్కువ. విషయం రూఢి అయింతర్వాత కోపాన్ని అదుపులో పెట్టుకోవడం కష్టమేమో.

మూర్తిరాజు చిరునవ్వు పులుముకున్నాడు. ప్రసన్నంగా ఉండటానికి ప్రయత్నించాడు. శాంతమ్మకు ఇది ఆశ్చర్యమైన విషయమే. కోపమొస్తే మూడు నాలుగురోజుల పాటు మామూలుగా ఉండడు. ముభావంగా ఉంటాడు. మాట్లాడడు. నెమ్మదిగా గానీ మనిషిలా మారడు. అలవాటైన వ్యవహారం గనుక శాంతమ్మ అందుకు సిద్ధంగా ఉంది. మరి ఇదేమిటి కొత్తగా అన్నీ మరచిపోయి నవ్వు ముఖంతో ఉన్నారు? ఇది వింతే... విశేషమే.

"నీతో మాట్లాడాలి" అన్నాడు ముక్తసరిగా. శాంతమ్మ విననట్టుగా ఉండిపోయింది. ఆమె ముఖంలో అలసట స్పష్టంగా కనిపిస్తోంది. గదిలోకి

పోబోయింది.

"ఒక్కసారి ఆగు... నీతో మాట్లాడాలన్నాను కదా..." ఈసారి గట్టిగా అన్నాడు.

లోపలికి వెళ్లబోతున్నదల్లా ఏమిటన్నట్టు చూసింది.

"సూటిగా అడుగుతున్నాను... నువ్వెప్పుడైనా... చీరాల నుంచి పనిగట్టుకుని తెచ్చానే ఆ పుంజు బాపతు గుడ్లను ఎవరికైనా ఇచ్చావా? ఇపుడు కాదు... రెండేళ్ల క్రితం...." అడిగాడు శాంతమ్మ కళ్ళ లోకి చూస్తూ.

"రెండేళ్ళ క్రితమా? ఎవరికిస్తాను? నాకేం పని నేనెందుకిస్తాను? "

"నీకేం పని అని కాదు... ఎవరికైనా ఇచ్చావా? నాకు సమాధానం కావాలి... ఇచ్చావా? లేదా? అది చెప్పు" రెట్టించాడు. మూర్తిరాజుకు ఒళ్ళు మండిపోతోంది. బలవంతంగా కోపాన్ని అదుపులో పెట్టుకుంటున్నాడు. కోపం కట్టలు తెంచుకుంటే ఏం జరుగుతుందో చెప్పలేం.

శాంతమ్మ వెంటనే జవాబు చెప్పలేదు. జ్ఞాపకం తెచ్చుకోడానికి ప్రయత్నించింది. ఉహూ... గుర్తు రావడం లేదు. సాధారణంగా ఆయనకు చెప్పకుండా ఏదీ చెయ్యదు. ఆయన కోపం సంగతి తెలుసు గనుక.

మరుగునపడ్డ జ్ఞాపకాన్ని తవ్వి పొయ్యాలి. అందుకు కొంత సమయం కావాలి. ఇబ్బంది లేని వాటిని సౌకర్యంగా మరచిపోయేవే ఎక్కువ. మూర్తిరాజు అలాగే చూస్తున్నాడు అసహనంగా. దాదాపు ఖాయమైన విషయాన్ని నిర్ధారణ చేసుకోడానికే ఇదంతా.

శాంతమ్మకు కాసేపటికి లీలగా గుర్తుకొచ్చింది. తమ్ముడొచ్చి అడిగాడు. ఆయనకు తెలీకుండా చాటుగా ఇమ్మని. రహస్యాన్ని కాపాడతానని బావ కు తెలిసేలా చేయనని. ఆయన గమనిస్తే చంపేస్తాడని తెలుసని. ఆయన ప్రాణప్రదంగా ఆ పుంజు జాతిని తనకొక్కడికే సొంతమనేట్టుగా కాపాడుకుంటున్నపుడు ఎలా ఇవ్వగలదు? ఇవ్వనని చెప్పింది. అడగొద్దని ఎంత చెప్పినా వినలేదు.

తమ్ముడు పదే పదే అడిగాడు. అనేక వాగ్దానాలు చేసాడు. తనని నమ్మమని భయం లేదని నచ్చచెప్పాడు. ఇక తప్ప లేదు. దొంగచాటుగా ఇచ్చి ఆ స్థానంలో మామూలు గుడ్లు పెట్టేసింది. తమ్ముడి ముచ్చట తీర్చడం కోసం సాహసం చేసింది. జాగ్రత్తలు చెప్పి మరీ ఇచ్చింది. జరిగిందంతా స్మృతి లోకి తెచ్చుకుంది శాంతమ్మ.

ఆయనకు సంగతి తెలిసిపోయిందా? ఇపుడు ఏం ముప్పు వచ్చిందిరా భగవంతుడా అని నొచ్చుకుంది. అసలే పొద్దుట జరిగిన రాద్ధాంతం సమిసిపోకుండా కొత్తగా ఇదేంటి అని బాధ పడింది. అసలు విషయం చెబితే ఏమైనా ఉందా? ఎలాగోలా దాట వేయాలి.

"నిన్నే... రాయిలా నిలబడి ఏమీ మాట్లాడకుండా ఆలోచిస్తున్నావేంటీ? చెప్పు" అన్నాడు.

"నేనెవరికీ ఇవ్వలేదు. నాకేం తెలీదు " నీరసంగా అంది శాంతమ్మ ఎటో చూస్తూ. కళ్లు రహస్యాన్ని దాచలేవు. బరువు మోయలేవు.

"ఎట్టి పరిస్థితుల్లోనూ నీ నుంచే వెళ్ళాలి. మరో మార్గం లేదు. నీవు పుట్టింటికి చేరవేశావు. నాకంతా తెలిసింది. చెప్పవలసినవాళ్లు చెప్పేశాతరు. నువ్వు బుకాయించకు" అన్నాడు మూర్తిరాజు గొంతు పెంచి.

శాంతమ్మ గుండెల్లో రాయి పడింది. అంతా తెలుసుకున్న తర్వాతే తనను అడుగుతున్నట్టు అర్థమైంది. ఇక దాయడం అనవసరం. పూసగుచ్చినట్టు చెప్పేసింది. తప్పు తనదే అని ఒప్పేసుకుంది. పొరబాటుకు క్షమించమంది.

మూర్తిరాజు రౌద్రరూపం దాల్చాడు. కళ్లల్లో నిప్పులు కురిశాయి. కోపంతో ఊగిపోయాడు. విచక్షణాజ్ఞానాన్ని కోల్పోయాడు. చేయి చాచి శాంతమ్మను కొట్టబోయాడు. పక్కకు తప్పుకుంది. మీదకెళ్లి దవడ మీద గట్టిగా కొట్టాడు. ఊహించని దెబ్బకి కింద పడిపోయింది. నుదురు గుమ్మానికి తగిలింది. రక్తం కారింది. మూర్తిరాజు పట్టించుకోలేదు. కోపంతో ఊగిపోయాడు.

"తిన్నింటి వాసాలు లెక్కపెట్టినట్టు చేశావు. మొగుడంటే లెక్కలేదని నిరూపించావు. నా కోపం సంగతి తెలుసు కదా. తక్షణం బయటకు నడు. నేనిది భరించలేను. ఈ ఇంటిలో ఉండటానికి వీలులేదు. నువ్వు ఇక్కడుంటే నేను చావడమో నిన్ను చంపడమో జరిగిపోతుంది..." శాంతమ్మ చేతులు పట్టుకుని ఈడ్చుస్తూ లాగాడు.

శాంతమ్మ నెమ్మదిగా లేచింది. కళ్ళ నిండా నీళ్లు. ఇంటిలోకి వెళ్లబోయింది.

"అటు... ఎక్కడికి... నడు నీ పుట్టింటికి... ఊళ్ళోనేగా..." అంటూ బండ బూతులు లంఘించుకున్నాడు. ఆ నోటి లోంచి ఎపుడూ వినని తిట్లు. ఎపుడూ

చూడని విశ్వరూపం... ఆగ్రహజ్వాలలుతో ఊగిపోతూ...

భర్త ఉగ్రరూపం చూసి వణికిపోయింది. ఏం చేయాలో తోచలేదు. దిక్కుతోచక నిలబడిపోయింది.

మూర్తిరాజు ఆమె భుజం మీద చేయి వేసి విసురుగా గెంటాడు.

“జాతి కోడి బీడు రక్షించుకోడానికి ఎంతకైనా తెగిస్తానని తెలిసి చేశావు. నిన్ను క్షమించలేను. నువ్వు నీ వాళ్లకు ఇచ్చావు. వాళ్ళకు ఏం అవసరమొచ్చి అమ్ముకున్నారో... ఆ రాంబాబు గాడికిచ్చారు. ఈవేళ మునసబు అయ్యాడు..రేపు నేను... నా మీదకే సవాలు విసురుతాడు. పొద్దుట జరిగింది ఇంకా పచ్చిగానే

ఉంది. నేనిక ఊరుకోలేను. భరించలేను... వెంటనే పో... పనికిమాలినదానా...” తీవ్ర స్వరంతో అన్నాడు.

శాంతమ్మకు అపుడు నాలుగో నెల. అది గుర్తు చేసింది. తల గోడకేసి బాదుకుంది.అయినా మూర్తిరాజు కరగలేదు. పట్టు విడవలేదు. తను ఎంత మొండివాడో ఈ సంఘటనతో రుజువైంది.

ఇక బతిమాలి ఉపయోగం లేదని శాంతమ్మ బయటకు నడిచింది.

తర్వాత రోజుల్లో చాలా రకాలుగా మూర్తిరాజును ఒప్పించడానికి ప్రయత్నాలు జరిగాయి. పెద్దలు రంగం లోకి దిగినా మంకుపట్టు విడవలేదు. మూర్ఖుడికి ఏం చెప్పినా ప్రయోజనం లేదని ఊరుకున్నారు.

ఈయన ఇక్కడ... ఆవిడ అక్కడ... అయిదు సంవత్సరాలు గడిచాయి. జీవితం లోని ఏ యవ్వన గడియలు విలువైనవో ఆ రోజుల్ని పాడుచేసుకుంటారు కొంతమంది. అనాలోచనగా... అకారణంగా...

ఎవరికైనా ప్రేమ ఇస్తే ప్రేమ పంచుతారు. ద్వేషం, ఈర్ష్య ఇస్తే అవే తిరిగి వస్తాయి. ఎవరైనా తమదైన ప్రేమ భావనలోంచి విశ్వ ప్రేమ వైపు సాగాలి. అనుబంధాలన్నింటినీ విశాల దృష్టితో చూడాలి. మానవ సంబంధాల పట్ల షరతుల్లేని ఆర్థిక ప్రయోజనాల్లేని విశ్వ ప్రేమను కలిగి ఉండాలి. సమాజం పట్ల ఒక రకమైన బాధ్యత కలిగి ఉండి సుఖదుఃఖాల్లో పాలు పంచుకుంటే అదొక సంతోష తరంగం అవుతుంది.

కాలం విలువ గడిచిపోయేక కానీ తెలుసుకోకపోవడం మూర్ఖత్వమే

అవుతుంది. చేతులు కాలాక ఆకులు పట్టుకుంటే ఉపయోగం లేదు.

మూర్తిరాజుకు తీరని వ్యథ ఇది. కొన్ని సంఘటనలకు తామే కారణమైతే ఎవరిని నిందించగలం?

❖❖❖

కథ చెప్పడం ఆపాడు. ఊహించని విధంగా సీతారామరాజు కళ్లలో నీళ్లు. తువ్వాలుతో కళ్లు తుడుచుకున్నాడు. ముడతలు పడ్డ ముఖంలో అనుభవం పండిన గుర్తులు. ఎర్రని జీరతో తడిగా మెరిసే కనుగుడ్లు. వీటన్నిటికీ చీకటి కాపలా.

బయట వర్షం. హోరుమని కురుస్తోంది. చెట్ల కొమ్మలు విసురుగా ఊగుతున్నాయి. ఎక్కడో పిడుగు పడిన శబ్దం. ఆ చప్పుడులో ఆయన వేదన కలగలిసింది. తల వంచి మౌనంగా రోదిస్తున్నాడు. కథలో లీనమై ఎన్నో జ్ఞాపకాల్ని వెలికి తెచ్చుకున్నట్లయ్యింది. కదిలిపోతున్నాడు. తేరుకోడానికి కొంచెం సమయం పట్టింది. వయసు పెరిగేకొద్దీ గత కాలపు స్మృతుల్ని నెమరేయడం వల్ల కొన్ని ఇబ్బందులుంటాయి. తట్టుకోవాలి.

మురళి దగ్గరగా వెళ్లి భుజం మీద చేయి వేశాడు. మిగిలిన ఇద్దరికీ ఏం చేయాలో తెలియడం లేదు. బయట ఆగి ఆగి వర్షం పడుతోంది. ఇంతట్లో ఆగేటట్లు లేదు. వాన ఆగిందాక వేచి చూడాల్సిందే.

“ఊరుకోండి.. మీ బాధ అర్థమైంది. కథలో మునిగిపోయారు. మీ జీవితానికి అన్వయించుకున్నట్టున్నారు. ఎపుడూ మిమ్మల్ని ఇలా చూడలేదు” మురళి అన్నాడు. మురళికి అసలు సంగతి తెలుసు. సాంత్వన కోసం అలా అన్నాడు అంతే.

“ఏమీ కాదర్రా... ఒక్క అక్షరం పొల్లు పోకుండా ఇది నా సొంత కథే. ఆవేశం తోనో ఉద్రేకం తోనో ఆ క్షణంలో తీసుకున్న నిర్ణయాలు... ఒక మొండి పట్టుదల... భవిష్యత్తులో జరిగే పరిణామాల్ని ఊహించనీయదు. ఎప్పటికీ మనం తప్పు చేయం అనే భావన... అహంకారం... ఎంతటి స్థితికైనా కారణమౌతుందనడానికి ఇది ఉదాహరణ. సరేలే... వర్షం ఇంకా కురుస్తోంది. కాస్త తగ్గేక వెళ్ళండి... తడిసిపోతారు” అన్నాడు సీతారామరాజు, కటకటాల లోంచి బయటకు చూస్తూ. సిమెంటు చప్టా మీద చినుకులు చిందులేస్తున్నాయి. బుడగల్లా తేలుతున్నారు.

ఆయన కళ్లల్లో తడి... ముఖంలో ఇంకా దుఃఖపు ఛాయ... అన్నిందాల చితికిన మనిషిలా ఉన్నాడు.

"నేటితరం చదువుకున్న పిల్లలు జీవితం పట్ల సంకుచిత దృష్టితో వేగంగా నిర్ణయాలు తీసేసుకుంటున్నారు. వాళ్ళేం కోల్పోతున్నారో వాళ్ళకు తెలీడం లేదు. జీవితం వరప్రసాదం. అనాలోచనలతో దుందుడుకు స్వభావంతో విడిపోయి కష్టాలు తెచ్చుకుంటున్నారు. కించిత్తు ఆవేశంతో బతుకుల్నీ ముగించేసుకుంటున్నారు. చస్తే మళ్లీ బతుకుతామనుకుంటారో ఏమో. ఈ మధ్య కాలంలో జరుగుతున్న అనేక సంఘటనలు బాధ కలిగిస్తున్నాయి. అటు కన్నవాళ్లనూ ఇటు అత్తింటి వాళ్లనూ క్షోభకు గురిచేస్తున్నాయి. నా జీవితంలో ఆ అయిదేళ్లే... నిరంతరం మానసిక వ్యథతో గడిచాయి. తర్వాత ఎప్పుడూ ఏ సమస్య రాలేదు. ఇంకో విషయం చెప్పాలి" అని ఆగాడు. మిత్రులు వింటున్నారు. వాళ్లు కలగజేసుకుని మాట్లాడటం లేదు. నిశ్శబ్దంగా ఉన్నారు.

"నాకేమనిపిస్తుందంటే.. మా తరంలోనూ మా తండ్రుల తాతల సమయంలోనూ సాంసారికంగా ఇంతకంటే పెద్ద సమస్యలు వచ్చినప్పటికీ పెండ్లి కట్టుబాటుతో మూడుముళ్ల బంధం గట్టిగానే ఉంది. విడిపోవాల్సిన సందర్భాలు బహు తక్కువ. చుట్టూ సామాజిక సంస్కారం... సమాజం పట్ల గౌరవం వాళ్లని స్థిరంగా ఉంచేది.

ఇదంతా సోదిగా ఎందుకు చెబుతున్నానంటే మీరు తెలుసుకోవాలని. అవసరమొచ్చినపుడు వీలైతే ఒక కాపురం నిలబెట్టే ప్రయత్నం చేయాలని" సీతారామరాజు తన ధోరణిలో చెప్పుకు పోతున్నాడు.

ఆయన దృష్టి మరల్చాలి. లేకపోతే అంతుండదు. నిరాటంకంగా సాగిపోతుంది. ఇలాంటి సమయాల్లో మురళే కలుగజేసుకుంటాడు.

"రెండు కళ్లూ పోయింతర్వాత కూడా పోరాడి గెలిచిందన్నారు. ఇదెలా సాధ్యమండి? కళ్లున్న రెండో పుంజు ఊరుకుంటుందా? మీద కలియబడి చంపేయదా" అని అడిగాడు.

సీతారామరాజు మురళి కేసి చూసాడు. తల అడ్డంగా ఊపాడు. ఓరి... అమాయకుడా... అన్నట్టు చూశాడు. నవ్వాడు. చెప్పడం మొదలెట్టాడు.

"వేరే సాక్ష్యం ఎందుకు? నా కళ్లతో నేను చూశాను, అలా పందెం గెలిచిన వాటిని. అతిశయోక్తిగా కల్పించి చెప్పేది కాదు. వాస్తవంగా జరిగింది. అంగ లోపం ఉన్నవాళ్ళకు మిగిలిన అంగాలు ఎంత అప్రమత్తంగా పనిచేస్తాయో తెలుసు కదా. గుడ్డివాడు, మూగవాడు ఒకోసారి ఎంత గొప్పగా ఆలోచిస్తారో ప్రవర్తిస్తారో

తెలీదా? కళ్లు కనిపించనపుడు చెవులే కళ్లు. ధ్వనిని పట్టుకుని చూపును వెతుక్కుంటాడు. కాలి అలికిడి...రెక్కల కదలిక... సన్నని జీరగా అరుపు... నేల కంపనం... ఇవి చాలు ప్రత్యర్థి ఎటువైపు ఎంత దూరంలో ఉందో తెలుసుకోడానికి. ఇక జాతి పుంజుల తరహాయే వేరు. వాటి కసి... పట్టుదల... ఉక్రోశం... మామూలుగా ఉండదు" అన్నాడు ఉత్సాహంగా. అక్కడితో అయిపోలేదు. తిరిగి ప్రారంభించాడు.

"మంచి తర్ఫీదులో ఉన్న పుంజుల తీరే వేరు. హుందాగా ఉంటాయి. వాటి అందమే గొప్పగా ఉంటుంది. చూస్తే ముచ్చటేస్తుంది. బరిలో దిగుతాయా... ఒక్కసారిగా దాని చూపు మారిపోతుంది. రెక్కలు తెగుతాయి. చలించదు. కండరాలు చీల్చుకుపోతాయి. బెదరదు. కుత్తుక నెత్తురోడుతున్నా వెన్ను చూపని తెగింపు ఉంటుంది. తెంపరితనం చూపుతూ విజయమో వీర స్వర్గమో తేలే దాకా పోరాడుతూనే ఉంటాయి. కడ వరకు వాటి పోరాట పటిమ ముద్దొస్తుంది. పోరాడుతూ మనకు వినోదం పంచుతుంది. గెంతు గెంతుకూ ఉత్సుకత పెంచుతుంది. వాటి రక్త తర్పణం... ఉద్రేక స్వభావమే మనల్ని రెప్పలు మూయకుండా చేస్తుంది"

"అన్నట్టు శబ్దభేది అంటే ఏమిటి? కథ చెబుతున్నపుడు వాడారు ఆ మాటను" చంటి అడిగాడు.

సీతారామరాజు పకపకా నవ్వాడు. గొంతు జీరబోయే వరకు నవ్వుతూనే ఉన్నాడు. కాసేపటికి తేరుకున్నాడు. అంతలా ఎందుకు నవ్వాడో అర్థం కాలేదు.

"కట్టె... కొట్టె... తెచ్చె... అన్నట్టు తప్ప మీ తరం వారికి రామాయణం తెలీదు. మీ కాలం వచ్చేటప్పటికి హరికథలూ బుర్రకథలూ ఎగిరిపోయాయి. అవి ఉంటే కొంత మేర ఇతిహాస జ్ఞానం అబ్బేది. రామాయణంలో రాముని తండ్రి పేరు దశరథుడు... విన్నారు కదా? ఆ దశరథుడికి శబ్దభేది విద్య తెలుసు. గురి ఎదురుగా లేకపోయినప్పటికీ లక్ష్యాన్ని ఛేధించగలడు. శబ్దాన్ని బట్టి గమ్యాన్ని పట్టుకోగలడు. ఏ దిక్కున ఉన్న గురినైనా పోల్చుకోగలడు. బాణం వదిలి మట్టు పెట్టగలడు.

శ్రవణకుమారుడు వృద్ధాప్యంలో ఉన్న తల్లి దండ్రులను కావిడిలో చెరో పక్క వేసుకుని మోసుకుని తీసుకెళుతుంటాడు. మార్గ మధ్యంలో దాహం తీర్చుకోడానికి ఒక కొలనులో దిగుతాడు. గట్టు మీద కావిడి దింపి తను నీటి లోకి దిగుతాడు

శ్రవణకుమారుడు. నీటిలోకి అడుగు పెట్టగానే వచ్చిన ఆ చప్పుడును ఏనుగుగా భ్రమించాడు దశరథుడు. శబ్దభేది విద్య తెలిసిన దశరథుడు బాణం వదిలాడు. శ్రవణకుమారుడు చనిపోతాడు. అపుడా తల్లిదండ్రులు దశరథుడికి శాపం ఇస్తారు. నీవు కూడా మరణించేటపుడు కుమారులు నీ చెంత ఉండరని. అదీ కథ. నేనేదో యథాలాపంగా శబ్దభేది విద్య తెలిసినట్టు అన్నానో లేదో భలే పట్టుకున్నారే. అంటే నేను చెప్పింది అక్షరం అక్షరం వింటున్నారన్న మాట... భేష్..." సంతోషంగా అన్నాడు సీతారామరాజు.

"సరే... ఇది ఎంతకీ తెగదు. వర్షం తగ్గినట్టుంది..బయలుదేరండి... చారణా కోడికి బారణా మసాలాలా అయ్యిందా ఈవేళ్టి మన రోజు?... రేపు కలుద్దాం..." అన్నాడు.

మిత్రులు లేచారు. అడుగు ముందుకేశారు.

"ఆగండి... రేపు కలుద్దాం అనడంలో రేపటి సూర్యోదయం ఖచ్చితంగా చూస్తామనే ఆశ ఉంది కదా.

అంత గ్యారంటీ ఏమిటి?" అంటూ నవ్వేశాడు సీతారామరాజు.

చీకటిలో నడుచుకుంటూ వెళ్లిపోయారు.

"ముసలాయన... ఎంత చక్కగా ఆలోచిస్తున్నాడో...చూడు" అనుకుంటూ గేటు దాటారు.

❖❖❖

దశ తిరిగింది :

పొద్దెక్కినా సీతారామరాజు మంచం మీంచి లేవలేదు. రాత్రి ఎంతసేపు మెలకువగా ఉన్నా ఉదయాన లేచే సమయం ఒకటే.

నీరసం... నుదురు తాకితే... వేడిగా ఉంది. దుప్పటి కప్పుకునే ఉన్నాడు. జ్వరం... ఒళ్ళు నొప్పులు.. అన్నాడు.

ఆచారి వచ్చారు. తక్షణ వైద్యానికి ఆయన పెద్ద దిక్కు. సీతారామరాజు శారీరక బాధ ఎలాంటిది అయినా వస్తే చాలు కొండంత బలం ఆచారి. రోగంతో సంబంధం లేదు. రాగానే చేయి పట్టుకుంటారు. నాడి చూస్తాడు. గుండెల మీద స్కెతస్కోపు పెడతాడు. ఏం తెలుసుకుంటాడో తెలీదు. వెంటనే ఇంజక్షను చేసేస్తాడు.

ఆ ఇంజక్షను ఏమిటో తెలీదు. రంగు నీళ్లలా ఉంటుంది. రోగం మాత్రం మటుమాయం అయిపోతుంది.

సీతారామరాజుకు మాత్రల వల్ల ఉపశమనం లభించదు. ఆచారి ఇంజక్షను పడాల్సిందే. ఏ కారణం చేతనైనా ఆచారి రాకపోతే రోగం తగ్గదు. ఆయన వస్తే సమస్త రోగమూ ఎగిరిపోతుంది. ఇపుడు జరిగిందదే. కాసేపు మునగదీసి పడుకోవచ్చు. పడుకోడు. గంటలో సీతారామరాజు లేచి కూర్చున్నాడు. పుంజుల్ని చూసుకున్నాడు. గాబులో కోడిరెట్ల చెత్తను స్వయంగా శుభ్రంగా ఎత్తి పోశాడు.

అమ్మాజీ మిరియాల పాలు ఇచ్చింది. తాగాడు. ఇంకాస్త తేలిక పడ్డాడు. పెరట్లో కూరగాయ మొక్కల్ని చూసి కొన్నింటిని కోశాడు. రాత్రి కురిసిన వానకు అక్కడక్కడ గుంటల్లో నీళ్లున్నాయి.

వెనక్కి వచ్చి తన వాలు కుర్చీలో కూర్చున్నాడు. అనేక ఆలోచనలు చుట్టు ముట్టాయి.

ఏమోయ్... సీతారామరాజూ... స్తిమితంగా కూర్చున్నావు... నీవన్నీ పాత కాలపు భావాలే... చాదస్తం అంటూ కొట్టిపారేసే తరం నీ ముందుంది. మనిషి ఎదుగుదలను వయసుతో కాకుండా రూపాయిలతో లెక్కించే రోజులొచ్చాయి. ఎదగడం అంటే ఆకాశం ఎత్తుకు కాదు. ఎంత సంపాదించావో డబ్బుల బరువు కావాలి. ఎంత విస్తీర్ణం గల మట్టిని పోగేసేవో కావాలి.

నీకు తెలివితేటలున్నాయా? ఇతరుల్ని మెప్పిస్తున్నావా లేదా? ధర్మబద్ధంగా నీతి నిజాయితీలను పెట్టుబడి పెట్టావా లేదా? అహర్నిశలూ కష్టపడి చెమటూడ్చావా లేదా? ఇవేమీ అక్కర్లేదు. అతి సునాయసంగా అతి తక్కువ కాలంలో అవకాశాల్ని అంది పుచ్చుకుని కేవలం అయిదారు సంవత్సరాల్లో కోటికి పడగలెత్తావా లేదా? అదీ కావాల్సింది. ఇది యుగధర్మం బాపతు లక్షణం అని తెలుసుకోవాలి.

ఉలిక్కిపడ్డాడు. మెలకువ లోకి వచ్చాడు.

సాయంత్రం అయ్యింది. నీరసం లేదు. కుంగుబాటు లేదు. కుర్రాళ్లకు చెప్పాల్సిందేమిటో బోధపడింది. తనకు తెలిసింది తక్కువే. కుర్రాళ్లను చూసేటప్పటికి ఎక్కడ లేనీ హుషారు వచ్చేస్తోంది. చెప్పేవాడికి వినే వాడు లోకువ అంటారు గానీ వాళ్లు దేవాంతకులు. వారికి తెలిసింది కూడా చెప్పిస్తారు, కొత్తగా ఏమైనా ఉంటుందేమోనని ముగ్గురూ వచ్చేశారు. వాళ్లు ఈవేళ కొత్తగా కనిపిస్తున్నారు.

మురళి తెల్లటి సగం కుర్తా, నల్లటి ఫాంటులో ఉన్నాడు. మిగిలిన ఇద్దరూ రంగు రంగుల బొమ్మల టీ షర్టులు వేసుకున్నారు. కిలకిలా నవ్వుకుంటూ వచ్చారు.

"ఏమిటి విశేషం?" అడిగాడు సీతారామరాజు.

"ఏమీ లేదండి. చంటి ఎవడి గురించో చెబుతున్నాడు. వాడెవడో పాలేరుగా ఉండే వ్యక్తి. యజమాని కొడుకు పొలం వస్తే గడ్డిమేటులో దాచిన బొప్పాయి పండు అపురూపంగా తెచ్చి కోసి పెట్టే వాడట. అలాంటివాడు సారాకొట్టులో పనివాడిగా చేరి తర్వాత కాలంలో ముదిరి సారా పాటే కైవసం చేసుకున్నాడు. ఈవేళ వాడి ఆస్తి చూస్తే ఆశ్చర్యమేస్తుందట. అదే చెబుతున్నాడు. మేం వింటున్నాం" అన్నాడు మురళి.

"నమ్మలేక పోతున్నారా? మీకు తెలిసినవాళ్లలో అలాంటి వారు లేరా?" అడిగాడు సీతారామరాజు.

"అవన్నీ ఇపుడు వద్దులెండి. అది వదిలేయండి... ముందు మీరు వదలండి..." రాజబాబు అన్నాడు.

"భలే ఆత్రం గాడివిరా నువ్వు... ప్రతిసారీ నువ్వే అడుగుతున్నావు. సరే వదులుతాను... నేను చెప్పడానికి మీరు వినడానికీ పుట్టాం. నేనేం చెప్పినా వినడమే మీ పనీ.

ఒక దేశం ఉంది. వాళ్లకి జనాభా పెరగడం అవసరం. ప్రోత్సహకాలు ప్రకటించింది, ప్రజల చేత ఎక్కువ మందిని పుట్టించాలని, జనాభా పెంచాలని.

నలుగురు కంటే ఎక్కువ సంతానం ఉన్నవారికి సంవత్సరానికి లక్ష రూపాయలు ఇస్తామన్నారు. యథాశక్తి సంతానం పెంచుకోడానికి కృషి చేస్తున్నారు. అదలా వుంచితే –

ఒక జంటకు నలుగురు పిల్లలున్నారు. పథకం అమలు కావాలంటే ఒకడు తక్కువ. మరో కొడుకో కూతురో ఉంటే ఏటా లక్ష రూపాయలు పొందే అర్హత వస్తుంది. ఆ జంటలో భర్త ఒక ఆలోచన చేశాడు. అదే విషయాన్ని భార్యకు చెప్పాడు. భార్య విని ఆశ్చర్యపోలేదు– సంశయించింది.

"ఏమనుకోకు. ఒక విషయం చెప్పాలి నీకు. డబ్బులు రావడమే ముఖ్యం కదా. నిజంగా మనకు అవసరం కూడా. ఎదురింట్లో నాకు పుట్టిన కొడుకు

ఉన్నాడు. తెచ్చుకుందాం. డి.ఎన్.ఏ పరీక్ష- వాడు నా కొడుకే అని ఎలాగూ తేలుస్తుంది. సమస్య ఉండదు. ఇంచక్కా ఏటా లక్షరూపాయిలొస్తాయి. ఏమంటావ్?" అన్నాడు. భార్య ఆలోచించింది. ఆ ఆలోచనలు భయంకరమైన వాస్తవాన్ని కళ్ళ ముందుకు తెచ్చింది. అయినా సరే ఒప్పుకుంది. "త్వరగా వెళ్లండి" అని చెప్పింది. భర్త బిడ్డను తీసుకురావడానికి బయటకు వెళ్ళాడు.

మొత్తమ్మీద సాధించాడు. మూడు గంటల తర్వాత విజయ గర్వంతో బిడ్డతో సహా హుషారుగా వచ్చాడు. భార్య విచారంగా ఉంది. ముఖం అటు వైపు పెట్టుకుని ఉంది. భర్త- "పిల్లలేరీ?" అడిగాడు. అతని ముఖం కేసి చూడకుండా లేరన్నట్టు చేతితో సైగ చేసింది. రెట్టించి అడిగితే అపుడు చెప్పింది-

"వాళ్లని పుట్టించినోడు తనే నాన్న అని చెప్పి నలుగుర్నీ తీసుకెళ్ళిపోయాడు... నేనేం చేయను?" అని సమాధానం ఇవ్వడంతో భర్త తల పట్టుకున్నాడు. ఇక అయిపోయింది. నవ్వండి మరీ. నవ్వు రావడం లేదా? నేనేం చెయలేను" తనే నవ్వాడు బిగ్గరగా. మిత్రులూ నవ్వారు.

"మనిషి జీవితంలో దశ తిరగడం అంటే ఏమిటో ఇపుడు నేను చెప్పబోయే కథలో తెలుసుకుంటారు" ముగ్గురూ చెవులు ఒగ్గి వినడానికి సంసిద్ధులయ్యారు.

సీతారామరాజు చెప్పడం మొదలెట్టాడు.

❖❖❖

ఆవేళ చంద్రి ఉదయానే మూర్తిరాజు ఇంటికొచ్చింది. వచ్చీ రాగానే ఏడుపు మొదలెట్టింది. మనిషి గాభరా పడుతున్నట్లు తెలిసిపోతోంది. జుట్టు చెదిరిపోయింది. నలిగిన చీరను చుట్టూ తిప్పుకుంది. ముఖం నలిగి ఏదో కోట్లాట నుంచి వచ్చినట్టుంది. పిల్లలిద్దరూ బిక్కుబిక్కుమంటూ తల్లి చెరో చేయి పట్టుకుని నిలబడి ఉన్నారు. ఒక కుర్రాడు అడుగు ముందుకేసి గాబుల్లోని కోడిపుంజుల్ని కొడుతున్నట్టు ఉత్తుత్తినే బెదిరిస్తున్నాడు. తల్లి వెనక్కి లాగుతోంది. రెండోవాడు నవ్వుతున్నాడు.

మూర్తిరాజు ఇంట్లో ఉన్నాడు. కిటికీ లోంచి చూశాడు. తల్లీ ఇద్దరు పిల్లలు కనిపించారు. ఆమె ముఖంకేసి తేరిపారి చూసాడు. తెలిసినవాళ్ళు కాదు. ఒంటి మీదకు చొక్కా తొడుక్కుని బయటకు వచ్చాడు.

మూర్తిరాజును చూడగానే కాళ్ల మీద పడినంత పని చేసింది.

"నేను మీకు తెల్నయ్యా... నా పేరు సంద్రి... తాపీమేస్త్రి సూరి నా మొగుడు. బడాయి సూరి అంటే మీకు బాగా తెలుత్తాదేమో... సూడండయ్యా... సచ్చినోడు-బతుకు కాల్చేత్తున్నాడు. మీ కాడ నాయం జరుగుతాదని వచ్చేను. ఆడు మీకు తెలుసు కదా... కోడిపందేల చుట్టూ తిరుగుతుంటాడు. నన్ను సంపడానికి పుట్టినాడయ్యా" అంటూ ఏడవ సాగింది. పిల్లలు బిక్క మొహాలేసుకుని తల్లి కేసి చూస్తున్నారు.

"...విషయం ఏమిటో చెప్పు... కంగారుపడకు... మంచినీళ్లు తాగుతావా? నిమ్మళించు... సూరిగాడు నాకు తెలుసు... చాలాసార్లు కోడిపందేల్లో కనిపిస్తుంటాడు... తెలివైనవాడు"

చంద్రి చీరకొంగుతో ముఖం కప్పుకుంది. ముఖం తుడుచుకుంది. చిన్న పిల్లవాడు ఏడుస్తుంటే వాడ్ని గదమాయించి ఊరుకోబెట్టింది.

"అవునండి... తెలివైనవోడే... కొంచెం ఎక్కువ తెలివైనవోడండి. తోటోల్లు సుబ్రంగా పని చేసుకుని ఆయిగా బతుకుతున్నారు. వీడికేం రోగమొచ్చిందో గానీ అప్పులు సేసి కోడిపందేల చుట్టూ తిరుగుతుంటాడు. మీరే కాపాడాలి నా సంసారాన్ని. బోలెడంత తాపీ పని ఉంటుందండి. ఒకరోజెలితే మరో రోజు కూచుంటాడు. ఊళ్లకు ఎగబడతాడు. ఇపుడేమో ఉన్న నాలుగుకుంచాల సేను అయినకాడికి అమ్మేత్తానంటున్నాడు. కొంద్రుందని సేతిలో పని ఉందని మా వాళ్ళు మోజుపడి నా గొంతు కోసారు. దర్మ పెబువులు మీరు. మీ మాట కాదనడు. సేను అమ్ముకుంటే తిరిగి కొనగలమా చెప్పండి? మీరోపాలి వాడిని తిట్టిపోసి సేను అమ్మొద్దని సెప్పండి. ఆపుసేయించి పున్నెం కట్టుకోండి. ఇంతేనండి నేనడిగేది" అంటూ చంద్రి కళ్లనీళ్ల పర్యంతం అయ్యింది.

మూర్తిరాజు విన్నాడు. సూరిగాడు తెలుసు. కోడిపందేల పిచ్చి. శాస్త్రాలు చెబుతాడు. ఎక్కడ లేని లాజిక్‌లు లాగుతాడు. ఊళ్లో వాళ్లు వాడి కబుర్లు విని వాడిని బడాయి సూరిగాడని పిలుస్తారు. తనకు సంబంధం లేని అక్కర్లేని విషయాల్లో కూడా కలగజేసుకుని సలహాలు చెప్పడంలో మొనగాడు. లోకజ్ఞానం ఉన్నవాడే. మాట అన్నాడంటే వెనక్కి జరగడు. ' కబుర్లు' గాడన్నా వాడే.

"సరేలే.. చంద్రీ... నేను చెబుతాను. నాకు తెలిసి వాడు వింటాడు... పిలిచి చెబుతాలే.. వెళ్లు..." అన్నాడు మూర్తిరాజు.

“వాడంత తేలిగ్గా వినే రకం కాదు. మీకు పెద్దరికం ఇచ్చి విని మారతాడేమోనని. అందుకే వచ్చానండి. కొంచెం కూకలెయ్యండి, బాబూ.. మీ మీద ఆస పెట్టుకున్నాను” అని చెప్పి నమస్కారాలు చేస్తూ చెప్పింది చంద్రి. తర్వాత మాటల్లో చెప్పిన విషయం ఆశ్చర్యం కలిగించింది. పదో తరగతి వరకు చదువుకుందట. ఈ ఊరొచ్చేక చుట్టూ ఉన్నవాళ్ల వలన ఇలాంటి భాష వచ్చేసిందట.

లోపలికెళ్లి పిల్లలిద్దరికీ బిస్కట్లు తెచ్చి వాళ్ల చేతిలో పెట్టాడు మూర్తిరాజు. దండాలు పెడుతూ వెళ్ళిపోయింది చంద్రి.

సూరిగాడు చిత్రమైన మనిషి. తాపీమేస్త్రీగా వీడు తనతోటి పనివాళ్లను సరిగా పనిచేయనివ్వడు. పని చెడగొడతాడు. ఊళ్లో అక్రమ సంబంధాలు, రాజకీయాలు గురించి విరామం లేకుండా మాట్లాడుతూనే ఉంటాడు. ఇళ్ల కట్టుబడికి వెళ్లినపుడు పని ముందుకు సాగనివ్వడు. రెండు రోజుల్లో పూర్తి కావాల్సింది మూడు రోజులు పడుతుంది. ఊరికే ఊగిపోతూ కొంపలంటుకున్నట్లు వేగంగా చేయకూడదని సలహా ఇస్తాడు. మరో రోజుకు పని ఉండేలా జాగ్రత్త పడాలని తోటి పనివాళ్లకు హితవు చెబుతాడు. తాపీ పని అంటే తాపీగానే చేయాలంటాడు. సంఘానికి నాయకుడు కూడాను. మిగిలిన వాళ్ల కోసం వీడిని భరించాలి యజమానులు.

మూర్తిరాజు ఆ సాయంత్రమే బడాయి సూరిగాడిని పిలిచాడు. పందేలు, పుంజులు గురించే కాసేపు మాట్లాడాడు. మాటల్లో ప్రస్తావనకు తెచ్చి చేను అమ్మొద్దని చెప్పాడు. కావాలంటే అప్పుగా కొంత సొమ్ము ఇస్తానని చెప్పాడు.

“కోడిపందేల్లో ఏ మాత్రం పోగొట్టుకున్నావ్? నీకున్న అప్పులు పందేల వల్లే కదా?” అని అడిగాడు.

“అబ్బే... లేదండి... చెల్లి పెళ్ళి చేసాను కదండీ. దానికి చాలా ఖర్చయ్యిందండి” అని ముఖం పక్కకు తిప్పుకున్నాడు. వాడు అబద్ధం చెబుతున్నట్టు తెలిసిపోతోంది. జూదగాడెపుడూ డబ్బు నష్టం వచ్చిందని చెప్పడానికి ఇష్టపడడు. నామోషీ అనుకుంటాడు. చాలామంది పందెగాళ్లతో పరిచయం వల్ల తెలిసిన నిజం ఇది.

మూర్తిరాజు మాటను సూరిగాడు మన్నించలేదు. మరో నాలుగురోజుల్లో చేను అమ్మేసాడు, ఆరువేలుకు. విషయం తెలిసి కబురంపాడు. అప్పటికే వాడు భజానా తీసుకుని యానాంలో జరుగుతున్న రాధమ్మపెళ్ళి సినీమా షూటింగుకు వెళ్లిపోయాడు. రెండురోజుల వరకూ ఇంటికే రాలేదు.

సూరిగాడు ఇంటికి రాగానే నిలదీసింది చంద్రి. వాడికి కోపం వచ్చింది. గదిలో పెట్టి చితక్కొట్టాడు. జుట్టు పట్టుకుని గోడకేసి కొట్టాడు. స్పృహ తప్పి పడిపోయింది. సూరిగాడు పట్టించుకోలేదు. ఇలా ఎప్పుడూ జరగలేదు. బండ భూతులు తిట్టి బయటకెళ్లిపోయాడు.

కాసేపటికి చంద్రి తేరుకుంది. పిల్లలిద్దర్నీ దగ్గరకు తీసుకుని ఏడ్చింది. ఆత్మహత్య చేసుకుందామనుకుంది. మళ్ళీ అది పిరికివాళ్ళ పని అనుకుంది. బట్టలు సర్దుకుంది. తలుపు తాళం వేసి కిటికీలో ఓ మూల తాళం చెవి పెట్టింది. అక్కడున్న కోడిపుంజులకు గిన్నెల్లో మంచినీళ్ళు పోసింది.

చంద్రి పిల్లల్ని తీసుకుని పుట్టింటికెళ్ళిపోయింది. రెక్కల్ని నమ్ముకుని బతుకుదామనుకుంది. అలాంటప్పుడు ఏ ఊరైతేనేం అనుకుంది. చిన్నప్పట్నుంచి పరిచయం ఉన్న జనాల మధ్య అయితే రక్షణగా ఉంటుందని అనుకుంది. భర్త మనసు మారితే తప్ప తిరిగి వెళ్ళకూడదని అనుకుంది.

బడాయి సూరి మళ్లీ కోడిపందేల్లో కనిపించాడు మూర్తిరాజుకు. ముఖం చాటేశాడు. అవతల పక్క ఉన్నాడు. దగ్గరకు పిలిచాడు. చివాట్లేసాడు. మంచికి చెబితే వినకపోవడం బాగో లేదన్నాడు. దానికి ఒకటే సమాధానం చెప్పాడు సూరి.ఒకడితో మాట పడటం ఇష్టం లేదని అప్పులు తీర్చేసి సుఖంగా ఉన్నానని చెప్పాడు.

“కట్టడం పనులకెళుతున్నావా? పెళ్లాన్ని తీసుకొచ్చావా?” ఆరా తీసాడు. సూరి వెంటనే జవాబు చెప్పలేదు. తల వంచి నేల కేసి చూస్తున్నాడు తప్ప మాట్లాడలేదు. మూర్తిరాజు రెట్టించి అడిగాడు.

“కోడిపందేలు ఏ మూల జరిగినా వెళుతున్నాను. మీరనుకున్నట్లు డబ్బులు ఒడ్డడానికి కాదు. పెద్దాపురంలో కోడికత్తులు నాడింగా చేయించి బరి దగ్గరకు పట్టుకెళ్లి అమ్ముతున్నాను. మిగిలిన రోజుల్లో తాపీ పనులు చేస్తున్నాను. చంద్రిని తీసుకు రాలేదు. వెళితే వచ్చేస్తుంది. వెళ్లలేదు. వెళ్లను. దానికి పొగరు. ఎన్నాళ్లుంటుందో చూద్దామని ఊరుకున్నాను. మిషను కుడుతుందట. దానికీ కష్టం తెలియాలి” ఇదీ సూరి చెప్పిన సమాధానం

“కాలు కుంటుతున్నావేంటి? ఏం జరిగింది?” అడిగాడు మూర్తిరాజు కిందికి చూస్తూ.

"ఎదుర్లంకలో కోడిపందేలకు వెళ్ళినపుడు ఎవడో ఎదవ పోలీసులొస్తున్నారని పుకారు పెట్టించాడు. భయపడి అందరూ పరుగు లంఘించుకున్నారు. ఊట కాలువ దాటుతుంటే అక్కడ తూరలో కాలు పడి విరిగిందండి. డబ్బులు ఖర్చయ్యాయి" అన్నాడు సూరి.

ఈలోపులో కత్తులు కట్టిన పుంజుల్ని బరిలో వదిలారు. హడావుడి మొదలైంది. ఒక పక్క ఎరుపు బూడిద రంగు గల మైల రెండో పక్క ఎరుపు డేగ. సూరి అటువైపుకు చేరుకున్నాడు.

పుంజులు వీరోచితంగా పోరాడుతున్నాయి. ప్రతి ఎగురుకు లయగా అరుపులు. అదే సమయంలో మైలకు కట్టిన కత్తి మొన విరిగింది. పుంజుని వదిలినవాడు గమనించి ఎత్తుకోడానికి సైగ చేసాడు. దగ్గరకు వెళ్లి పరిశీలించారు కొంతమంది. మరో కత్తి కట్టడానికి పక్కకు తీసుకెళ్ళారు.

డేగ కంటే మైలకే ఎక్కువ కత్తిపోట్లు తగిలాయి. గుంపంతా అరుపులు, కేకలతో నిండింది. సంతలా తయారైంది.

బరిలోకి తిరిగి తెచ్చారు. వదిలారు. కాసేపటికే మైలకు మళ్లా సూట్లు తగిలాయి. నేల మీదకు ఒరిగిపోయింది. అది అలా పడిందో లేదో డేగ వెంట్రుకలు నిక్కబొడుచుకుంటూ మైల దగ్గరకు వెళ్లి నిలబడింది.

ఉన్నట్టుండి పరుగు పెట్టింది. చుట్టూ జనం రొదకు బెదిరిందేమో. నాలుగడుగులేసింది. అప్పటికే డేగ గెలిచినట్టుగా చేయి ఊపాడు బరిలో ఉన్నవాడొకడు. ఆఖరి నిమిషంలో జరిగిన ఈ ఘటన రెండు వర్గాల్లో గొడవకు కారణమైంది.

"డేగ తోక ముడిచినట్లే లెక్క, అదే ఓడినట్టు..." మైల మీద కాసిన ఒకడు పెద్ద గొంతుతో అరుస్తున్నాడు.

"అదెలాగ... అప్పటికే మైల మట్టి కరిచింది. చేతి సైగతో గెలుపు చెప్పేక ఇంకేంటి?" అని ఇంకొకడు అంటున్నాడు. ఎవరి మటుక్కు వారు గెలవడం గురించి మాట్లాడుకుంటున్నారు.

మూర్తిరాజును న్యాయం అడిగారు. ఇరువైపుల సముదాయించాడు.

"గొడవలొద్దు. ఇరు పక్షాలు వింటానంటేనే న్యాయం చెబుతా. అన్నీ ఆలోచించే

చెబుతాను. నేను ఒకసారి చెప్పేక అదనీ ఇదనీ అనడం కుదరదు. ఆ మాత్రం గురి నా మీద ఉందంటే ఈ సమస్య తీరుస్తాను" అన్నాడు మూర్తిరాజు. ఇరు వర్గాలూ అంగీకరించాయి.

మూర్తిరాజు రెండు పుంజుల్నీ తీసుకు రమ్మన్నాడు. వాటి ముక్కుల్ని కరిపించమన్నాడు. డేగ వెంట్రుకలు సమరానికి సిద్ధమన్నట్లుగా నిక్కబొడిచాయి. మైల తల వాల్చేసింది. కణతలపై నోటిలో నీరుతో ఊదినా ప్రయోజనం లేకపోయింది. ఉలుకూ పలుకూ లేదు. డేగ గెలిచినట్లు ప్రకటించాడు మూర్తిరాజు. తీర్పును గౌరవించారు. పందేలు కాసినవారిలో కొందరు గొణుక్కుంటున్నారు.

సాయంత్రం నాలుగైంది. మూర్తిరాజుకు పొలం నుండి కబురొచ్చింది, గేదె ఈనిందని. తప్పక వెళ్ళి దగ్గరుండి చూసుకోవాలని వెంటనే వెళ్లిపోయాడు. తర్వాత జరిగిన సంఘటన మూర్తిరాజుకు తెలియదు. అంతా గందరగోళమై పోయింది. మర్నాడు తెలుసుకున్నాడు. అదేమిటంటే-

ఎండుటాకుల మీద బూట్ల చప్పుడు పందెగాళ్ళ ఉత్సాహపు సందడిలో కలిసిపోయింది. రాకూడని వేళలో వినకూడని శబ్దం పందెగాళ్ల ఏకాగ్రత చూపుల్లో చిక్కుపడిపోయింది. రసవత్తర సన్నివేశం మధ్య

కళ్లు బైర్లు కమ్మాయి. రెప్పల మాటున ఎర్ర జీరల కులాసా మత్తులో ఒక్కసారిగా పోలీసుల ఆకారాలు భీకరంగా కనిపించాయి. ఎవరి ప్రాణాల్ని వారు గుప్పెటలో పెట్టుకుని పలాయనం చిత్తగించడానికి నలుదిక్కులు దారి చూపాయి. ఎవరి దారి ఎటో తెలియకుండా పరుగులు పెడుతున్నారు.

ఎవడు ఉప్పందించాడో తెలీదు. వాళ్ల సంకేత భాషలోని మొగుళ్ళు వచ్చేశారు. ఎస్సైతో కలిపి నలుగురు వచ్చారు. చేతికి దొరికిన వారిని నిలబెట్టారు. భయంతో వణికిపోయారు. జనం కకావికలయ్యారు. అక్కడక్కడ కట్టిన పుంజుల మీద పడ్డారు. దొరికిన మనుషుల్ని పుంజుల్ని అధీనం లోకి తీసుకున్నారు.

పోలీసులు వెంటబడి తరుముతున్నారు. కొందరు పుంజుల్ని చంకలో పెట్టుకుని మరికొందరు ఎక్కడివక్కడ వదిలేసి ఒకటే పరుగు తీస్తున్నారు. వయసు మీరిన వారు కదలకుండా నిలబడిపోయారు. పట్టుబడినవారు ఆరుమంది. తరుముకుంటూ వెళ్లిన పోలీసులు తిరిగి రావాలి.

బడాయి సూరి కాలు దెబ్బ వల్ల సరిగా పరుగెట్టలేకపోయాడు. అర పర్లాంగు

దూరంలో పశువులు కట్టేసి ఉన్నాయి. అక్కడ చిన్న పాక ఉంది. పాలు పితికే సమయం. పాక వార పాలు పితకడానికి ఉపయోగించే చిన్న ఇత్తడి తపేళా ఉంది.

చటుక్కున తపేళా దొరకపుచ్చుకుని కారు నలుపు గేదె వెనుక గొంతుక్కూచుని పాలు పితుకుతున్నట్లుగా ఉండిపోయాడు సూరి. వెనుక వైపు నుండి పరుగెట్టుకుని వచ్చిన పోలీసు చూసేశాడు. ఆగాడు. నవ్వుతూ బడాయి సూరి దగ్గరకు వచ్చాడు. సూరి ఒళ్లు జలదరించింది పోలీసును చూడగానే. పారిపోయే మార్గం లేదు. సూరి కంగారులో గమనించలేదు. అది గేదె కాదు. దున్నపోతు.

"ఏమిటి సార్ గారూ... దున్నపోతు నుండి పాలు పితుకుతున్నారు? వెధవ తెలివితేటలు..." అంటూ పోలీసు లాఠీ ఎత్తాడు. బడాయి సూరి లేచాడు. లేస్తూనే తూలాడు. మొల దగ్గర ఎత్తుగా ఉండటాన్ని పోలీసు కంటి నుండి తప్పిపోలేదు. పోలీసు చూపు గురి తప్పలేదు.

"ఏమిటిది? తీయి... ముందు...అదేమిటి? డబ్బుల మూటా?" గట్టిగా అడిగాడు పోలీసు.

సూరికి తప్పలేదు. కత్తుల పొది బయటకు తీసాడు. పై నుంచి తళతళ మెరుస్తున్న కత్తులు కట్టి ఉన్నాయి. పోలీసు తీసుకున్నాడు. చూశాడు. కళ్లు మెరిశాయి.

"పద... పందేలు... కత్తులు కట్టడం... అసలు నేరస్తుడివి నీవే... పద... నీ నుంచి చాలా సమాచారం లాగొచ్చు. కత్తులు లేకుండా పందేలే ఉండవు..." లాఠీతో భుజం మీద తట్టాడు.

మొత్తం పదిమంది మనుషులు పట్టుబడ్డారు. అరడజను కోళ్లు తొమ్మిది వేల రూపాయిల నగదు దొరికాయి. బడాయి సూరి ప్రతిసారి తప్పించుకోగలిగాడు. ఇదే మొదటిసారి పోలీసులకు దొరకడం. బతిమాలాడు. విడిచి పెట్టమని ప్రాధేయపడ్డాడు. పోలీసులు వినలేదు. సాధారణంగా మామూల శివారు గ్రామాల్లో జరిగే పందేలకు ముందస్తుగా పోలీసుస్టేషనులో అనధికారికంగా కొంత సొమ్ము మాట్లాడుకుని కడతారు. ఒకవేళ పైనుంచి ఆకస్మిక తణికీలకు వచ్చినా ముందస్తు సమాచారం ఇస్తారు. అలాంటి ఏర్పాటు చేసుకోకుండా దొంగచాటుగా ఎక్కడో మామూల కదా అని పందేలు నిర్వహిస్తే ఇలాంటి ఇబ్బందులే వస్తాయి.

"మరెప్పుడూ కోడిపందేల జోలికెళ్లను...ఈసారికి వదలెయ్యండి, సార్.

తాపీమేస్త్రీ పని చేస్తుంటాను. ఈ మధ్యనే కాలు విరిగింది. నా దగ్గర పుంజులూ లేవు. కాయడానికి డబ్బులూ లేవు. ఈ కత్తులు అమ్మడానికి తీసుకొచ్చాను" అంటూ ఎస్.ఐ కాళ్ళ మీద పడ్డాడు. కుర్ర ఎస్ఐ కొత్తగా ఉద్యోగం లోకి వచ్చాడు. తప్పుడు కార్యకలాపాల పట్ల కఠినంగా ఉండాలనే ధ్యేయంతో ఉన్నాడు. అందుకే కనికరించలేదు. అందర్నీ పోలీసు స్టేషనుకు తరలించాడు. ఆ తర్వాత జరిమానాలూ కోర్టులూ మామూలుగా జరిగిపోయాయి.

బడాయి సూరి మానసికంగా కుంగిపోయాడు. ఎప్పుడూ ఎరుగని కొత్త అనుభవం ఇది. చిన్నప్పట్నుంచీ సరదా అనుకుని పందేలపట్ల మోజు పెంచుకున్నాడు. చాలా రోజులు మనిషి కాలేకపోయాడు. వృత్తిలో పూర్తిగా లీనమైపోయాడు. కోడిపందేలకు మరెప్పుడూ వెళ్లకూడదని నిశ్చయించుకున్నాడు. ఆ మేరకు ఒట్టు పెట్టుకున్నాడు. అలవాటైన ప్రాణం. అయినా నిగ్రహించుకుని దూరంగా ఉన్నాడు.

సరిగా అదే సమయంలో బడాయి సూరికి తేటగుంట గోపాలరాజుతో పరిచయం కలిగింది. ఆ పరిచయం అతని జీవనగమనాన్నే మార్చింది. కొంతమంది పనివాళ్లతో కలిసి అన్నవరం దేవాలయంలో భవన నిర్మాణ పనికి వెళ్ళాడు. గోపాలరాజు దేవాలయ పనుల కంట్రాక్టు తీసుకున్నాడు.

బడాయి సూరి తన మాటకారితనంతో గోపాలరాజును ఆకర్షించాడు. గోపాలరాజుకు కోడిపందేలంటే పిచ్చి. తను స్వయంగా పుంజుల్ని మేపుతాడు. హెచ్చు మొత్తంలో పందేలు కాస్తాడు. తరచు భీమవరం వెళుతుంటాడు. కత్తి పందేలే కాదు విడికాళ్ల పందేల్లోనూ పాల్గొంటాడు. విడికాళ్ల పందేల్లో కోడికి కత్తి కట్టరు. చాలాసేపు పోరాడితే గానీ ఫలితం తేలదు. జూదరులకు అంతసేపు నిరీక్షించడాన్ని భరించలేరు. అందుకే కత్తి పందేలకు ఆకర్షణ.

బడాయి సూరి కోడిపందేల పరిజ్ఞానం గోపాలరాజుకు అర్థమైంది. ఒకసారి తేటగుంటలో తన ఇంటికి తీసుకెళ్లాడు. ఎకరం చోటులో వంద కోళ్లున్నాయి. పుంజుల్ని చూసుకోడానికి పనివాళ్లున్నారు. అక్కడి ఏర్పాట్లు చూడగానే సూరికి మతి పోయింది. వినడమే గానీ చూడటం ఇదే మొదటిసారి.

"రాజుగారూ... వీటిని చూస్తుంటే కడుపు నిండిపోయిందండి. పోయిన ప్రాణం లేచి వచ్చినట్లయింది. ఇక్కడే ఉండిపోవాలనిపిస్తుందండి. ఇక ఏమీ అక్కర్లేదనిపిస్తోంది. చక్కగా వీటిని ఏ లోపం లేకుండా బాగా చూసుకుంటానండి" అని అడిగేసాడు

సూరి.

గోపాలరాజు ఆలోచించాడు. అతని కుటుంబ విషయాలు అడిగి తెలుసుకున్నాడు. నమ్మదగ్గ వ్యక్తిలా అనిపించి 'సరే' నన్నాడు.

పందెం కోళ్ల జాతులూ ఏయే ప్రాంతాల నుంచి తెచ్చినవీ వాటి ఆహారపు అలవాట్లు పందేలకు ముందు ఇచ్చే తర్ఫీదులూ వాటిని సమాయత్తం చేసే విధానాలూ రోగనిరోధక మందులూ వాటి పరిశుభ్రతకు తీసుకోవాల్సిన జాగ్రత్తలూ పుంజుల వయసుతో బాటు వాటి జన్మవృత్తాంతాలూ... ఇవన్నీ బడాయి సూరి తెలుసుకున్నాడు. ఆకళింపు చేసుకున్నాడు. అభిరుచి బలపడింది.

చాలా విషయాలు అనుభవపూర్వకంగా ఎరిగిన వాడు కావడం వల్ల అంతా ఇష్టంగా చేశాడు. ఆనాటి నుండి అనేక జాతుల పుంజులు వాటి ఆలనాపాలనా సంరక్షణ, ఆహార పానీయాలు జాగ్రత్తగా చూసుకున్నాడు సూరి. గోపాలరాజు మనసు చూరగొన్నాడు.

మూడు నెలలు గడిచాయి. గోపాలరాజుకు అత్యంత నమ్మకమైన వ్యక్తిగా మారిపోయాడు సూరి.

గోపాలరాజు అన్ని సమయాల్లోనూ ఒకలా ఉండడు. విచిత్ర మనస్తత్వం. కోపం వస్తే తారాస్థాయికి చేరుకుంటుంది. అభిమానం, ప్రేమ కలిగితే తట్టుకోలేంత చూపిస్తాడు. ఏం వచ్చినా అతిగా ఉంటుంది. ఆయన ఏ సమయంలో ఎలా ప్రవర్తిస్తాడో దాన్ని బట్టి మసలుకుంటే అంతా లాభమేనన్న సంగతి తొందరలోనే గ్రహించాడు సూరి. ఎక్కడా గోపాలరాజుకు నొప్పి కలుగకుండా ఉండటం ఎలాగో నేర్చుకున్నాడు.

ఆ రోజు గోపాలరాజు ఇంటి దగ్గరే ఉన్నాడు. హుషారుగా ఉన్నాడు. అన్నవరం దేవస్థానంలో మరో కొత్త కంట్రాక్టు దొరికింది. అదే కాకుండా మూడు రోజులపాటు జరిగిన కోడిపందేల్లో అన్నీ గెలిచాడు. సొమ్ములు బాగా కిట్టాయి. కోళ్ల దాణా షెడ్డులో మిత్రుడితో కలిసి మందు తాగాడు. కాసేపుండి మిత్రుడు వెళ్లిపోయాడు.

గోపాలరాజు గదిలో పడుకుండిపోయాడు. గంట గడిచింది. లేచాడు. ఇంటికెళ్లడానికి తయారవుతున్నాడు. తూలుతున్నాడు. ఆ సమయంలో బైకు ఎలా నడుపుతాడు? సూరి గమనిస్తూనే ఉన్నాడు. గోపాలరాజును ఆపు చేయాలి. ఆయన ఉన్న గదిలోకి వెళ్లాడు.

"ఉదయం వెళ్లొచ్చుండి. పడుకోండి" అన్నాడు సూరి.

"ఉహూ... కుదరదు... వెళ్లి తీరాలి" అన్నాడు గోపాలరాజు.

"ఈ స్థితిలో... వద్దండి... నా మాట వినండి, రాజుగారూ.."

"అంటే ఏమిటి? బండి నడపలేనంటావ్? నాకేమీ తెలియదంటావ్..." అంటూ తూలుతూ బైకు దగ్గరకు వెళ్లాడు. బండి ఎక్కి స్టార్టు చేసాడు గోపాలరాజు. బైకు వంకర్లు పోతూ ముందుకు ఉరికింది.

సూరి అలా చూస్తుండి పోయాడు. కానీ మనసులో ఆందోళన. కిలోమీటరు దూరంలో ఉన్న ఇంటికి సవ్యంగా చేరతాడా? ప్రమాదం జరిగితే ఏమైనా ఉందా? నిశ్శబ్దంగా ఉండలేక పోయాడు. అలా ఉండలేకపోవడం సూరి జీవన గమనాన్ని మార్చేస్తుందన్న సంగతి తెలీదు.

చీకటిగా ఉంది. రోడ్డు మీద మనుషుల అలికిడి లేదు. బాటరీలైటు తీసుకున్నాడు. రోడ్డు మీదకు వచ్చాడు. గోపాలరాజు ఇంటికేసి నడక ప్రారంభించాడు. ఏవో ఎడ్లబండ్లు వెళుతున్నాయి. బండి అడుగున లాంతరు అటూ ఇటూ మిణుక్కుమంటూ వెలుగుతూ ఊగుతోంది. తోలుతున్న వ్యక్తి హాయిగా తొట్టెలో నిద్రపోతున్నాడు. ఎడ్లబండి వెనుక సూరి నడుస్తున్నాడు. ఆ వెలుతురులో రోడ్డు పక్క ఏదో పడి ఉన్నట్టు కనబడుతోంది. బహుశా బైకేమో.

సూరి అనుమానం నిజమైంది. అతను తలచినట్లుగానే జరిగింది. గోపాలరాజు బైకు రోడ్డు పక్క పడి ఉంది. రాజుగారెక్కడ ? చుట్టూ చూశాడు. పేరు పెట్టి పిలిచాడు. చిన్న పొద వార కనిపించాడు. దగ్గరకు రమ్మని సైగ చేశాడు గోపాలరాజు. నెమ్మదిగా లేపి బైకు వద్దకు తీసుకొచ్చాడు. దెబ్బలు తగిలినట్టున్నాయి.

బైకు తీసి గోపాలరాజును వెనుకవైపు కూచోబెట్టుకున్నాడు సూరి. ఆయన చేతుల్ని తన పొట్ట చుట్టూ వేసుకున్నాడు. బైకును నెమ్మదిగా పోనిస్తూ ఇంటికి తీసుకెళ్లాడు.

మర్నాడు ఉదయం గోపాలరాజు దగ్గర్నుంచి పిలుపొచ్చింది. వెంటనే వెళ్లాడు సూరి.

ఆయన భార్య సునీత 'టీ' ఇచ్చారు.

"నీవు సమయానికి వెళ్లడం మంచి పనయ్యింది" అన్నారావిడ.

తర్వాత గోపాలరాజుతో కలిసి కారులో ఆసుపత్రికెళ్లాడు సూరి. మడమ దగ్గర ఎముక చిట్లిందని కట్టుకట్టారు. విశ్రాంతి తీసుకోవాలని చెప్పారు.

ఆ రోజు మొదలుకుని ఉదయం, సాయంత్రం గోపాలరాజు ఇంటికెళ్ళడం కాసేపు కూచుని కబుర్లు చెప్పుకుని రావడం అలవాటైంది సూరికి. బాగా చనువు ఏర్పడింది. ఆ సంఘటన జరిగినప్పట్నుంచీ సూరి వారి కుటుంబానికి మరింత దగ్గరి వాడయ్యాడు.

ఒక రోజు గోపాలరాజు కులాసాగా ఉన్న సమయంలో సూరి తన మనసులో ఉన్న కోరికను ఆయన ముందుంచాడు.

"కోడిపందేలకు వెళ్లడం ఎలాగూ మానుకున్నాను. ఓపికా లేదు. బెట్టింగు మాట అటుంచితే చూడ్డానికే ఇపుడు ఇష్టం కలగడం లేదండి. కుదురుగా ఒకచోట కూచునే పనేదయినా చేసుకోవాలని ఉందండి. ఇక్కడ ఉండటానికి ఆ జీవాల మీద ఉండే ప్రేమేనండి" అన్నాడు సూరి.

గోపాలరాజు సూరి ముఖం కేసి చూసి నవ్వాడు. ఆలోచించాడు. అతనికేదైనా దారి చూపిస్తే నమ్మకమైన మనిషిని కోల్పోవాలి. తనంటే ఎంతో ప్రేమ చూపిస్తాడు. తన మాటను వేదవాక్కులా భావిస్తాడు. ఎదురు చెప్పకుండా ఏ పనైనా చేస్తాడు. ఇప్పట్లో అతని అవసరం ఇంకా ఉంది. గోపాలరాజు అనుకున్నాడు గానీ సూరితో దీనికి భిన్నంగా మాట్లాడాడు. ఒకోసారి లోపలి అభిప్రాయానికి విరుద్ధంగా మాట్లాడటం అంటే ఇదే.

"నేనూ నెమ్మదిగా పుంజుల్ని తీసేస్తాను. ఇక పెంచడం మానేస్తాను. పందేలంటావా? ఏ పండుగలప్పుడో చూడ్డమే. ఒక పని చేయి, సూరీ... ఒరుగుల్ని తెచ్చి పెంచి అమ్మకం చేసుకో... ఆ తర్వాత బావుంటే జాతి కోళ్ల నుంచి గుడ్లు సేకరించి పొదిగించు. ఇదంతా మీ ఊళ్లోనే పెట్టు. లేదంటే ఇక్కడే పెట్టుకో. నీ ఇష్టం." అంటూ వరమిచ్చాడు గోపాలరాజు.

"మరి... మరి పెట్టుబడి సంగతో?" గొణుగుతున్నట్టుగా అన్నాడు సూరి.

"ఓ ఏభై వేలు సర్దుతాను. నెమ్మది మీద డబ్బులు తిరిగి ఇద్దువుగాని. ఎందుకో జాగ్రత్తగా చేసుకుంటావనే నమ్మకం కలిగింది. ఏమంటావ్? అసలు నీ ఉద్దేశం... ఏమిటి?" అన్నాడు.

సూరి సంబరపడిపోయాడు. పాదాలకు నమస్కరించాడు.

మరో నెల్లాళ్లకు తన ఊరు చేరుకున్నాడు. సరైన చోటు కోసం గాలించాడు. అనువైనది దొరకలేదు. తేటగుంట వెళ్లి పోదామని ఒక దశలో అనుకున్నాడు.

సరిగ్గా అప్పుడే కాజులూరు లోని బంధువొకడు శుభకార్యానికి పిలిచాడు. వెళ్లాడు. తిరుగు ప్రయాణం అవుతుండగా బంధువు చెవిలో ఊదాడు తన సమస్య గురించి. బంధువు వెంటనే స్పందించాడు.

"బులిరాజు గారికి విశాలమైన పెరటి దొడ్డి ఉంది. శుభ్రంగా జాగ్రత్తగా చూసుకుంటానంటే మహానుభావుడు కాదనరు. ఆయనెంతో ఉదారుడు. పరోపకారం చెయ్యడానికి ముందుంటారు. ఆయన హస్తం మంచిది. ఎందరికో ఉపకారం చేసారు" అని బులిరాజు దగ్గరకు తీసుకెళ్ళాడు.

బులిరాజు పెద్దరికపు తరహాలో ఉంటారు. పెరడు వృథాగా పడి ఉండటం నిజమే. ఏటా రెండుసార్లు బాగు చెయ్యడం పిచ్చి మొక్కలు పెరగకుండా చూడటం పాములు చేరకుండా శుభ్రం చేయడం కష్టంగానే ఉంది. బులిరాజు సూరిని కొన్ని ప్రశ్నలేసారు. వినయంగా సమాధానం చెప్పాడు.

కొన్ని షరతులు విధించి మెయిన్ రోడ్డును ఆనుకుని వరసగా ఉన్న మూడు ఇళ్ళ వెనుక వైపు ఉన్న పెరడును ఇవ్వడానికి అంగీకరించాడు. పక్క వీధి నుంచి ఈ పెరడుకు వేరే దారి కూడా ఉంది. నేలంతా సున్నితమైన పచ్చమట్టి. ఈ మట్టికి చాలా ప్రత్యేకతలు ఉన్నాయి.

సూరి కాజులూరు మకాం మార్చేశాడు. చిన్న ఇల్లు అద్దెకు తీసుకున్నాడు. పరిస్థితులు అన్నీ అనుకూలంగా ఉన్నాయనుకున్న తరుణంలో మళ్లీ అడ్డంకి ఏర్పడింది.

బులిరాజు అకస్మాత్తుగా చనిపోయారు. సూరికి ఏం చేయాలో పాలిపోలేదు. ఎన్నో కలలు కన్నాడు. తన జీవితం మళ్ళీ గాడిలో పడుతుందనుకున్నాడు. ఇలా జరిగిందేమిటి?

బులిరాజు కొడుకులు ముగ్గురు మూడు ఇల్లులు పంచుకున్నారు, వెనకాతల పెరడుతో సహా. సూరి అనుకున్న ప్రాంతం మూడు ముక్కలైంది.

కొడుకులకు ఒక ఆలోచన వచ్చింది. ఒక బ్రోకరు ఇచ్చిన సలహా ఇది.

ఎవరి వాటా పచ్చమట్టిని వారు అమ్ముకుంటే డబ్బులు మిగులుతాయని చెప్పాడు ఆ బ్రోకరు. పచ్చమట్టి విలువైనది. ఇళ్ళ గోడలకు పచ్చమట్టి పూస్తే చలవగా ఉంటుందని నేల మీద పరిస్తే సిమెంటులా అతుక్కుంటుందని అంటారు. అది అమ్ముకుని చేలో నల్లమట్టితో నింపుకుంటే డబ్బులు బాగా కలుసొస్తాయని లెక్కలేసి ప్రలోభ పెట్టాడు బ్రోకరు.

కొడుకులు కూర్చుని తినే రకాలు. ఎవరి వాటా పచ్చమట్టిని వారు అమ్మేసుకున్నారు. అయితే నల్లమట్టితో పూడ్చే పని అంత తేలిగ్గా అవ్వలేదు. డబ్బులు పులుసులో పడి ఖర్చైపోయాయి. నల్లమట్టితో కప్పెట్టే పాటి శక్తి వాళ్లకి లేకపోయింది.

సూరికి ఏం చేయాలో తెలియని సంకట స్థితి. ఐశ్వర్యానికి అంతం లేదు దారిద్ర్యానికి మొదలూ లేదు అన్నట్టయ్యింది. ఒక ప్రయత్నం చేసి చూద్దామనిపించి బులిరాజు కొడుకులు దగ్గరకెళ్ళి వారి తండ్రి ఇచ్చిన హామీని గుర్తు చేసాడు. దాని గురించే ఈ ఊరుకి కాపురం రావడం గురించీ చెప్పాడు.

"గోతుల్తో నువ్వేం చేస్తావ్? ఏం చేయాలో తెలియక మేమే నెత్తి కొట్టుకుంటున్నాం. తిరం తప్పి ఏడుస్తున్నాం" ఒకే మాటగా అన్నారు కొడుకులు.

"ఆ గోతుల్ని నాకు అమ్మేయండి. నేను మట్టి కప్పెట్టుకుంటాను" అని అడిగాడు. వాళ్లు ముఖముఖాలు చూసుకున్నారు.

"ఒక రోజు ఆగి రా... ఈ లోపు మేం ఆలోచించుకుంటాం" అని చెప్పి సూరిని పంపించేశారు. వాళ్లకూ అమ్మేయడం పరిష్కారం అనిపించింది.

గోతులు గనుక అతి తక్కువకు బేరం చేసుకున్నాడు సూరి. గోపాలరాజు దగ్గరకు వెళ్లి విషయం చెప్పాడు. మరి కొంత సాయం చేస్తానని మాట ఇచ్చాడు ఆయన.

వేసవిలో ఊరి చివరి చేలోంచి మట్టి తోలించాడు. ఒక ట్రాక్టరు గోపాలరాజు పంపించాడు. అనుకున్న దాని కంటే తక్కువ సొమ్ముకే గోతులు పూడ్చగలిగాడు.

ఏభై ఒరుగులు తీసుకొచ్చి గూళ్ళలో పెట్టి పెంచడం మొదలెట్టాడు. ఆ ప్రాంతానికి ఇది కొత్త వ్యాపారం. తొలి దఫా తెచ్చిన ఒరుగులు ఎనిమిది నెలల్లో బాగా ఎదిగాయి. కలలో భోగం కలతోటే అనుకున్న వాడికల్లా బతుక్కి భరోసా కలిగింది.

అత్తగారింటికెళ్లాడు. చంద్రికి విషయమంతా చెప్పాడు. కోడిపందేల జోలికెళ్లనని పుంజుల్ని మేపి అమ్ముతానని కొత్త జీవితం ప్రారంభిద్దామని చెప్పాడు. గోపాలరాజు దయ వల్ల మంచి భవిష్యత్తు ఉంటుందని ఒప్పించి భార్య పిల్లలను కాజులూరు తీసుకొచ్చాడు.

ఇది జరిగి ముప్పై ఏళ్ళు గడిచాయి. బడాయి సూరిగాడు పేరు ఏనాడో మరుగున పడింది. సూర్యారావు అయ్యాడు. జి. ఆర్. ఫామ్స్‌కి పెత్తందారుడయ్యాడు. భార్య చంద్రమ్మ అయ్యింది. పిల్లలు చదువుకుని

ఉద్యోగాలు చేస్తున్నారు. ఆనందకరమైన జీవితాన్ని అనుభవిస్తున్నాడు. ఆర్థికంగా ఎవరూ ఊహించనంత ఎత్తుకు ఎదిగాడు. పట్టిందల్లా బంగారమైంది.

సూర్యారావు రమ్మని పదేపదే అడగడంతో మూర్తిరాజు కాజులూరు వెళ్ళాడు. ముందుగా ఇంటికెళ్ళాడు.

అందమైన ప్రహారీగోడ. గోడకు రోడ్డుకు మధ్య రకరకాల పూలమొక్కలు. గేటుకు ఒక అంచున సిమెంటు చప్టా. మధ్యలో పొగడచెట్టు. చెట్టు నిండా పరిమళాల పొగడపూలు. ఎవరైనా అక్కడ కూచుని కాలక్షేపం కబుర్లు చెప్పుకోవచ్చు.

మూర్తిరాజును ఆకర్షించిన విషయం ఒకటుంది. గేటుకు రెండు పక్కల ఉన్న స్తంభం మీద జీవకళతో ఉట్టిపడే కోడిపుంజుల కళాకృతి. నిజమైన పుంజుల్లా ఠీవిగా ఉన్నాయి. ఆశ్చర్యపోయాడు మూర్తిరాజు. మెచ్చుకున్నాడు. ఏవైతే భద్రమైన బతుకునిచ్చాయో వాటిని గుండెల్లో నింపుకున్నట్టుగా ఉంది. చిరునామాగా మారింది. ఇదొక కృతజ్ఞతాపూర్వకమైన ఆలోచన అని చెప్పి తీరాలి.

“భేష్... అద్భుతంగా ఉన్నాయి, సూరీ... బొమ్మల్ని చెక్కినట్టు లేదు. నిజమైన పుంజుల్ని నిలబెట్టినట్టుంది” అన్నాడు మూర్తిరాజు. ఇంటికి వచ్చిన ప్రతి ఒక్కరు గేటు దగ్గర కాసేపు నిలబడిపోవాల్సిందే.

“అవి తొలిరోజుల్లో నన్ను నిలబెట్టిన పుంజులు. వాటి ఫొటోల ఆధారంగా నీలపల్లి నుంచి నందెం వెంకన్నను రప్పించి చెక్కించాను. రోడ్డు మీద వెళ్ళే వారు కూడా వాటిని చూడకుండా ఉండలేరు. కొంతమందైతే ఆగి చూసి వెళతారు” అని మురిపెంగా చెప్పాడు సూర్యారావు.

చంద్రమ్మను చూసి మరింత ఆశ్చర్యపోయాడు మూర్తిరాజు. పెద్దింటి

ఆడపడచులా ఉంది. ముఖవర్చస్సు సంపన్నంగా ఉంది. ఒంటి మీద బంగారు నగలున్నాయి. గౌరవంగా వినయంగా మాట్లాడింది. స్వీటు, హాటు, టీ ఇచ్చారు. ఇల్లంతా తిప్పి చూపించారు. ఆధునిక నిర్మాణ పద్ధతులతో డబ్బులు లెక్క చేయకుండా కట్టినట్లుంది.

"చాలా సంతోషంగా ఉంది, సూరీ.. గొప్ప జాతకుడివి. నిన్ను చూసి ఎవరైనా నేర్చుకోవాలి" అంటూ పొగిడాడు మూర్తిరాజు.

అరగంట గడిచింది. జి.ఆర్.ఫామ్స్ తీసుకెళ్లాడు. ఫామ్స్‌కు గోపాలరాజు పేరు పెట్టుకోవడమే కాదు. లోపలికి ప్రవేశించగానే నిలువెత్తు గోపాలరాజు ఫొటో అటూ ఇటూ కోడిపుంజులతో అద్దాల చట్రంలో బిగించి అందంగా తయారుచేయించి పెట్టాడు.

మైదానమంతా అలికి ముగ్గెట్టినట్లుంది. ఆరు బయట దూరంగా పొడుగ్గా మెడ సాగినట్టుండే పెట్టలు తిరుగాడుతున్నాయి. వాటి వెనుక పిల్లలు ఉన్నాయి. పుంజులు విశాలంగా తయారు చేసిన గూళ్లలో ఉన్నాయిఇనుప ఊసల చట్రం గల తలుపులు. కిందా పైనా పట్టా మీద ఆగి ఉన్న రైలులా ఉంది.

పద్ధతి ప్రకారం ప్రతి పుంజుకు నీళ్ల గిన్నె, చిన్న సిమెంటు తొట్టె... ఆ తొట్టెలో అనేక రకాల ధాన్యం గింజలు. మూడు పూటలా రెట్టల్ని ఎత్తి పోసే ఏర్పాటు ఉంది. అంతా సమయం ప్రకారం జరిగే విధంగా చూసుకునే కూలి మనుషులు ఉన్నారు.

"గోపాలరాజు గారు అపారమైన ప్రేమ చూపించారు. ఆయన దయతో ఎదిగినవాడిని. ఆయన చనిపోయినా తరతరాలు మాలోనే ఉంటారు. రండి... అలా కూచోండి" అన్నాడు.

పుంజుల కూతలు వినిపిస్తున్నాయి. ఇదంతా మా రాజ్యం అని చెప్పడానికి లయగా ప్రతిధ్వనిస్తున్నాయి. మూర్తిరాజుకు చిత్రమైన అనుభూతి కలిగింది.

"పరిశుభ్రమైన వాతావరణం లో పుంజుల్ని పెంచుతానండి, రాజుగారూ. ప్రస్తుతం నా దగ్గర నూట ఏభై జాతి పుంజులున్నాయి. రిచ్ వాటం గల పెట్టలు ఏభై వరకు ఉంటాయండి. అన్నీ డబులు బాడీ కోళ్లే. ఒక గుమస్తా, నలుగురు కూలీలు. నెలకు లక్షరూపాయిల వరకూ ఖర్చుంటుందండి. యూట్యూబుల ద్వారా జాతి కోళ్ల వివరాలు, వాట్సప్‌ల ద్వారా పుంజుల్ని చూపించడం, ధరలు చెప్పడం,

బేరమాడుకోవడం జరుగుతుందండి. కొంతమంది నేరుగా ఇక్కడకొచ్చి కొనుక్కుంటారు" అంటూ చెప్పుకు పోతున్నాడు సూర్యారావు.

అదే సమయంలో ఫార్చ్యూన్ కారులో మడతలు నలగని నలుగురు దిగారు. వాళ్లు చాలా దూరం నుంచి వచ్చారు, పుంజుల్నీ పెట్టల్నీ కొనుగోలు చేయడానికి. సూర్యారావు లేచి నిలబడి ఎదురేగి వారిని ఆహ్వానించాడు. వినయంగా చేతులు కట్టుకుని మాట్లాడాడు. కూల్‌డ్రింక్స్ తెప్పించి మర్యాద చేశాడు.త

వాళ్లను ఒక్కో కోడి దగ్గరకు తీసుకెళ్లి వివరంగా చెప్పడం మొదలెట్టాడు. మూర్తిరాజు మౌనంగా అనుసరించాడు. సూర్యారావు వ్యవహారం ఆసక్తిగా ఉంది. ఇదొక కొత్త లోకం కొత్త భాష.

"ఇది నల్ల సవల. భీమవరం జాతి. డబులు బాడీ కోడి. ఇరవై రెండు అంగుళాల ఎత్తండి. కాటుక కళ్లండి. మూడు కేజీల బరువండి. వయసు పదిహేను నెలలండి. మీరు తీసుకోవాలంటే ఐదువేలండి. మీరు బేరం అడగొచ్చు. కానీ పెద్దగా తేడా ఉండదండి. ఇది పసిమి గల కాకి డేగండి... చూడండి... చిలకపన్ను... ఇరవై మూడంగుళాల ఎత్తండి. పదమూడు నెలల వయస్సండి. మీరు తీసుకుంటానంటే దీని రేటు ఆరువేలండి. ఇది పసిమి గల సేతువండి. ఇరవై నాలుగు అంగుళాలండి. సంవత్సరం వయసు. ఏడువేలండి. ఇది జీడిబొట్ల సేతువు... ఇరవై మూడు అంగుళాలు... సంవత్సరం వయసు... రిచ్ టైపు తోక (దువ్వుతూ) మీకు గనుక కావాలంటే ఆరువేల అయిదొందలండి. ఇది ఎర్ర అబ్రాస్.. తూర్పుజాతి.. ఒన్ టైమ్ విన్నరండి... ఇరవై నాలుగు అంగుళాలు... నాలుగుకేజీల బరువు... పదిహేను నెలల వయసు... కావాలంటే ఆరువేల ఐదువందలండి... దీన్ని చూడండి... ఇది పీలా జాతి పుంజండి... కంగారు కంగారుగా బెదురుగొడ్డులా ఉంటుంది గానీ తప్పించుకుంటూ కాలు భలే విసురుతుందండి... ఆరువేలండి... ఇది కప్పు రేజా... ముసుగు పందెంకు పనికొస్తుందండి... ఇరవై ఒక్క అంగుళాలు...దొంగదెబ్బ తీయడంలో ఫస్టండి... ఇది కూడా ఆరువేలండి...

ఇంకా నా దగ్గర బెరస, పర్ల, అమెరికన్. సేలం, బొబ్బిలి జాతుల యమ రేజా పుంజులున్నాయి...ఎదుర్లంక, మురమళ్ళ, భీమవరం రాజులు...ఇంకా దెందులూరు, తెలంగాణ నుండి రాజకీయ నాయకులు నా దగ్గరకే వచ్చి కావాల్సినవి తీసుకెళతారండి...

కేవలం పందేలకే కాకుండా సరదాగా పెంచుకునే పెంపుడు పుంజులున్నాయి...

దుబాయి నుంచి వచ్చి కొనుక్కుంటారండి... అచ్చం కుక్కల కుండే విశ్వాసంతో ఉ ండి- ఏం చెబితే అది చేస్తాయండి, వాటికి మామూలు ధరలు కావండి... లక్షరూపాయిల నుండి లక్షా ఇరవై వేలు వరకు ఉంటుందండి... ఏ పెట్ట గుడ్లను అదే పెట్ట చేత పొదిగించడం మా ప్రత్యేకత... నాకు నచ్చితేనే పిల్లల్ని చేయిస్తానండి... గుడ్డు వచ్చి ఒక్కటీ వెయ్యి నుంచి రెండు వేలు చేస్తాయండి. గుడ్లే కాకుండా నలభై రోజుల వయస్సున్న పిల్లల దగ్గర్నుంచీ ఇక్కడ అమ్మకానికి ఉంటాయండి...

నాకు... లేని విషయాలు చెప్పే అలవాటు లేదండి... అంతా నిజమే చెబుతానండి అబద్ధం చెప్పనండి... మాటలో తేడా ఉండదండి... ఇందులో కొన్నింటికి మాత్రమే బేరం ఉంటుందండి... మిగిలినవన్నీ ఫిక్సుడు రేట్లండి... మీకు కావాలంటే గనుక తీసుకోవచ్చండి... పందెం గ్యారంటీ పుంజులున్నాయి... ఏ మేరకు పందెం కాయొచ్చో కూడా చెబుతానండి... నా మాట నమ్మి లక్షలు గెలిచినవాళ్ళున్నారండి...

ప్రతి పుంజు జాతి లక్షణాలతో బాటు వాటి పుట్టుపూర్వోత్తరాలు కూడా చెబుతామండి... ఇంకో విషయం... ఒన్ టైమ్... టు టైమ్... త్రీ టైమ్ విన్నర్ పుంజులున్నాయండి... తొమ్మిది సార్లు గెలిచిన బెరస జాతి పుంజుందండి... ఇది ఓన్లీ బీడు పర్పస్ కోసమేనండి... పందెంకు పనికిరాదండి... కావాలంటే అది కూడా అమ్ముతానండి..." అంటూ ఏకధాటిగా చెప్పుకుపోతున్నాడు సూర్యారావు.

అతనిలో అలసట లేదు. విసుగు లేకుండా అడిగిన ప్రశ్నలకు ఓపికగా జవాబు చెప్పే అతని నేర్పుకు మూర్తిరాజు ఆద్యంతం ఆశ్చర్యంతో గమనిస్తున్నాడు. అనుభవంతో నిండిన తాత్విక జ్ఞానం ఉంది. చేస్తున్న వ్యాపారం పట్ల అతని నిబద్ధత చెప్పుకోదగినది.

సూర్యారావులోని వృత్తిపరమైన మాటకారితనం ఎదుట వ్యక్తుల్ని సమ్మోహనం చేస్తుంది. వ్యాపారాత్మకమైనదే అయినా వారిని ఒప్పించి తన లోకం లోకి రప్పించుకోవడం సూర్యారావు సాధించిన ఘనత. ప్రతి పుంజు పుట్టుక, బరిలో ఎగిరి కాలు విసిరే విధానం, చర్మం గట్టిదనం, కాళ్ల బిగువు, ముక్కువాటం... వీటితో బాటు ఎత్తు, బరువు, వయసు చెబుతూ యథాలాపంగా చెబుతున్నట్టు రేటు వెల్లడించడం... వీటన్నింటినీ దగ్గరగా ముగ్ధుడై చూసాడు మూర్తిరాజు.

కొనుక్కోవడానికి వచ్చినవాళ్లు వచ్చే సంక్రాంతికి పందేల్లో ఉపయోగించుకునే పుంజులే కాకుండా పెట్టలు, గుడ్లు కొనుక్కుని ఆనందంగా డబ్బులు చెల్లించారు.

ఇదంతా జరగడానికి రెండు గంటలు సమయం పట్టింది. మూర్తిరాజు సమక్షంలో జరిగింది. లక్షా ఏభై వేల రూపాయిల వరకు వెచ్చించి వాళ్లు కొనుక్కున్నారు. వాటితో బాటు మేత కూడా తీసుకున్నారు. తిండి పెట్టే విధానం... రోగాలొస్తే చూసుకునే పద్ధతులు అన్నీ చెప్పాడు సూర్యారావు. ఫోను నెంబరు ఇచ్చి తిండి, రోగాలు పట్ల ఏమైనా సందేహాలుంటే రోజులో ఎప్పుడైనా మాట్లాడొచ్చన్నాడు.

మూర్తిరాజుకు ఒక ఒరుగు ఇచ్చాడు. డబ్బులు తీసుకోలేదు. అలా వద్దన్నాడు. ఉచితంగా తీసుకోవడం ఇష్టం లేదని మూర్తిరాజు అంటే నామమాత్రంగా పదిరూపాయిలు తీసుకున్నాడు.

జీవితం విచిత్రమైంది. ఒక ఆలోచన ఫలప్రదమైతే అందలం ఎక్కిస్తుంది. వికటిస్తే అథఃపాతాళానికి తొక్కేస్తుంది. పరిణామక్రమంలో బడాయి సూరి- సూర్యారావుగా రూపాంతరం చెందిన ప్రస్థానం వెనుక అతని స్వయం కృషి, పట్టుదల ఉంది.

❖❖❖

"ఒక మనిషి జీవితం ఎప్పుడెలా మారుతుందో చెప్పలేం. అంచెలంచెలుగా ఎదగడం అనుకోని పట్టు దొరికిందంటే ఉన్నట్టుండి నడమంత్రపు సిరితో అందలం ఎక్కడం లోకంలో జరుగుతుంటాయి. బడాయి సూరి ఉదంతం చెప్పలేనంత ఆశ్చర్యం కలిగిస్తోంది. ఒక సాధారణ వ్యక్తి...కూలి చేసుకునే మనిషి... చూసారా... అతను ఈవేళ ఎలాగున్నాడో... ఇక్కడ మీకు కొన్ని విషయాలు చెప్పాలి..." సీతారామరాజు చెప్పుకుపోతున్నాడు. ముగ్గురికీ అనుమానాలున్నాయి. అయినా ఆయన చెప్పే విషయం వింటున్నారు

సీతారామరాజు అసహనంగా అటూ ఇటూ చూశాతడు. పక్కనే ఉన్న చుట్టను అందుకున్నాడు. అగ్గిపెట్టె తీసుకుని వెలిగించాడు. కొద్దిగా పీల్చి ముఖం పక్కకు తిప్పి సన్నగా పొగ వదిలాడు. తామున్నంత వరకు చుట్ట తాగనని గతంలో చెప్పాడు. మాట గుర్తు చేయడానికి సంశయిస్తున్నారు. పెద్దాయన. ఆయనకదో సరదా.

"ఇపుడు చుట్ట అవసరమా?" చంటి ఊరుకుంటాడా? తెగించి అడిగేశాడు.

"అబ్బే... ఏమీ లేదురా... పొగ ఊపిరితిత్తుల్లోకి పీల్చను కదా... నోటిలోంచి వదిలేస్తాను. నాకేం కాదు... మీరుండగా ముట్టను... కారణం తెలీదు... ఇప్పుడెందుకో... తాగాలనిపించి వెలిగించాను"

"సరే... గబగబా పీల్చేసి... అవతల పాడేయండి... పొగ పక్కనున్న వాళ్ళకూ చెడుపు చేస్తుంది... ఏవో విశేషాలన్నారు. అది చెప్పండి" అన్నాడు రాజబాబు. సీతారామరాజు లేచి బయటకెళ్లి ఐదు నిమిషాల్లో తిరిగి వచ్చాడు. మంచినీళ్లు పుక్కిలించి యథాస్థానంలో కూర్చున్నాడు.

"గ్రామంలో కోడిపందేలు ఎక్కడ జరుగుతాయంటే... రెండు ఊర్లకు అటూ ఇటూ ఉండే పోలీసు స్టేషన్ల సరిహద్దుగా ఉండే ఊళ్లో పందేలు పెట్టుకుంటారు. రెండు స్టేషన్లతో మామూళ్లు మాట్లాడుకుంటారు. అవసరమైతే ఇది మా హద్దు కాదంటే మాది కాదని చెప్పుకుని తప్పుకోడానికి వీలవుతుంది. ఇంకో మాట...." అని ఆగాడు. కాలి మీద కండచీమ పాకుతోంది. విదిల్చుకున్నాడు.

"ఒంట్లో షుగరు ఫ్యాక్టరీ ఉంది కదా... ఏం చేస్తాం? చీమలు చేరతాయి. మా బోంట్లకు చాదస్తం జాస్తి అని తీసి పారేస్తారు కానీ వినేవాడుంటే తెలిసిందంతా చెప్పాలనే రోగం ఉంటుందర్రా..."

"చెప్పండి"

"అక్కడికే వస్తున్నా... చెబుతా... చెబుతా... ఒకవేళ పందేల్లో పోలీసోళ్లకు డబ్బూ పుంజులూ దొరికాయనుకోండి. ఆ డబ్బు... డబ్బు కాదు. ఆ పుంజులు... పుంజులు కావు. చేజిక్కిన మొత్తం రికార్డుల్లో ఉండదు. తక్కువ చూపిస్తారు. మిగిలింది నొక్కేస్తారు. అలాగే పుంజుల్నీ... తినేస్తారు. దొంగోడికి తేలు కుట్టినట్టు... అజా పజా ఎవరడుగుతారు? అధికార జులుం. అయినా గవర్నమెంటోళ్ల లెక్కల్లో ఇది పెట్టీ కేసు. పెద్దోళ్లెవరూ దొరకరు. వారికి బదులు మరొక పేరు రాస్తారు. ఇవన్నీ సాధారణంగా జరిగేవే. కోడికత్తులు తయారు చేసే వాళ్ల ఆచూకీ దొరికితే వాళ్లని బట్టి పందెగాళ్ళను పట్టుకోడానికి ప్రయత్నిస్తారు పోలీసులు. సూరి దగ్గర కత్తుల్ని చూసి పోలీసు సంబరపడింది అందుకే" మళ్లీ ఆగాడు సీతారామరాజు.

"ఊళ్ళో రౌడీగాళ్ళూ... విలేకర్లు వారి సంగతేంటి?"

"విడతలు వారీగా కోడితొడలు, కోశలు వెళతాయి. పందెగాళ్ళు డబ్బులు ఖర్చుకు అసలు లెక్క చేయరు. చాలా ఉదారంగా ఉంటారు. ఏదో ఒకటి ముట్టిందాకానే రౌడితనాలూ గట్రా. బెదిరించినోళ్లకల్లా ఎంతో కొంత ముడుతుంది. పందేల కుతి తీరేదీ కాదు కత కంచికెళ్లేది కాదు. అన్నీ మామూలే.. కోర్టులుంటాయి. చట్టాలుంటాయి. జంతు నిషేధాలుంటాయి. అయినా షరా మామూలుగా

జరిగిపోతుంటాయి. ఇలా మాట్లాడుకుంటే ఎంతకీ తెమలదు. ఇక దయచేయండి. రేపటి వెన్నెల తెర మీద చూసుకుందాం" అని కిలకిలా నవ్వాడు.

"వెండితెర కాదు వెన్నెల తెర..బావుందండి. ఇది సందర్భం కాకపోయినా ఒక విషయం చెప్పండి. విడికాళ్ళ పందెం అదే జెట్టీ పందెం ... కత్తులు కట్టకుండా పుంజుల్ని వదిలేది... మన ఏరియాలో చాలా తక్కువే... మీరు వెళ్లేవారా?" అని మురళి అడిగాడు.

"ఎపుడో బలవంతం మీద కొన్నిసార్లు వెళ్లాను. చికాకు... కత్తి పందెం మజా వేరు. చెకాపికా తేలిపోతుంది. నాన్చుడు వ్యవహారం ఉండదు. ఎక్కువ సేపు ఒకే పందెం చూసేంత ఓపిక ఉండదు. విడికాళ్ల పందెంలో కోట్లాడే రెండు పుంజులు అలసిపోతాయి.

కష్టపడి కోట్లాడేదే కోడి అన్నట్టు అలుపు వచ్చింతర్వాత ఒకదాని మెడ మీద మరొకటి మెడకు చుట్టుకుని నిలబడిపోతాయి. ఇందులో ఒక పుంజు గనుక పొరబాటున అడ్డంగా తిరిగి నుంచుంటే దెబ్బతిన్నట్టే లెక్క. ఎందుకంటే రెండోది తల మీద ఈడ్చి గట్టిగా కొట్టేస్తుంది. దెబ్బకు సూట్ అయిపోతుంది. మొదటి నీళ్లెత్తు...రెండో నీళ్లెత్తు... ఉంటుంది. పక్కకు తీసుకెళ్లి తల మీద నీళ్లు కొట్టి తీసుకొస్తారు... ఇక మూడో ఎత్తు లేదు... నువ్వన్నట్టు కోనసీమలో ఈ పందేలు తక్కువే" అంటూ ముగించాడు సీతారామరాజు. ఇంకా ఏమైనా ఉందా అన్నట్టు చూసాడు. వాళ్ళు మాట్లాడలేదు.

మిత్రులు లేచారు. కొంచెం ఆలస్యమైంది. రాత్రి పదకొండు అయ్యింది. పెద్దాయన చాలా ఎక్కువసేపు మాట్లాడినట్టే. వాళ్ళు బయలుదేరారు.

వాళ్లు అటు వెళ్లగానే అమ్మాజీ వచ్చింది.

"బావజీ... మరీ ఇంతసేపేంటి? కొంచెం తొందరగా మీ కబుర్లు తెమిల్చికోవచ్చు కదా. నిద్ర పట్టే టైము... అనక తెల్లార్లూ మెలకువే కదా" అంది నిష్టూరంగా. తలుపులు వేసింది. వీధి లైటు ఉంచి లోపల ఆర్పేసింది. సీతారామరాజు గది లోకి వెళ్ళిపోయాడు.

❖❖❖

కోడి జాతకం:

సీతారామరాజు కాలకృత్యాలు తీర్చుకుని తీరుబడిగా వాలుకుర్చీలో కూర్చున్నాడు.

వాతావరణం చల్లగా ఉంది. ఆకాశమంతా మేఘాలు దట్టంగా కమ్మి ఉన్నాయి. గట్టిగా గాలి వీస్తోంది. మేఘాలు నిలబడవు. వర్షం కురవక పోవచ్చు. ఉదయకాలపు సవ్వడులు. వెలుతురు కిరణాలు సోకని నేల...రాత్రి కురిసిన కొద్దిపాటి జల్లులు... చిత్తడిగా ఉంది.

ఉన్నట్టుండి-

కొక్కొ...కొక్కో...కొక్కో... ఆగి ఆగి కూస్తున్నాయి పుంజులు. మెడలు సాగించి గాబుల్లోని పుంజులు హడావిడి చేస్తున్నాయి. నెత్తి మీద ఎర్రజుట్టు ఊపుతూ...క్కె...క్కె...వణుకుతున్న కూతతో అప్రమత్తంగా కాస్త ముందు వెనుకలు చూసుకోండని హెచ్చరిస్తున్నట్టు సందేశం ఇస్తున్నట్టుగా అరుస్తున్నాయి. దూరంగా కోడిపిల్లల్ని వెంటేసుకుని మేత చూపెడుతున్న పెట్టలు కూడా చిన్నగా కూత అందుకున్నాయి. ఏం జరగబోతోంది?

ఒక్కసారిగా వాతావరణం మారిపోయింది. కలకలం. ఉపద్రవమేదో పొంచి ఉన్నట్టు సూచనగా కూస్తున్నాయి. గగుర్పాటు కలిగించే కూతలు...భయంతో కూడిన కూతలు... ఎంతో దూరం వినిపించాలన్నట్టుగా కూతలు...శ్రావ్యత లేదు. బొంగురు గొంతు...ప్రాణభయంతో... శత్రువు జాడేదో పసిగట్టినట్లుగా అరుస్తున్నాయి....కక్కొట్...కక్కొట్... అంటూ లయగా మిగిలిన కోళ్లను కుదిపేలా...ఊపుగా...గందరగోళంగా ....అంతగా భయపెడుతున్నదేమిటో?

సీతారామరాజు బయటకు వచ్చి ఆకాశం వైపు చూశాడు. సడీ చప్పుడూ లేకుండా అకస్మాత్తుగా నేలకు జారి కోడిపిల్లల్ని నోట కరచుకుని ఎత్తుకుని పోయే గ్రద్ద కనబడలేదు. కళ్లకు చేయి అడ్డం పెట్టుకుని మళ్ళీ చూశాడు. గ్రద్ద జాడ ఎక్కడా లేదు. వాటి చూపులకు పదునెక్కువ. ఎంతో ఎత్తు నుంచి కూడా నేల మీది తన ఆహారాన్ని వెతుక్కోగలదు.

సీతారామరాజు గబగబా ప్రహరీ గోడ వైపు వెళ్లాడు. పుంజుల దగ్గరకు చేరాడు. ఉండుండి కూత పెడుతూనే ఉన్నాయి. ముంగిసను చూసినా గగ్గోలు పెడతాయి. అదీ కనపడలేదు.

'ఉఫ్'మని పుంజుల్ని అదలించాడు. ఒక్క క్షణం ఆగి మళ్లీ మొదలెట్టాయి. ఒకటే రొద. నిలయవిద్వాంసుల వాద్యబృందం తలపుకొచ్చింది. తేరిపారి కళ్లింత చేసుకుని చూశాడు. బంతి పూల మొక్కల్ని కదిలించాడు. వెదురుకర్ర తీసుకుని నేలను కొడుతూ చప్పుడు చేశాడు. అపుడు కనిపించింది.

గోడ అంచున నేలభాగంలో నెమ్మదిగా పాకుతోంది తాచుపాము. తల పైకి లేపి పడగ విప్పింది. అక్కడ్నుంచి నీళ్ల డేసా దగ్గరకొచ్చి పడగ ఎత్తి చూసింది.

సీతారామరాజు దాన్ని అలాగే కనిపెట్టుకుని చూస్తూ రాములయ్యకు కబురు పంపించాడు.

"ఎందుకూ... కొట్టి చంపి... పారెయ్యక..." అంటూ సీతారామరాజు చేతిలోని కర్ర లాక్కుని పాము దగ్గరకెళ్ళాడు పక్కింటి రామచంద్రం. తన భయం తనది. తన ఇంటికి చేరుతుందేమోనని గాభరా పడుతున్నాడు.

"వద్దు... రాములయ్య చూసుకుంటాడులే" అని వారించాడు సీతారామరాజు. చాదస్తం అంటూ రామచంద్రం విసుక్కున్నాడు.

నెమ్మదిగా కదులుతూ చిన్న చిన్న మొక్కల్ని దాటుకుని మాయమైంది పాము. పెరట్లో చింతచెట్టు కింద చిందరవందరగా ఉన్న చెత్త లోకి దూరి పోయుంటుంది. రాములయ్య వచ్చాడు. అతని డేగ కళ్లు నిశితంగా వెదికాయి. ఆ ప్రాంతమంతా ఇనపు చువ్వతో కెలికాడు. పాము కనిపించలేదు.

" పోన్లేండి... తనకు కీడు సేత్తారంటేనే పడగ ఇప్పి కాటేత్తాది. తన జోలికి రారంటే అదే పోతుంది. ఇక దాని ఊసు వదిలెయ్యండి" బుసకొట్టే గొంతుతో రాములయ్య అన్నాడు.

కోడిపుంజు, పెట్టలు సద్దుమణిగాయి.

సీతారామరాజు ఇంటి లోకి వచ్చి అలమారలో గవురు రంగులో ముట్టుకుంటే పిగిలిపోయే పుస్తకాన్ని బయటకు తీశాడు. దులిపాడు. చేతితో టప్‌మని కొట్టాడు. పుస్తకాన్ని తెచ్చుకుని కుర్చీలో జారగిలపడి ఊరికే పేజీలు తిప్పాడు.

అది క్రీడాభిరామం. ఒకచోట పద్యం ఆకర్షించింది. ఆ పద్యాన్ని రెండుసార్లు చదివాడు. అర్థమయ్యీ కానట్టుంది. రాత్రి కుర్రాళ్ళు వచ్చినపుడు చదువుదామని ఆనవాలు కోసం పూచిక పుల్ల అడ్డుపెట్టాడు. లేచి గుమ్మం దాకా వెళ్లి మళ్లీ వెనక్కి

వచ్చి జాగ్రత్తగా ఆ పేజీ తెరచి ఇంకోసారి చదివాడు. అర్థమైంది.

ఉదయం పదిగంటలకే భోజనం చేసేసాడు. చిట్టి వడియాలు, కోడిగుడ్డు కూర బావుంది. కాసేపు నడుం వాల్చడానికి గదిలోకి వెళ్లాడు.

సాయంత్రం అయిదయ్యింది. ఒక విషయం ఆలస్యంగా తెలిసింది. ప్రభాకరం ఇంటిలో కోళ్లగూడు లోని మొత్తం పుంజులు, పెట్టల్ని రాత్రి ఎవరో ఎత్తుకు పోయారట. చప్పుడు లేకుండా అన్నింటినీ ఎలా పట్టుకుపోయాడో దొంగ. ఒక్కడికి సాధ్యం కాదు. ముగ్గురు నలుగురుండొచ్చు. గూడు తలుపు తెరవగానే అరవకుండా ఉండవు కదా. అరిస్తే ఇంట్లో వారు లేస్తారు కదా. వాళ్ళకు ఎంత విలువ గల సొత్తు దొరికిందో సంగతి పక్కన పెడితే పకడ్బందీగా చేసారనే చెప్పాలి. ఆరా తీయాలి, ఎలా జరిగిందోనని?

మధ్యాహ్నం మూడు గంటలకు దూరపు చుట్టం బాబీ వచ్చాడు. బాబీ భలే చిత్రమైన మనిషి. బంధు ప్రీతి ఎక్కువ. ఊళ్లు తిరుగుతుంటాడు. పనేం లేకపోయినా బంధువుల్ని కలిసి పలకరించి పోతాడు. ఏవో విశేషాలు మోసుకొస్తాడు.

బంధువర్గంలో– వివిధ కారణాల వల్ల విడిపోయిన జంటలు... ఆత్మహత్య చేసుకున్నవాడి అసలు గుట్టు... ఆస్తి తగాదాలు... నడమంత్రపు సిరితో అకస్మాత్తుగా ధనవంతుడై పోయినవాడి సంగతులు... కట్టుకున్న బ్రహ్మాండమైన ఇళ్లు... వ్యసనాల బారిన పడ్డవాళ్ళు... పూసగుచ్చినట్టుగా చెప్పడం బాబీ అలవాటు. దగ్గరుండి చూసినట్లుగా చెబుతాడు. అంత విషయ సేకరణ ఎలా సాధ్యమౌతుందో...

“మన వాళ్లకు ఇంకా భేషజాలు తగ్గలేదు. ప్రపంచం ఉన్నచోటే లేదు. ఎంతో ముందుకు పోతోంది. ఇంకా వీళ్లు కులం.. పరువు... ప్రతిష్ట అని కూచుంటున్నారు. మళ్లీ వస్తాను ఈసారి తీరుబడిగా రెండు రోజులు ఉండేటట్టు ” అని వెళ్ళి పోయాడు. వాడు వెళ్లిన తర్వాత కుంభవృష్టి కురిసి వెలిసినట్లే. భలే కాలక్షేపం.

దొంగతనం వివరాలు తెలిసాయి. దొంగలు కోళ్లు పట్టుకెళ్లిన సమయంలో ప్రభాకరం ఇంట్లోని వారు మేల్కొనే ఉన్నారట. తలుపులకు బయట గొళ్లేలు పెట్టేసారట. మినీ వ్యానులో తీసుకు పోయారట. ఎవరి ముఖాలూ కనిపించలేదట. మంకీ కేప్‌లు తొడుక్కున్నారట. బరితెగించి ఖాయంగా అనుపోను చూసుకుని పగడ్బందీ ఏర్పాట్లతో మొత్తం కోళ్లను కొల్లగొట్టారు. ఊళ్లో సంచలనం...

‘ఔరా’ అని అందరూ ఆశ్చర్యపోయారు. పాడు లోకం అని తిట్టుకున్నారు.

మును ముందు రోజులెలా ఉంటాయోనని భయపడ్డారు. చిన్న పల్లెటూరు. ఇక రోజంతా ఇదే చర్చ నడుస్తుంది.

మురళి, చంటి, రాజబాబు వచ్చేసారు. కాసేపు జరిగిన దొంగతనం గురించి ముచ్చటించుకున్నారు.

"ఈ మధ్య కాలంలో పొలంలో విలువైన ఆవులు, గేదెలు ఇలాగే పోతున్నాయి. ఇంతకు ముందు ఇలాంటివి లేవు. కుర్రాళ్ళంతా కలిసి గస్తీ తిరగాలేమో" అని రాజబాబు అన్నాడు.

సీతారామరాజు కుర్చీ పక్కనే ఉన్న స్టూలు మీద అట్ట లేని పాత పుస్తకం ఉండటాన్ని చూశారు. మొదటి పేజీలో గొలుసుకట్టు రాతతో ఏదో రాసి ఉంది. గొలుసుకట్టు రాతలో కళాత్మకత ఉంటుంది. అక్షరాలు ఒకదానికొకటి ఆనుకుని ఉండేలా కలం ఎత్తకుండా గొలుసులా రాస్తారు. ఇలా రాసేవారు ఇపుడుండరు. ఇదొక పురా జ్ఞాపకంలా మిగిలింది.

సీతారామరాజు అత్తారబత్తంగా దాన్ని తీసుకుని పేజీలు జాగ్రత్తగా తిప్పాడు. పేజీలు గవురు రంగులో ఉన్నాయి. పట్టుకుంటే విరిగి పోతున్నాయి. పిగిలిపోయి చిన్న చిన్న ముక్కలుగా విడిపోతున్నాయి. కళ్లజోడు పెట్టుకుని పుస్తకాన్ని దగ్గరగా ముఖానికి చేర్చి నెమ్మదిగా చదవడం మొదలెట్టాడు.

"హా! కుమారస్వామి యౌప వాహ్యములారా / హా! మంత్ర దేవతా స్వాములార
హా! కాల విజ్ఞాన పాక కోవిదులార / హా! భూత భుక్తి కుంబార్వులార
హా! అహల్యా జారయభన హేతులార / హా! బలత్కార కామాంధులార
హా! నిరంకుశ మహాహంకార నిధులార/ హా! కామ విజయ కాహళములార"

అని చదివి మిత్రులకేసి చూసాడు సీతారామరాజు. వాళ్ల ముఖాల్లో అర్థమైన జాడ కనబడలేదు.

"ఏమైనా తెలిసిందా? ఇది ఎవర్ని ఉద్దేశించినదో చెప్పగలరా?" సూటిగా ప్రశ్నించాడు.

"పూర్తిగా తెలియలేదు గానీ ఇది కోడిపుంజుల గురించి అని మాత్రం తెలుస్తుందండి" అన్నాడు మురళి

సీతారామరాజు నవ్వి – "ఎపుడో అయిదారు వందల ఏళ్ళ నాడు

వినుకొండ వల్లభరాయుడు రాసిన పద్యం ఇది. శ్రీనాథుడి పేరు మీద కూడా చెప్పుకుంటారు. కోడిపుంజుల చిత్త ప్రవృత్తులు గురించి ఎలా నిశిత పరిశీలన చేసాడో, చూశారా? నాకు మాత్రం అంతా తెలిసిందేమిటి ? శ్రుత పాండిత్యం. కాని నాకు అర్థమైందేమిటో చెబుతాను" అన్నాడు.

"చెప్పండి...చెప్పండి " ఆతురత. తెలిసుకోవాలనే కోరిక, వాళ్ల ముఖాల్లో.

సీతారామరాజు మరోసారి చదివి వినిపించాడు.

"కుమారస్వామి వాహనం ఏమిటి? నెమలి కదా. తమిళనాడులో కొన్ని చోట్ల కోడిపుంజు మీద కూడా కనిపిస్తాడు. కారు కాకుండా బైకు ఉన్నట్టు కోడిపుంజు మరో వాహనమేమో. శివుని అంశ అయిన పుంజు ఆకారంలో ఉన్న కుక్కుటేశ్వరస్వామినీ పూజిస్తారు. అంచేత మంత్ర దేవతా స్వాములయ్యారు. ఈ జాతికి త్రికాలాల పట్ల ఇంగిత జ్ఞానం ఉంది. చిన్న చిన్న ప్రాణుల్నే ఆహారంగా తీసుకుంటాయి.

సమయం కాకుండా మేల్కొలిపి అహల్య ఇంద్రుల సంయోగానికి కారణం కోడిపుంజే. పెట్టలు ఇష్టమై దరి చేరవు. పుంజులది బలత్కార కామం. ఆ విషయంలో గుడ్డివానిగా ప్రవర్తిస్తాయి. అహంకారం మూర్తీభవించిన ప్రాణులు. లేకపోతే వెనుదిరగకుండా చచ్చే దాక ఎందుకు పోరాడతాయి? కామకేళిలో మునకలేసిన వారిని తట్టి లేపే కోడిపుంజులార అంటూ చివర సంబోధించాడు... ఇదేమీ అర్థ తాత్పర్యం కాదు. నాకు తెలిసినది చెప్పానంతే " సీతారామరాజు తెలుగు పండితుని లాగే వివరించాడు. ముగ్గురూ చప్పట్లు కొట్టారు.

"తెలుగంటే మీకిష్టం గనుక పద్యాలు గురించి చెబుతుంటారు. ఫకీర్రాజు గారి సూరిబాబు అంతే. కనిపిస్తే పద్యాలు వినిపిస్తాడు. అర్థమైందా లేదా అంటూ ముఖంలో ముఖం పెట్టి చూస్తాడు"

"పదే పదే వల్లె వేసుకుంటే ఎవరైనా అప్పగించగలరు. అభిరుచి ఉండాలంతే. చదివే కొలదీ జ్ఞానం అదే అబ్బుతుంది. ఇంతకు మించి ఏమీ లేదు" ఆ విషయాన్ని అక్కడితో ముగించాడు సీతారామరాజు.

ప్రభాకరం కోళ్ల గురించి తెలిసినప్పట్నుంచీ మనసు అదోలా అవుతోంది. కోళ్లు సరిగా తినకపోయినా వాటికి సమయానికి తిండి పెట్టకపోయినా నిద్ర పట్టదు. అలాంటిది దొంగతనంలో ఎత్తుకుపోతే చూడు ఎలాగుంటుందో? పోయిన

సొత్తు ఎవరిదైనా బాధే. పుంజుకు రోగమొచ్చినా పందెంలో ఓడినా మనోవ్యథ రెండు మూడు రోజల వరకు వదలదు. పెంచుకున్న ప్రేమ అలాంటిది"

"అయితే ఏమంటారు? అవి చావడానికే పుట్టాయి... ఇందులో పెద్ద బాధ ఎందుకు?"

"బాదం, పిస్తా వగైరాలు తింటున్న పుంజు తనది భద్రమైన జీవితం అనుకుంటుంది. తినడానికో పందెంలో చావడానికో తన బతుకు అని తెలుసుకోదు. చావుకెదురెళ్ళి పోరాడుతుంది. మేక, గొర్రెలకు పొరాటాలుండవు గానీ అర్ధంతరంగా చావడానికే పుడతాయి. మనుషులకైనా చావు పుట్టుకలు అనివార్యమే" ఒకింత తాత్విక ధోరణిలో అన్నాడు.

"సరే... గానీయండి... కోడిపందేల్లో గ్రహస్థితులు, జాతకాలు, ముహూర్తాలూ... ఈ గొడవేంటి?" రాజబాబు అడిగాడు.

"అడిగావా? నాయనా... ముందస్తు గ్రహింపు ఉన్నవాడివే. ఈవేళ అదే మాట్లాడబోతోంది. మరి..సావధానచిత్తుడివై విను..."

"ఆగండి... మరి వదలండి... వదలక బండి ముందుకు వెళ్లడం అన్యాయం...దుర్మార్గం...మోసం.." చంటి అన్నాడు.

"పూర్వ కాలంలో రాజులు కొంతమందికే పరిమితమైన కోడిపందేలు... నేటి కాలంలో సామాన్యుల చెంతకు చేరింది. సంక్రాంతి మూడురోజులు జరుగుతున్న తీరు చూస్తున్నాం కదా. పట్టపగ్గాలు ఉండటం లేదు. ఏదో కుదువ పెట్టి అప్పులు తేవడం దాచుకున్న సొమ్ము పోగొట్టుకోవడం వెనుక పెద్ద మాఫియా నడుస్తుందని మొన్నామధ్య గణపవరం ఆర్ వి యస్ రాజు అన్నారు. ఆయన చెప్పేడని కాదు గానీ కోట్ల రూపాయిలు చేతులు మారుతున్నాయి. అది నిజమే కదా.

పందేలు చుట్టూ అనుబంధంగా అనేక జూదాలు... అసాంఘిక కార్యక్రమాలు... అనారోగ్య కారకాలైన మాంసం పకోడీ దుకాణాలు... అడ్డూ అదుపూ లేని నాటు సారా... వీటన్నిటి గురించి కూడా మాట్లాడుకోవాలి..." దీర్ఘంగా శ్వాస వదిలాడు సీతారామరాజు.

"సరే... అయితే ఇక వదులుతాను... అక్కడికే వస్తున్నాను... కంగారుపడతావేం? ఇదీ విదేశీ జోకే.

ఆవిడకు అయిదుగురు పిల్లలు. అందర్నీ ఒకే పేరుతో పిలుస్తోంది. ఆ పేరు సులువుగా పలికే 'వాసు'.

ఒకసారి ఆవిడ్ని ఇంటర్వ్యూ చేయడానికి ఒక జర్నలిస్ట్ వచ్చాడు. ఆవిడ కొత్త కొత్త వంటలు చేయడంలో సిద్ధహస్తురాలు. వంటల్లో ప్రయోగాలు చేసి మెప్పిస్తుంది. టీ.వీల్లో ఒక కార్యక్రమం కూడా నిర్వహిస్తోంది.

జర్నలిస్ట్‌కు ఒక విషయం ఆశ్చర్యం కలిగించింది. ఆవిడ పిల్లల్ని పిలిచే ధోరణి వింతగా అనిపించింది.

ఎక్కడా ఇలాంటి ధోరణి చూడలేదు. అందుకే విస్మయం కలిగించింది.

"అందర్నీ ఒకే పేరు పెట్టి పిలవడం వల్ల ఇబ్బందులొస్తాయి కదా మేడమ్... ఎలా వాళ్లు పలుకుతారు?" ఉత్సుకత ఆపుకోలేక అడిగాడు జర్నలిస్టు.

"అబ్బే... కష్టమేమీ కాదు... పైగా ఎంతో సులువు కూడా" అందావిడ తడుముకోకుండా

"ఎలా?" అన్నాడు జర్నలిస్టు.

"వాసూ... 'టీ' రడీ అంటాను. అందరూ కూడబలుక్కుని బిలబిలా వచ్చేస్తారు. వాసూ... పడుకోండి... టైము అయ్యింది అంటాను. అందరూ మంచం ఎక్కేస్తారు. ఒకొక్కడికి చెప్పనక్కర్లేదు" అంది.

"మరి... మరి... ఒక్కడ్నే పిలవాలంటే ఏం చేస్తారు?" అడిగాడు జర్నలిస్టు.

"నో... ప్రాబ్లం... అపుడు వాళ్ల ఇంటి పేరుతో పిలుస్తాను" అంది నవ్వుతూ తాపీగా. అర్థమైందా? నాయనలారా.." అని సీతారామరాజు ముగించాడు.

"అవునూ... ఇలాంటి జోక్సు మీకు ఎలా దొరుకుతున్నాయి. ఎప్పట్నుంచో అడగాలనుకుంటున్నాను" అడిగాడు చంటి.

"ఈ విషయాలు తప్ప మాట్లాడని మహానుభావులు ఒకప్పుడు నాకు ఉండేవారు. రోజూ ఇదే పని. అందులో రామ్మూర్తి ఒకడు. నన్ను చూస్తే చాలు. ఏదో ఒకటి చెప్పకుండా వెళ్లేవాడు కాదు. నేనూ వెళ్లనిచ్చేవాడిని కాను. ఆయన బుర్రలో వందల వేల జోకులున్నాయి. ఇష్టం ఉండాలే గానీ బోలెడు సంగతులు ఎడతెరిపి లేకుండా చెప్పేవాడు.. సరేనా... నీ అనుమానం తీరించా? తీరలేదనుకో...

అంతా చిలక మహిమ అనుకో...” అని నవ్వాడు.

జాతకాలు... దొంగతనాలు... ఆధునిక కోడి పందేలు... ఈవేళెంత రాత్రయినా చెప్పేయాలి అనుకున్నాడు సీతారామరాజు. పోయే పొద్దుకు ఎదురెళ్ళ కూడదు. తొందరగా చెప్పాలనుకున్నది చెప్పేయాలి. ఈవేళ నిత్యం.

రేపు అనేది లేదు తన లాంటి వాడికి.

“ఒక్క క్షణం...” అని లేచి లోపలికి వెళ్ళాడు. అయిదు నిమిషాల్లో తిరిగి వచ్చేశాడు.

❖❖❖

అదొక మామిడి తోట. తోటలో ఒక చెట్టును కోల్పోయిన ఖాళీ స్థలం అది. బరిగా ఉన్న ఆ చోటు చదునుగా ఎత్తు పల్లాలు లేని విధంగా ఉంది. చుట్టూ చెట్ల నీడ. గుమిగూడి కబుర్లు చెప్పుకుంటున్నారు జనం.

కనుబొమల రాజు బరి కొట్టడంలో సిద్ధ హస్తుడు. కనుబొమలు దట్టమైన వెంట్రుకలతో ఉండటంతో అలా పిలుస్తారు. ఆరడుగుల మనిషి. చేతిలో కమ్చీ కర్ర. కళ్లు మూసుకుని కూడా బరి హద్దుల్ని గీయగలడు. నిలబడినోళ్ల కాళ్లకు తగలకుండా చప్పుడు చేస్తూ నేల మీద కొడుతూ వెళతాడు. విచిత్రమైన ధ్వని. ఆయన లేచాడంటే చాలు అక్కడక్కడ ఉన్న జనం వచ్చేసి సరిహద్దు గీత మీద నిలబడిపోతారు.

కనుబొమల రాజు లేచాడు. ఒక రంగానికి తెర లేచింది. చంకల్లో పుంజుల్ని ఎత్తుకుని తిరుగాడుతున్న వాళ్ళల్లా బరికి చేరిపోయారు. వరసగా మూడు పందేలు జరిగాయి. కత్తి పందెం కావడం వల్ల తక్కువ సమయంలోనే అయిపోయాయి. తాతమ్మరాజుగారి సత్యం పుంజులు రెండూ ఓటమి పొందాయి. ఒకే పేరుతో ఊళ్లో ఇద్దరు ముగ్గురుంటే వారిని తండ్రుల పేర్లతో కలిపి పిలుస్తారు.

సత్యం చాలా కోపంగా ఉన్నాడు. కళ్లు ఎర్రబడ్డాయి. చింతనిప్పులు. ఒక రకమైన ఉక్రోషం. ఓడినవారు నోటికేది వస్తే అది మాట్లాడే క్షణాలు సర్వ సాధారణం. అవతలి వ్యక్తి చెప్పేది వినరు. ధారాపాతంగా తిట్లు వచ్చేస్తాయి. బాధలోంచి అసహనం లోంచి చిరాకు లోంచి పెల్లుబుకిన తిట్లు. అసభ్య పదజాలంగా బయల్పెడతాయి. దులుపుకుని పోతే మంచిదే. పట్టించుకుంటే గొడవలు అవుతాయి.

కోడిపందేల బరికి దూరంగా మామిడి చెట్టు మొదలు సత్యం జారగలబడి నించున్నాడు. ఎదురుగా జాతకాల సుబ్బు. నిజానికి కించెత్తైనా అపరాధభావం ఉండాలి. కానీ అలా లేదు. తప్పు జరిగిన భావం సుబ్బు ముఖంలో లేదు. అతని దృష్టి లోకం వేరు. అంచేత ఆలోచనలతో బుర్ర వేడెక్కినట్లు ఉన్నాడు. సత్యంకు రెండు పందేలు పోవడంతో రెండు లక్షలు నష్టం. కోపం తారాస్థాయికి చేరింది. జాతకాల సుబ్బును నమ్మాడు. నిండా మునిగాడు. కోలుకోని దెబ్బ తిన్నాడు. గుడ్డిగా నమ్మితే వచ్చే ఫలితమే ఇది.

జాతకాల సుబ్బుకు భీమవరంలో కోడిపందేల్లో గెలుపు పుంజుల్ని ఎంచడంలో పెద్ద పేరు. ఏమైందో ఇక్కడ లెక్క తప్పింది. అందుకే తల వంచుకున్నాడు. పొద్దుట పంచాంగం దగ్గర పెట్టుకుని అన్నిందాలుగా ఆలోచించి పందేలకు వచ్చారు ఇద్దరూ. తిధి, వార, నక్షత్రాల్ని దృష్టిలో పెట్టుకుని పుంజుల్ని తీసుకొచ్చారు. అన్ని రకాల జాగ్రత్తలు తీసుకున్నా ఉపయోగం లేకుండా పోయింది.

ఆఖరికి బయలుదేరే ముందు దిక్కులు చూసుకుని మరీ వచ్చారు. పందెం కట్టేవాని హల్లుల వర్గులో మొదటి అక్షరం 'స' ఉంది. తూర్పు, నైరుతిగా పుంజును పట్టుకుని బయలుదేరాలి. పందేల బరి దక్షిణ దిక్కు వైపు ఉంది. రోడ్డు తూర్పువైపు ఉంది. శాస్త్రం ప్రకారం దక్షిణం దిక్కుగా వెళ్లాలి. అంచేత తూర్పువైపుకు రోడ్డంటా వెళ్లి దక్షిణం వైపుకు తిరిగి రావాల్సి వచ్చింది. అలాగే చేశారు.

సత్యం మాటలు నిరసనగా చీత్కారంగా కొనసాగుతోంది...హృదయం లోంచి బాధాతరంగాలు ఉవ్వెత్తున ఎగసాయి. ఎంత ఆపుకుందామన్నా కుదరడం లేదు.

"అంత దూరం నుంచి ఎందుకొచ్చావురా... నన్ను కాల్చుకు దొబ్బడానికి. తెచ్చిన డబ్బులు తుడిచిపెట్టుకుపోయాయి, లమ్డీ కొడుకా... నీవు చెప్పావు కదా అని పంచె ఎగ్గొట్టుకుని దిగిపోయాను చూడు... నన్ను అనాలి రా... నక్షత్రాలన్నావ్... శుక్లపక్షం అన్నావ్... జాములన్నావ్... గాడిద గుడ్డు కంకరపీచు.. ఎన్నో చెప్పావ్... మృగశిరలో కాకి డేగను జయిస్తుందన్నావ్ ధనలాభం అన్నావ్.. ఏదీ ... దొబ్బింది.. నీ మాట నమ్మి రెండు లక్షలు తెచ్చాను. హాంఫట్ అయ్యాయి. ఎవడబ్బ సొమ్ము రా అది. బొక్కసంలో పేరుకుపోయిన డబ్బులా అవి... నాదే... అప్పు తెచ్చినవి.. చెప్పుతో కొట్టుకున్నట్లయింది... మొహం ఏడ దాయాలో తెలీడం లేదు... ప్రాణాన్ని ఉసురుపెట్టావు కదరా... ఎందుకు దాపరించావు... తగలడ్డావు రా నన్ను ముంచడానికి... చంపడానికి... గమ్మున ఉండక చేటు తెచ్చావు రా..." ముక్కు

లోంచి కారుతున్న చీమిడి చీదేసి తువ్వాలుతో తుడుచుకుని రోషంగా చేతులూపుకుంటూ సత్యం ఊగిపోయాడు. ఉత్తుత్తినే గూబ పగలకొడుతున్నట్టు చేయి చాచి సుబ్బును కొడుతున్నట్టుగా చేయి విసిరాడు. ఆ విసురు నిజంగా తగిలితే నోటిలో పళ్లు రాలేవి.

దూరం నుంచి మూర్తిరాజు చూస్తున్నాడు. సుబ్బు ఎవరో తెలీదు. సత్యం పుంజులు చావడం తెలుసు. సత్యం ఆవేశంగా మాట్లాడుతుండడాన్ని బట్టి పరిస్థితి అర్థమౌతుంది. మొత్తమ్మీద అక్కడి బాగోతం తెలిసిపోయింది.

ఇద్దరూ ఆ పందేల గురించే ఘర్షణ పడుతున్నారు. ఆ సమయంలో వెళితే రెచ్చకొట్టినట్టుంటుందని ఊరుకున్నాడు.

"ఆగండి... అనవసరంగా మాటలు మీరకండి.. దూకుడొద్దండి... మిమ్మల్ని అర్థం చేసుకోగలను. కాస్త స్థిమితంగా ఆలోచించండి. పోగొట్టుకున్న చోటే వెతుక్కోమన్నారు పెద్దలు. కంగారు పడకండి... మన దగ్గర నల్ల సవల ఉంది కదా... సరిగ్గా గంట పోయాక ఏదైనా డేగ దొరికితే పట్టేద్దాం.. ఈసారి మనదే గెలుపు హరి బ్రహ్మాదులు తప్పించలేరు. మన పుంజు ఉచ్చదశలో ఉంది" అన్నాడు కొద్దిగా కోలుకున్న సుబ్బు. మెడలో కాషాయ రంగు తువ్వాలు, నుదుట పెద్ద బొట్టు, లాల్చీ, పైజామా. అతగాడు ఏం చెప్పినా నమ్మేసేలా వేషధారణ...

"ఇంక ఎక్కడ్నుంచి కొల్లగొట్టి తేగలను? వద్దులే... చచ్చిన పాము.. వద్దులే... ఇక పద" సత్యం అన్నాడు.

"అక్కడే వచ్చింది.. మీకు నాకూ రగడ. బరిలోంచి పారిపోకూడదు. నేను మీకు చెప్పాలా? సాధించాలి.. ఎవరో ఇక్కడ సోమరాజో రామరాజో ఉంటాడు అన్నారు కదా వాడి దగ్గర తీసుకోండి... పావుగంటలో చెల్లుబాటు చేయొచ్చు..." అన్నాడు సుబ్బు. జూదరి బలహీనతలు బాగా తెలుసున్నవాడు. ఎక్కడ కొట్టాలో అక్కడ కొడితే తిరుగుండదు. జూదగాళ్ళు ఏ మూల చిన్న ఆశాకిరణం కనిపించినా వాటేసుకుంటారు. మెత్తబడతారు. అదే జరిగింది. సోమరాజు ఎక్కడున్నాడో చూడాలి.

సోమరాజు బ్యాగు చంకలో పెట్టుకుని తిరుగుతుంటాడు. పై బొత్తాలు పెట్టడు. గుండెలు నగ్నంగా కనిపిస్తాయి. ఎప్పుడూ అలాగే ఉంటాడు. పైగా అస్తమానం చొక్కా వెనక్కి వీపు మీదకు లాగుతుంటాడు. అతని ఊతపదం 'సమస్య లేదు'. ఏదైనా మాట్లాడ దలుచుకుంటే ఆ పదం వాడకుండా ఉండడు. విరివిగా వాడతాడు.

ప్రతి సందర్భానికి అతికినట్లు భలే సరిపోతుంది.

ఒకప్పుడు ఒక ప్రయివేటు స్కూలులో పనిచేసేవాడు. ఆ తర్వాత మానేశాడు. కొంత సొమ్ము చేతిలో పెట్టుకుని పేకాట, కోడిపందేలు వంటి చోటుకు వచ్చి తిరుగుతుంటాడు. అలాగే ఉద్యోగులకు ఎంత కావాలన్నా ఇస్తాడు. ఆపద్బాంధవుడు. వడ్డీ తగ్గించడు. అత్యవసరం అయినవాళ్ళు ఆనందంగా తీసుకుంటారు. ఇచ్చిన అప్పును వసూలు చేసుకోవడంలో గొప్ప నేర్పరి. సమయానికి బాకీ చెల్లు చేయకపోతే ఇంటికొచ్చి వీధిలో నిలబడతాడు. లోపలకి రాడు. బయట నుంచే కేకలు పెడతాడు. ఊరోళ్లకు తెలియడానికి అది చాలు. బతిమాలుకుని గడువు పెట్టి ఎలాగోలా చెల్లించడానికి చూస్తారు. అటువంటి స్థితి రానీయరు. ఎందుకంటే మళ్లీ అవసరానికి అతనే దిక్కు.

సత్యం అతన్ని దొరకపుచ్చుకున్నాడు. మాట్లాడాడు. ప్రస్తుతం అతని దగ్గర లక్షా ఏభైవేలే ఉన్నాయి.

రోజువారీ వడ్డీ. లక్షకూ రోజుకీ మూడొందలు. తీసుకున్నాడు.

మూర్తిరాజు దూరంగా ఉన్నాడు. దగ్గరకొచ్చి సత్యంను వారించాడు. సత్యంలో ఒకరకమైన మత్తు ఆవహించి ఉంది. జూదరి మనస్తత్వం లోంచి వచ్చిన మత్తు అది. దాని ప్రభావం అనుభవం లోకి వస్తేనే తెలుస్తుంది. కత్తి దెబ్బ తిన్నపుడు తిమ్మిరిలో బాధ తెలియనట్టు శస్త్ర చికిత్సకు మత్తు మందు ఇచ్చినట్టే నొప్పి తెలియదు. నమ్మకం పట్టి పీడిస్తుంది. ఎవరు చెప్పినా వినబుద్ధి కాదు. తాతమ్మరాజు గారి సత్యం ప్రస్తుత పరిస్థితి అది. ఒక్క దెబ్బతో పోయిన సొమ్ము దక్కించుకోవాలనే ఆశ. ఒక తెగింపు... ఒక ఆవేశం... ఒక

ఉద్వేగం... ఇతర ఆలోచనలు దరి చేరనీయదు.

సరిగా అదే సమయానికి ఎవడో డేగ బరి లోకి దింపాడు. ఎర్రని పుంజు. నేలను ముక్కుతో కెక్కరిస్తోంది. సుబ్బు దాని దగ్గరకెళ్లి నిశితంగా పరికించాడు.తోకపై ఈకల్ని ఎత్తి లోపల రంగు చూసాడు. విజయసూచికమైన సంకేతాన్ని సత్యంకు అందించాడు రెండు వేళ్ళు తెరచి తక్కిన మూడు వేళ్ళు మడిచి.

నల్ల సవల దింపాడు సత్యం. జోడీ చూసుకుని సరే అనుకున్నారు. ఏభై వేలు లోపల లక్ష బయట కాసాడు. రెండు పుంజుల్ని చూస్తుంటే సత్యం పుంజే హెచ్చులో ఉంది. ఆరూ నాలుగు హెచ్చు...

నల్ల సవల నిగనిగలాడుతూ రాజసం వెలగబెడుతోంది. ఈకలు నీరెండలో మెరుస్తున్నాయి. తొడలు బలంగా ఉన్నాయి. కాళ్లు నలుపు రంగులో ఉన్నాయి. పొగరుగా ఉంది. మంచి తయారులో ఉంది.

డేగ పలచని ఎండలో జిగేలు మంటోంది. ఎరుపు నలుపు రంగుల మిళితం. రెండు పుంజుల్ని చూస్తున్న ఎవరికైనా మంచి పందేన్ని చూడబోతున్నామనే అనుభూతి కలుగుతోంది.

ఇరు పక్షాలు కత్తులు పరిశీలించారు. నీదా నాదా అనుకుని ఏరుకున్నారు. కత్తుల పట్ల ఏ మాత్రం అపనమ్మకం కలిగినా అలాగే చేస్తారు. నాలుగంగుళాల పొడవున్న కత్తులు ఒకే బొత్తి నుండి తీసుకున్నారు. వెండిలా కత్తులు తళతళ మెరుస్తున్నాయి.

జాతకాల సుబ్బు మరోసారి జాములు లెక్కగట్టాడు. తిరుగులేదు. విజయం తథ్యం అనుకున్నాడు. రెండు పుంజుల ఒడుపు...చూపు చూసాడు. నల్ల సవలను ఢీ కొట్టడం ఎవరి తరమూ కాదు అనుకున్నాడు.

డిసెంబరు నెలాఖరు. సంక్రాంతికి ముందే జరుగుతున్న పందేలు ఇవి. అనుమతి లేదు. అనధికారికంగా పోలీసులకు చెప్పుకుని జరిగే ఒకరోజు పందెం. జనం బాగానే వచ్చారు. హెచ్చు మొత్తాల్లోనే కాస్తున్నారు. వేల రూపాయిలు చేతులు మారుతున్నాయి. చంకల్లో కోడిపుంజుల్ని ఎత్తుకుని కొందరు తిరుగుతున్నారు. ఇక కొట్టుకోవడాలు తిట్టుకోవడాలు సర్వ సాధారణం. పెద్ద పెద్ద గొడవలేమీ జరగవు. అక్కడికక్కడే సర్దుబాటు చేసేసుకుంటారు. ఏదీ రచ్చకెక్కదు.

ఓడినవారిలో ఆస్తులమ్ముకున్నవారూ గోదాట్లో దూకేవారూ ముఖాలు చాటేసి దేశాలు పట్టేవారూ ఉంటారు. సాధారణంగా నష్టాల్ని పైకి చెప్పుకోరు. లాభాలొస్తే మటుక్కి రెండింతలు చెబుతారు.

సత్యంకు ఎపుడూ లేంది గుండె వేగంగా కొట్టుకుంటోంది. చేను అమ్మిన బాపతు అడ్వాన్సు కింద ఇచ్చిన సొమ్ము ముందే పోగొట్టుకున్నాడు. సుబ్బుతో అది అప్పే అని చెప్పాడు. ఇపుడు మరల సాహసం చేశాడు. ఒక పక్క భయం ఉన్నా పుంజు వాలకం దాని పొగరు వంటి లక్షణాలు ధైర్యాన్నిస్తోంది.

కనుబొమల రాజు బరిలో దిగి గుంపును కమ్చీ కర్రతో నేలను కొట్టి బెదిరించాడు. అందరూ చక్కగా ఎంతో క్రమశిక్షణ పాటిస్తూ నుంచొన్నారు.

కత్తుల కట్టి పుంజులు వదిలుతున్న ఇద్దరూ గళ్ల లుంగీల్ని తొడల దాకా కట్టుకుని ఉన్నారు.

పుంజుల్ని ముక్కుల్ని వెనక్కి పట్టి కరిపించి బరిలో వదిలారు.

నల్ల సవల ఝామ్మని ఎగిరి కత్తి కట్టిన ఎడమ కాలును డేగ మీదకు విసిరింది. డేగ రెక్క దిగువన గాటు పడింది. రక్తం చారికలు కట్టి కిందకు జారుతున్నట్టు కనిపిస్తోంది. ఆ తర్వాత రెండు నిమిషాల పాటు ఎగిరినా దేనికీ పెద్దగా పోటు తగలలేదు. డేగకే మరో రెండు చోట్ల తగిలింది. సత్యం గుండె చిక్కబెట్టుకున్నాడు. సుబ్బు ఉత్సాహంగా రెప్పలు ఎగరేస్తూ చూస్తున్నాడు.

"అబ్బిగా... డేగ పని ఇక గోయిందా..."

"సవలకు ఉన్న చలాకీ దూకుడూ డేగకు లేదు రా..."

"అదీ... వేయ్... అదిరా... భళీ..." ఇలా రకరకాల మాటలు వినబడుతున్నాయి.

డేగ లొంగి పోయింది. నెత్తురోడుతోంది. ఒక్క క్షణం నిలబడింది కదలకుండా.

రెండు పుంజుల్ని ఎత్తుకున్నారు. కణతల దగ్గర నోటి లోంచి సన్నని నీటిధారతో విసురుగా ఊది ముక్కులు కదిపి మళ్లీ కిందకు దించారు. తేటబడ్డ శరీరాలతో మరల తలపడ్డాయి.

కొద్ది క్షణాల్లో పందెం తేలిపోతుందనగా విచిత్రం జరిగింది.

డేగ నిలబడే ఉంది. సవల మీదకు వెళ్ళింది. డేగకు ఎక్కడ్నుంచి వచ్చిందో ఓపిక మరి ఒక్కసారిగా కత్తి కాలు విసిరింది. కంటికి చెవికి మధ్య మెదడు నుంచి వచ్చే నరంకు తగిలితే చాలు ఎలాంటి పుంజైనా నేలకొరగాల్సిందే. కొన్ని సందర్భాల్లో పుంజు చస్తుంది కూడా. నరాలు అంటారు ఈ పోటును. ఈసులు తెగడం అంటే ఇదే. ఇట్లాంటి సందర్భాల్లో పందెగాళ్లు సైతం సంభ్రమాశ్చర్యాల్లో మునిగిపోతారు.

సవలకు అదే జరిగింది. అంతే... సవల తల వేలాడేసుకుని పరుగులు పెట్టింది. జనం కేకలు...అరుపులు...మరల పుంజుల్ని బరిలోకి తీసుకొచ్చారు. సవల మోగలేదు. తల వాల్చేసింది. డేగకు జవసత్వాలు ఊడిగినా తల పైకెత్తి చూస్తోంది. సవలను చూడగానే డేగ ముక్కు కింద వెంట్రుకలు నిక్కబొడిచాయి. అంతే పందెం తేలిపోయింది. డేగ గెలిచినట్లు ప్రకటించేశారు.

'ఔరా' అంటూ అందరూ ఆశ్చర్యపోయారు. అరుదుగా జరిగే సంఘటనలు పందెగాళ్ల మనసులో నమోదై చాలా కాలం చెప్పుకుంటారు. లిప్తలో పందెం అటు నుంచి ఇటుకు మళ్లడమే మజా.

సత్యం రాయిలా నిలబడిపోయాడు. ఆయన చూపులో వెలుగు జాడల్ని తడిగుడ్డతో తుడిచేశారు. ఒక్కక్షణం వాస్తవం అర్థమయ్యేటప్పటికి కళ్లల్లో నీళ్లు తిరిగాయి. అల్లంత దూరంలో జాతకాల సుబ్బు మాటలు వినిపిస్తున్నాయి. గలగల మాట్లాడే నోరు ఊరుకోదు కదా.

"జాతకం ఎపుడూ తప్పు కాదు. జాతకం... జాతకమే. అంచనా వేసే బుర్ర ముఖ్యం. ఒక్క ఇంచు తేడా వచ్చినా లెక్క తప్పినా ఇక అంతే. రంగును ఎంచే శక్తిని బట్టి ఫలితం ఉంటుంది. జాతకాలు మనిషిపై ప్రభావం చూపినట్టే పుంజుపైనా చూపుతుంది. పందెం కాసేవాళ్లు నమ్మేది అందుకే. ఈ పందెమే చూడండి...అవతల పుంజును కత్తిపోట్లతో చితక్కొట్టింది. అది నక్షత్ర, వార బలం. అయితే వచ్చిన తేడా ఏమిటంటే –'కింద'. సవలకు డేగ అంటే 'కింద'. తన తోడుగా పెరిగిన డేగ చేతిలో ఒరుగుగా ఉన్నప్పట్నుంచీ చావు దెబ్బలు తిందన్నమాట. డేగను చూస్తే ఒక బెరుకు, భయం. జాతక బలం వల్ల అంతవరకు కొట్టుకొచ్చినా పాత వైరం జ్ఞాపకం వచ్చి పారిపోయింది... ఇంతకీ చెప్పొచ్చేదేమంటే... శాస్త్రం తప్పులేదు.. శాస్త్రం ఎపుడూ తప్పు చెప్పదు. చూసే మన చూపులో ఉంటుంది అసలు కిటుకు" సాగిపోతోంది సుబ్బు మాటల ప్రవాహం.

ఇంకా ఏదో చెప్ప బోతుండగా...

సత్యం ఒక్కదుటన నాలుగడుగులేసి సుబ్బు ఎదురుగా నిలబడ్డాడు.

"ఇక చెప్పింది చాలు... నోర్ముయ్... ఈసరికి ...నోరెత్తితే దవడ పగలగొడ్తాను. మాయ మాటలు చెప్పకు...ఏ ఎండకు ఆ గొడుగు... అసలు ఈ పందేలకు రాకూడదనుకున్నాను. వచ్చాను...తగిలింది కోలుకోలేని గొప్పు...బొక్క బోల్తా పడ్డాను.." గద్గద స్వరం..వణకుతున్న గొంతుతో అన్నాడు సత్యం.

"అదీ ...అలా చెప్పండి. రాకూడదనుకుని రావడం జరిగితే ఫలితం ఇలాగే ఉంటుంది. జాతకానికి సంకల్పం కూడా తోడవ్వాలి. మనసులో చెడు ఆలోచించుకుని రాకూడదనుకున్నపుడు మానెయ్యాలి... అసలు కిటుకు ఇదన్నమాట. ఇలాంటప్పుడు జాతకం కలిసిరాదు. రావాలని లేదని నాకెందుకు చెప్పలేదు?"

అన్నాడు సుబ్బు రెండడుగులు వెనక్కి వేసి.

"చత్... బుద్ధిలేనివాడా... మాటకేం ఉంది... నీ లాంటి వాడి నాలుక ఎన్ని వంకర్లైనా తిరుగుతుంది. ఎట్లైనా తిప్పుతుంది. నేనే ఏ గొయ్యో... నుయ్యో చూసుకోవాలి" వడి వడిగా అడుగులేసుకుంటూ సత్యం అక్కడ్నుంచి వెళ్లిపోయాడు. సుబ్బు వెంటబడ్డాడు.

"ఆగండి.. మా ఊళ్లో చుట్టం ఒకడు పందేల్లో పోగొట్టుకుని ఏడు ఎకరాలు అమ్మాడు, ఎకరం పదివేలు చొప్పున. ఈవేళ మార్కెట్టులో అదే ఎకరం అరవై లక్షలు. ఇపుడు కూలి చేసుకుని బతుకుతున్నాడు. వాడేమైనా చచ్చాడా? చావలేదు. ఏ రోజు సంపాదించిన దాంతో బతికేవోడు కూడా పందేలకొచ్చి ఖాళీగా ఇంటికి వెళ్ళి తనకు ప్రాప్తం లేదనుకుని హాయిగా తొంగుంటున్నాడు. చస్తున్నాడా? లేదే... పీడకల అనుకుని బతుకు సాగిస్తున్నాడు. అదో ముచ్చట... ముచ్చట లాగే చూడాలి. ఏముంది? ఈవేళ పోగొట్టుకున్నది రేపు సంపాదించుకుంటాం...అంతే. కొంపలు మునిగినట్లు గుండెలు బాదుకుంటే వచ్చేదేముంది? " అంటూ సత్యం వెంటబడ్డాడు సుబ్బు.

నవ్వాలో ఏడ్వాలో తెలియని సత్యం దగ్గరకు మూర్తిరాజు వచ్చి భుజం మీద చేయి వేశాడు. ధైర్యం చెప్పాడు. జూదం కసి పెంచుతుంది. కసి నుంచి తప్పించుకోకపోతే ఆవేశంలో ఎంతైనా పోగొట్టుకుంటారు. ఒక దశలో అది గమనించి తనను తాను నియంత్రించుకుని మధ్యలో లేచి వెళ్లిపోవాలి. అది వ్యసనపరుడికి ఉండాల్సిన లక్షణం. ఇదంతా సత్యంతో నడుస్తూ మూర్తిరాజు చెప్పాడు.

సత్యం ఇంటికెళ్లాడు. వేడినీళ్ల స్నానం చేసాడు. సుష్టుగా భోజనం చేసాడు. ఇంట్లో వాళ్లకు తన నైరాశ్యపు ఛాయల్ని తెలియకుండా జాగ్రత్త పడ్డాడు.

తెల్లవారుజామున ఏక్టివా తీసుకుని బయలుదేరాడు. మళ్లీ తిరిగి రాలేదు.

గోదారి వంతెన అవతల బండి ఉంది. చెప్పులు బండి సీటు మీద పెట్టాడు. వాచీ కూడా దాని పక్కనే పెట్టాడు. ఊరంతా గుప్పుమంది. సత్యం గోదారిలో పడ్డాడన్నారు.

ఎంత గాలించినా శవం దొరకలేదు. ఏటుగట్టంటా చాలా దూరం తిరిగి ఎక్కడైనా ఒడ్డుకు చేరిందేమోనని చూశారు. మూడు రోజులైనా ఆచూకీ లేదు.

"వరసగా మూడు పందేలు ఓడటం డబ్బులు పోగొట్టుకోవడంతో అవమానం భరించలేకపోయాడు" అని చెప్పుకున్నారు.

"సత్యం అంత పిరికివాడు కాదు...జీవితంలో ఇంత కంటే పెద్ద దెబ్బలు తిన్నవాడే... ఎదుటి వ్యక్తులకు ధైర్యం నూరిపోసినవాడే" అని కొందరు అన్నారు.

"ఏం చెబుతాం? ఆ క్షణం దాటితే వెనక్కి మరలుతారు. అయినా ఎవడికి ఎలా రాసి పెట్టుందో " అని ఇంకా కొందరు అన్నారు.

అరుమాసాలు గడిచాయి. సత్యం తమిళనాడులో కోయంబత్తూరులో కనిపించాడని ఒకాయన చెప్పడంతో మరల కొత్త కొత్త ఊహాగానాలు బయలుదేరాయి. కొత్త కథలు పుట్టుకొచ్చాయి.

❖❖❖

సీతారామరాజు చెప్పడం ఆపాడు. ఆయన కళ్లల్లో నీళ్లు. మంచినీళ్ల గ్లాసు అందుకున్నాడు.

పొలమారింది. వెనువెంటనే దగ్గు వచ్చింది. దగ్గాడు. కొన్ని జ్ఞాపకాలు అంత తేలిగ్గా విడవవు. దుఃఖ కారకాలు మరీను. కలకాలం బాధిస్తునే ఉంటాయి. కాసేపటికి సర్దుకున్నాడు. నిదానంగా చూశాడు.

"పోన్లెండి... ఈవేళ్టికి చాలిద్దాం. రేపు చూద్దాం" లేవబోతూ మురళి అన్నాడు. మిగిలిన ఇద్దరూ లేచారు, అదే తలంపుతో. ఎందుకో ఆయన చలించాడు. మనసు తేలిక పడటానికి సమయం పట్టొచ్చు. మిత్రులకు అర్థమైంది. ఆయన జీవితంలోని విషాదం గుర్తుకొచ్చి ఉంటుందని. ఆయన దృష్టి మరల్చాలి. ఆయన ఆలోచనల్ని మలుపు తిప్పాలి.

"మేం వెళతాం... మీరు విశ్రాంతి తీసుకోండి. మందులు తీసుకు రమ్మంటారా?" చంటి ఆయన చేయి పట్టుకుని అడిగాడు.

సీతారామరాజు అసౌకర్యంగా కదులుతున్నాడు. మాటి మాటికీ దగ్గుతున్నాడు. ముక్కు చీదుతున్నాడు.

"ఒక్క క్షణం ఆగండి..." నెమ్మదిగా అన్నాడు. ముగ్గురూ కూర్చున్నారు.

పది నిమిషాలు గడిచాయి. ఆయన అవస్థను గమనిస్తూ నిశ్శబ్దంగా ఉండిపోయారు.

"అసలు ఈవేళ సత్యం గురించే కాకుండా నేటి కాలంలో జరిగే పందేల గురించి కూడా చెప్పాలనుకున్నాను. ఏళ్ళ తరబడి పందేల్లో మునిగినవాడిని. డబ్బు ప్రమేయం లేకుండా వట్టి కోశ కోసం జరిగే పందేలు కూడ ఎరిగినవాడిని. ప్రస్తుతం డబ్బు పట్ల ముఖ్యంగా ఈజీమనీ పట్ల జనం వెంపర్లాడటాన్ని చూస్తున్నాం. డబ్బు నెమ్మదిగా పొదుపు చేసుకుంటూ పోగు చేసుకోడం గత కాలపు మాట. ఇపుడు అది పద్ధతి కాదు. ఒక్కసారిగా లక్షలు కోట్లు సంపాదించేయాలి. అదీ సునాయాసంగా ఒడిలో పడాలి. మనవాళ్ళు చూడండి... చెరువుల్ని తవ్వి రొయ్యలు చేపలు ఉధృతంగా చేయడాన్ని చూస్తున్నాం. అదృష్టం కలిసి వచ్చినవాళ్లకు కుప్పలు తెప్పలుగా డబ్బు వచ్చి పడుతోంది. ఇక పట్టపగ్గాలుండడం లేదు. దాంతో బాటే వ్యసనాలు పెరుగుతాయి...డబ్బు ఊరుకుంటుందా? బోలెడు పనులు చేయిస్తుంది " విచిత్రంగా నవ్వి ఒక్క నిమిషం మాట్లాడటం ఆపాడు సీతారామరాజు. ఏం చెప్పబోతున్నాడో తెలియడం లేదు. క్షణం తర్వాత మళ్లీ మొదలెట్టాడు.

"డబ్బు తేలిగ్గా వచ్చి బీరువా లోకి చేరిపోవాలి. పూర్వం సంస్థానాలు, దివాణాల్లో కోడిపందేలు జరిగేవి. అవి కూడా పరువు ప్రతిష్టలకే ముడిపెట్టి ఉండేవి. ఇపుడు సామాన్యులకు కూడా అంటింది. వీధుల్లోకి వచ్చాయి. ఈ పందేల పేరు చెప్పి ఎన్ని కుటుంబాలు నాశనమయ్యాయో లెక్కలేయగలమా? దీని వెనుక పెద్ద మాఫియా ఉందేమోనని అనిపిస్తోంది. ఇపుడంతా డబ్బు... డబ్బు... గెలిచినోడూ ఓడినోడూ కూడా పోగొట్టుకునేది డబ్బే... అదెలాగో చెబుతాను. నేను చెప్పేదేమీ కల్పించినవి గావు. నిజంగా జరిగినవే" అంటూ మళ్లీ దగ్గాడు చేయి అడ్డం పెట్టుకుని సీతారామరాజు. పొడి పొడి దగ్గు...

"అయ్యా...దయవుంచి మీరు విశ్రాంతి తీసుకోండి... ఇక మాట్లాడకండి" అని లేచారు ముగ్గురూ.

"ఈవేళ చాలా రాత్రి వరకు మేల్కొని చెప్పాలనుకున్నాను. ఒక పని చేయండి. రేపు పెందళాడే రండి. చాలాసేపు మాట్లాడుకుందాం..." వాళ్ల ఇంగితం గ్రహించి వెళ్లడానికి అనుమతి ఇచ్చినట్లుగా చేయి ఊపాడు.

బయలుదేరారు. కనిపించేంత వరకు వాళ్లను చూస్తూనే ఉన్నాడు.

సీతారామరాజు కాసేపు అలాగే కూచుని తర్వాత లైట్లు ఆపుచేసి గదిలోకి దారి తీసాడు.

మంచం మీద వెల్లకిలా పడుకుని పైన తిరుగుతున్న ఫ్యానును చూస్తున్నాడు. కాలం గిర్రుమని ఫ్యాను రెక్కల్లా తిరిగిపోతోంది. ఎపుడు గుటుక్కుమంటామో తెలీదు. కట్టెలో ప్రాణమున్నంత సేపే ఏదైనా.

అమ్మాజీ మోడువారిన జీవితం బాధ పెడుతోంది. ఈపాటికి పిల్లా పాపలతో సంసారం సాగిస్తూ ఆనందంగా గడపాల్సిన పిల్ల. అచ్చటా ముచ్చటా లేదు. కొడుకు రవి చూస్తే ఎక్కడో దూరంగా బతుకుతున్నాడు. అతన్ని దగ్గరకు తీసుకోలేకపోవడం తన పొరబాటే కావచ్చు. ఏదో ఆవేశం... మాట పట్టింపు...

రవిని చూసి చానాళ్లయ్యింది. మంకు పట్టుతో వస్తానన్నా రానీయలేదు. అనుబంధం ముక్కలవ్వడం అంటే ఇదేనేమో. చేజేతులా చేసుకున్నదే. జీవితాన్ని పునరవలోకించుకుంటే మనో దౌర్బల్యం బయటపడుతుంది.

కుర్రాళ్లు ముగ్గురూ ఏంతో ఆతురతగా వచ్చి తన అనుభవాన్ని పిండి వింటున్నారు. తనకు తెలిసింది చెప్పకుండా నిరాశ పెట్టకూడదని ఎపుడో నిశ్చయించుకున్నాడు. వాళ్లు ఎందుకు వస్తున్నారు? పందేల గురించి విని ఏం చేస్తారు? తెలియంది తెలుసుకోడానికేనా? వెనుక ఏమైనా ఉద్దేశం ఉందా? ఏమో...

రేపటి రోజు చాలా విషయాలు, సంఘటనలు చెప్పాలి. కాసేపటికి మాగన్నుగా నిద్ర పట్టేసింది సీతారామరాజుకు. ప్రశాంతంగా నిద్రపోయాడు.

❖❖❖

డబ్బు... డబ్బు... డబ్బు:

సీతారామరాజు ఉదయం ఆలస్యంగా లేచాడు. అమ్మాజీ వచ్చి లేపితే గానీ లేవలేకపోయాడు. వంట్లో తేడా ఏమీ లేదు. నీరసం అసలే లేదు. తన వయసున్న వారు కూడా సత్తువ తగ్గిందంటే ఒక పట్టాన ఒప్పుకోరు. ఎప్పటికీ చావు రాదన్నట్టుగా ప్రవర్తిస్తుంటారు.

ఆకాశం మేఘావృతంగా ఉంది. సూర్యుడు మేఘాల చాటున ఉన్నాడు.

కాలకృత్యాలు తీర్చుకుని పెద్ద గ్లాసుడు కాఫీతో వాలు కుర్చీలో కూర్చున్నాడు. కాఫీ ఎక్కువగా నెమ్మదిగా చప్పరిస్తూ ఆస్వాదిస్తూ తాగడం అలవాటు. ఈ అలవాటు చిన్నప్పట్నుంచీ ఉంది.

కాఫీ పరిమళభరితంగా అద్భుతంగా ఉంది. వేడి కాఫీని ఆస్వాదిస్తూ

యాథాలాపంగా కటకటాల్లోంచి గోడ వార ఉన్న పెట్టల్ని చూసాడు. అందులో ఒక పెట్ట మాటి మాటికీ తల తిప్పి రెక్క పక్కన కెక్కరిస్తోంది. కాఫీ తాగడం పూర్తి చేసి లేచాడు. పెట్టల దగ్గరగా వెళ్లాడు.

అనుమానం నిజమైంది. పేలు పట్టాయి. మిగిలిన వాటిని కూడా పరిశీలించాడు. పెద్దగా కనిపించలేదు. పుంజులు ఎలా ఉన్నాయో? ఆదిలో గమనిస్తే ఇబ్బంది ఉండదు. లేకపోతే అన్నింటికీ పాకేస్తుంది.

పేలు పడితే దురద పుట్టి ముక్కుతో పొడుచుకుంటుంది. పేలు రక్తాన్ని పీల్చి బాధిస్తాయి. ఆది లోనే గమనిస్తే మందు వేయొచ్చు. డిడిటిని చల్లించాలి. గెమాక్సిన్ కోళ్ళపై చల్లితే పేలు చస్తాయి. ఎక్కువగా ఉంటే గెమాక్సిన్ కలిపిన నీళ్లలో ముంచి తీయాలి. ఇదేమీ పెద్ద పని కాదు.

పాలేరు రాగానే పుంజులు, పెట్టలు అన్నింటిని జాగ్రత్తగా చూసి నివారణ చర్యలు చేపట్టాడు. చిడుం పట్టిన పెట్టను గెమాక్సిన్ వేసిన నీళ్లలో ముంచాడు. వదిలి పెట్టకుండా ప్రతి కోడిన శుద్ధి చేయించాడు. అప్పటిగ్గానీ స్థిమిత పడలేదు.

పెసరపప్పు నానబెట్టి అట్టులేయమని అడిగాడు అమ్మాజీని. టిఫిన్ కోసం కాదు. అట్టు ముక్కలుగా కోసి మసాలా వేసి కూర వండమని అడిగాడు. అమ్మాజీ అలాగేనని చెప్పింది. ఎందుకో తినాలనిపించింది. చాలా ఇష్టంగా తింటాడు. తినాలనిపించినప్పుడల్లా చేయించుకుంటాడు. మొహమాట పడడు.

సుష్టుగా భోజనం చేసి మధ్యాహ్నం బాగా నిద్ర పోయాడు. మనసు హాయిగా ఉంది. లేచి కాసేపు అటూ ఇటూ తిరిగాడు. వీధి గేటు దగ్గరకు వెళ్లి రోడ్డు మీద వెళుతున్న వారిని పలకరించాడు.

అనుకున్నట్టుగానే రోజూ కంటే ముందుగా వచ్చేసారు మిత్రులు. సీతారామరాజు ఎంతో హుషారుగా ఉండటాన్ని గమనించారు. వీళ్లూ కలుపుగోలుగా మాట్లాడారు. జోకులేసుకున్నారు. నవ్వుకున్నారు.

అందరూ కాస్తంత కుదుటపడ్డాక సీతారామరాజు మొదలెట్టాడు. పొద్దుట్నుంచి జరిగిన విషయాల్ని వరసగా చెప్పాడు. ఈవేళ తిన్న కూర గురించి కూడా చెప్పాడు. ఇలా ప్రతి విషయాన్ని ఇతరులతో పంచుకోవడం ముందు నుంచీ ఉంది.

“నిన్న రాత్రి పూర్తి చేయలేకపోయిన మాట ఒకటి ఉంది. కోడిపందాల్లో

జాతకాలు, ముహూర్తాలు అందరూ చూడరు. అదంతా చెత్త అని పక్కనబెడతారు. పుంజుకు ఉన్న పాత గాయాలు...దాని సత్తువ అంచనా... కాళ్ళ బిగువు... గట్టితనం... రెక్కల సాపు... వీటికే ప్రాధాన్యం ఇచ్చి అనేక పందేలు గెలిచినవారున్నారు. గర్వంగా అదే విషయాన్ని చెబుతుంటారు కూడా.

పూర్వం మేం దశావతారాలు ఆడేవాళ్లం. పెద్దాపురంలోనే దొరికేవి తోలు దశావతారాల పేకలు. నిష్ఠతో ఆడాలి. నియమాలు కఠినంగా ఉంటాయి. ఓడి- పట్టులు రానివాడ్ని మైలతో సమానంగా చూసేవారు. వాడు స్నానం చేసి వచ్చే దాకా ముట్టుకునే వాళ్లం కాదు. అందులో పట్టు బాకీ ఉన్నవారితో బాటు గెలిచినవారూ పేక బొత్తులు కలుపుకుంటూ తన వాటిల్లో మంచి విలువైనది ఎక్కడుందో ఆ చోటులో ముక్కను అడిగేవారు. అస్తమానం మంచిదే వచ్చేది కాదు. గుడ్డిగా అడక్కుండా అదో ఆధారంగా భావించేవాళ్లం. ఆరోజుల్లో వయసు మళ్లినవారు దశావతారాలు ఆడుకుంటూ పొద్దు గడిపేవారు. అలాగే ఈ జాతకాలు, ముహూర్తాలు అవీ ఉపయోగపడతాయనుకుంటాను. మన తృప్తి కోసం లెక్కలేసుకోవడం... అంతే..." ఇప్పటి తరానికి తెలియని ఒక కాలక్షేపంగా ఆడే ఆటను ఉదహరిస్తూ చెప్పాడు సీతారామరాజు.

"ఈవేళ ఈనాటి కోడిపందేలు ఎంత విలాసంగా వినోదంగా ఆధునిక సాంకేతికతను ఉపయోగించుకున్ని ఎట్లా వెలిగిపోతున్నాయో చెప్పుకుందాం. మీరు నేటితరం కుర్రాళ్లు. బహుశా చాలా విషయాలు మీకు తెలుసున్నవే అయి ఉంటాయి. దీనికి ముందు మన ఊళ్లో ప్రతి సంక్రాంతి సమయంలో విధాయకంగా ఆడే ఒక పురాతన ఆట గురించి కూడా చెప్పాలని ఉంది. చెప్పమంటే చెబుతాను" మిత్రుల ముఖాల కేసి చూసి అన్నాడు. గుసగుసగా ఏదో మాట్లాడుకుంటున్నారు వాళ్లు.

"ఏమిటి మీకొచ్చిన సమస్య? పోనీలే... వదిలేద్దాం..."

"కాదు మహాప్రభూ...మేం మాట్లాడుకునేది వేరే. మీరు ఏం చెప్పాలనుకుంటే చెప్పండి. అడ్డు లేదు. మరో మాట లేదు. మిమ్మల్ని కాదనే ప్రశ్న రాదు. మాకూ తెలుసుకోవాలని ఉంది" అని మురళి చెప్పాడు.

"కుండ బంతి ఆట గురించి విన్నారా?" సీతారామరాజు కళ్లు చిత్రంగా మిటకరించి ప్రశ్నించాడు.

"విన్నాం ... కానీ... ఆడలేదు ఎపుడూ..." ముగ్గురూ ఏకకంఠంతో అన్నారు.

సీతారామరాజు చెప్పడం మొదలెట్టాడు చిరునవ్వుతో.

"కుండ బంతి. అన్ని ఊళ్లల్లోనూ ఉండదు, కోలంకలో తప్పకుండా పండక్కి ఆడేవారు. ఇపుడు లేదని సంగతి మీకు తెలుసు. కుండబంతి క్రికెట్టుకు ఆదిమ రూపం అనిపిస్తుంది. దీన్ని బట్టే క్రికెట్టు కనిపెట్టుంటారేమో. చాలా పోలికలు ఉంటాయి.

రెండేసి ఇటుకలు అటూ ఇటూ ఒకదాని మీద ఒకటి పెట్టి మధ్యలో వాటిని ఆనించి సన్నని కర్ర ఉంటుంది. గుడ్డతో గట్టిగా బిగించి చేసిన బంతి... నేర్పరితనంతో ప్రత్యేకంగా తయారు చేసిన బంతి..చాలా గట్టిగా ఉండేది. అటు ఆరుగురు ఇటు ఆరుగురు ఆటగాళ్లు. సుమారు పది గజాల దూరం నుంచి బంతిని అడ్డకర్ర మీదకు విసురుతారు. కర్ర కింద పడేలా కొడితే వికెట్టు పడినట్టు అవతల ఆటగాడు అవుట్ అయినట్లే. ఆరుగురూ అవుటు అయితే రెండో జట్టు వాళ్లు చేతి కర్రతో బంతిని కొడుతూ తరుముతారు. నేల తగలని బంతిని పండుగా పట్టుకోవాలి. పట్టుకోకపోతే బంతి ఎక్కడ ఆగుతుందో అక్కడ్నుంచి మళ్లీ కొడతారు. కొట్టడంలో పండు పట్టుకుంటే మాత్రం ఒక మనిషి విసరగలిగేంత దూరంలో నిలబడి ఇరు జట్టులు బంతిని విసురుకుంటారు. ఇలా ఊరంతా తిప్పుతారు. ఏకవీధి గల కోలంకలో తరతరాలుగా ఆడటం ఉంది. ఇప్పుడు లేదు. ఈ ఆట నేటితరంకు తెలీదు. మీకెంత వరకు అర్థమయ్యేలా చెప్పానో తెలీదు... అలా కాదు గానీ మీచేత కుండబంతి ఆడించాలి ఒకసారి..."

"మాకు కొంచెం తెలుసు. విన్నాం అంతే. ఆడలేదు... ముందు చెప్పిన దశావతారాల గురించి అసలు తెలీదు. అది కూడా నేర్పండి. ముందు మీరు వదలవలసిందేదో వదిలి ఎదరకు వెళ్లండి, మహాశయా... ఆనకే మీరు చెప్పే కథ..." అన్నాడు చంటి.

"ఇపుడు దశావతారాల పేకల తయారీయే లేదు. మా బోంట్లకు ఉండే చాదస్తం మీకు తెలుసు. ఏదో ఉబలాటం. వినేవాడుంటే చాలు తెలిసిందంతా చెప్పేత్తాం... ఏదో తాపత్రయం.. మాట్లాడటానికి మనిషి దొరికితే చాలు వాగేయాలని చూత్తాం. అక్కడికే వస్తున్నాను... నాయనా... సరే... చెబుతా...

భార్య పార్కుకు వెళదామంది. నిజానికి భర్తకు ముఖ్యమైన పని ఉంది.

అయినా కాదనలేదు. కాదంటే అదో ఇబ్బంది. రణరంగం. 'నాకంటే అవన్నీ ముఖ్యమా?' అనే ప్రశ్న ఎదురౌతుంది. తట్టుకోలేడు. సరే అని బయలుదేరాడు. ఇద్దరూ సిమెంటు బెంచీ మీద కూర్చున్నారు. ఎదురుగా పిల్లలు ఆడుకుంటున్నారు.

"వాడ్ని చూడండి' అంది భార్య. చూశాడు. వాడెవడో తెలీదు. పొగడచెట్టు కింద గెంతులేస్తున్నాడు. హుషారుగా పాత పాటలు పాడుతున్నాడు. ఒక చేయి చెవికి ఆనించి రాగం తీస్తున్నాడు గమ్మత్తుగా. బహుశా తాగి ఉన్నాడేమో. అలాగే అనిపిస్తోంది. అనిపించడమేమిటి? నిజమే.

"అతనెవరు? నీకు తెలుసా? నేనెప్పుడూ చూసినట్టు లేదు" భర్త ఆరా తీశాడు.

"పదేళ్ల క్రితం నన్ను ప్రపోజల్ చేశాడు. తిరస్కరించాను " గర్వంగా చెప్పింది భార్య.

"ఓరి... దేవుడా... వాడింకా పండుగ చేసుకుంటున్నాడు అన్నమాట" పైకి అనేసాడు భర్త. కాకపోతే చివర మాటలు వినిపించకుండా అన్నాడు, అశ్వత్థామ హతః కుంజరః అన్నట్టుగా.

మురళి, చంటి, రాజబాబు హాయిగా నవ్వేశాడు.

❖❖❖

ఊరు కొత్తగా ఉంది. కొత్త అంటే కొత్త కాదు. పాత సంప్రదాయంలో మునిగి తేలుతూ వెలిగిపోతోంది. కొన్ని అనుభవాలు ఎప్పటికీ గుర్తుంచుకోదగిన జ్ఞాపకాలుగా మిగులుతాయి.

సంక్రాంతి పండుగ వాతావరణం . బాల్య స్మృతులతో పరవశంగా దాచుకునే అనుభూతుల పేటిక. ఇంటి ముందు రంగు రంగుల ముగ్గులు... భోగి గొబ్బిళ్లు... గుమ్మాలకు మామిడి తోరణాలు... ఆబాలగోపాలం ఒకటే సందడి...

మూర్తిరాజు తెల్లారగట్లే లేచాడు. చలి చలిగా ఉంది. ఈ పండుగ సర్వజనామోదంగా పులకిత ఆత్మీయ వేడకగా ఆనందోత్సవాలతో చెలరేగుతుంది. ఇళ్లన్నీ చుట్టాలతో నిండి పోతుంది. అల్లుళ్లు... కూతుళ్లు... మనవలు... కొత్త బట్టల రెపరెపలు... కొత్త నగల తళతళలు...

ఏడాది పొడవునా నిరీక్షించే సంప్రదాయమైన ఆటల కోలాహలం. వ్యక్తిగత అభిరుచుల కాలక్షేపం... కోడిపందేలు..పేకాట... సామూహిక విందు

కార్యక్రమాలు... ఇంకా ఎన్నో. పండుగ రోజుల్లో ఏ ఆటకూ నిషేధాలు వర్తించవు. నిషేధాలున్నా నియంత్రించే శక్తులు లేవు. అంతా సజావుగా జరిగిపోవాల్సిందే. ఆచారాలు నిలబడాల్సిందే. చోద్యం చూస్తూ ఊరుకోవడం తప్ప చేయగలిగింది లేదు. తమిళనాడులో జల్లికట్టు ఆంధ్రాలో కోడిపందేలు... తప్పనిసరి. అడ్డుకోవడం ఎవరి తరమూ కాదు.

మూర్తిరాజు వెలుగురేకలు విచ్చుకోగానే సున్నిపిండితో ఒళ్లంతా రుద్దుకున్నాడు. కుంకుడు కాయలతో తల స్నానం చేసాడు. కొత్త బట్టలు కట్టుకున్నాడు.

తోడల్లుడి మనవడు సూర్య ప్రత్యేకించి కోడిపందేలకి వచ్చాడు. వాడుండేది భీమవరం దగ్గర ఊరు. అక్కడా జరుగుతాయి. ఇక్కడి ప్రాంతానికి మీడియా ఒకరకమైన మోజు తెచ్చి పెట్టింది. ఈసారి రమ్మంటే వచ్చాడు. సూర్యకు కోడిపందేలు ఇష్టం. పండుగ రోజుల్లో మాత్రం తప్పకుండా వెళతాడు. మిగిలిన రోజులు పందేల దరి చేరడు. తండ్రికి రొయ్యలు చేపల చెరువులు. బాగా సంపాదించాడు. డబ్బులకు లోటు లేదు.

సూర్య ఇంకా లేవలేదు. రాత్రి ఆలస్యంగా పడుకున్నాడు. లేపాడు. త్వరగా శుభ్రంగా తల స్నానం చేసి రమ్మన్నాడు. అందుకు తగిన ఏర్పాట్లు ముందే చేశాడు.

ఇద్దరూ కబుర్లు చెప్పుకుంటూ వీధి లోకి వచ్చారు. దూరంగా భోగి మంటల వెలుగులు...

భోగి మంటలు. చెడును కూల్చే మంచి గెలిచే సంబరాల వేడుక.

ఊళ్లో కుర్రకారు ఒక జట్టుగా ఏర్పడతారు. ఇంటింటా తిరిగి కలపనీ, దుక్కల్నీ సేకరించి ఒకచోట పోగు చేస్తారు. ఆఖరు రోజున అంటే భోగి రేపు అనగా రెక్కీ నిర్వహిస్తారు. ఎక్కడెక్కడ దుంగలున్నాయో చూసుకుని రాత్రి దొంగతనంగా మోసుకొస్తారు. కచేరీ సావడిలో భద్రపరుస్తారు. ఎవరూ ఏమీ అనరు. విలువైన కలపయితే రగడ తప్పదు. పెద్దలు కలగజేసుకుని ఇప్పించడమో సర్ది చెప్పడమో చేస్తారు.

ఇదంతా చేసేది కౌమారదశ లోకి ప్రవేశించిన కుర్రాళ్లే. ఇవి చిన్నప్పటి జ్ఞాపకాలుగా మూటగట్టుకునే చిలిపి పనులు. ఒక నెల వరకు భోగిమంట ఆరకుండా చూసుకుంటారు. అదో సరదా. మూర్తిరాజు చెబుతుంటే సూర్య వింటున్నాడు. ఆ ఊరి విషయాలు తెలుసుకుంటున్నాడు.

కాసేపు భోగిమంట వేడి కాగి ఇంటికి వచ్చేశారు.

తొమ్మిది గంటలకల్లా మరల కచేరీ సావిడి దగ్గరకు వచ్చారు. అక్కడ స్నేహపూర్వక కోడిపందేలు జరుగుతాయి. డబ్బులు కాయడం ఉండదు. గెలిచినవాడికి కోశ దక్కుతుందంతే. ఒకే సామాజిక వర్గం. మిగిలినవారెవరి పుంజుల్ని అనుమతించరు. బావామరదుల వరసలతో పుంజుల్ని పందేల్లో వదులుతారు. గెలిచినా ఓడినా మనోడేలే అనే భావన. ఇదంతా అస్మదీయుల పందేల హడావుడి. నేటికీ ఇది కొనసాగుతోంది. నాలుగైదు పందేల కంటే ఎక్కువ జరపరు. అవి చూసుకుని ఇంటికి వచ్చారు ఇద్దరూ.

గాబుల్లోని పుంజుల దగ్గరకు వెళ్లారు. అన్నింటినీ సూర్య పరిశీలనగా చూశాడు.

"నాకు రంగులు గింగులు కిట్టవు, తాతయ్యా...రెక్క పుష్టి చూసి పుంజు నిలబడే తీరు నడక తీరును బట్టి కట్టేయడమే. నేనెప్పుడూ నష్టపోలేదు. కత్తి పోట్లతో జరిగే పందేలకు జాతకాలేంటి అనే భావన నాది" అన్నాడు సూర్య తల వంచి వారగా పుంజుల్ని చూస్తూ.

"నీకు నచ్చినట్లుగా పుంజుల్ని ఏరు" చేతితో పుంజుల్ని చూపిస్తూ. రెండు పుంజుల్ని ఎంపిక చేశాడు.

పదిన్నర దాటకుండా మురమళ్ళ కోడిపందేల బరికి చేరాలని అనుకున్నారు. అక్కడ మహోత్సవంలా జరుగుతుంది. దూర ప్రాంతాల నుంచి ఎంతో శ్రమకోర్చి వస్తారు.

మీడియా వార్తల్ని బట్టి అసలు పందేలు జరుగుతాయో లేదో అనుమానమే. ఇంకా అనుమతులు రాలేదని తెలిసింది. ముందు రోజు వరకూ చర్చలు, వాదోపవాదాలు... టీవీల నిండా...

ప్రభుత్వం పందేలకు ఈసారి అంగీకరించదట. పోలీసులు బ్యానర్లు కట్టారట. 'కోడిపందేలు చట్ట వ్యతిరేకం", 'అతిక్రమించువారు శిక్షార్హులు' అంటూ ఊరంతా ఊరేగింపుగా తిరిగారట. 'ట' కబుర్లు... ఊదరగొడుతున్నాయి. అక్కడితో ఊరుకోలేదు. ఊరూరా సాంప్రదాయ క్రీడల పేరుతో కబడీ, ముగ్గుల పోటీలు నిర్వహించారు.

"అందరికీ తెలుసున్న బాగోతమే. వాళ్ల పని వారిది. వీళ్ల పని వీరిది" అన్నాడు మూర్తిరాజు చిత్రంగా కొంటెగా నవ్వుతూ. అదంతా మామూలే అన్నది ఆయన ఉద్దేశం.

❖❖❖

విశాలమైన మైదానం. అల్లంత దూరంలో వాహనాల నిలుపుదలకు ప్రత్యేక ప్రదేశం ఉంది. యూనిఫాం ధరించిన ప్రయివేటు రక్షకదళం. అతిథులు హోదాను బట్టి పార్కింగు నిర్ణయిస్తారు. పద్ధతి ప్రకారం ఒక వరుసగా వాహనాలు పెట్టించి తిరిగి వెళ్లేటపుడు ఇబ్బంది కలగకుండా అన్ని జాగ్రత్తలు తీసుకుంటున్నారు.

కిక్కిరిసిన జనం. తీర్థంలా ఉన్నారు. ఎండ చిన్నగా చురుక్కుమంటోంది. కోడిపందేలు ఇంకా మొదలు కాలేదు. బరి దగ్గర ఎవరూ లేరు.

స్థానిక ప్రజాప్రతినిధి సుబ్బరాజు మంచి జాతి గుర్రంపై అభిమానుల కేరింతల మధ్య స్వారీ చేస్తున్నారు. గుండ్రంగా చక్కర్లు కొడుతున్నారు. గుర్రం ముందు వెనుకలు ఔత్సాహికులు పరుగులు పెడుతున్నారు. నియోజకవర్గ మనోభావాల్ని బట్టి నేటి నాయకులు నడుచుకుంటారు. ఆయనే మొత్తం పందేల వ్యవహారం పై నుంచి నరుక్కొచ్చి సవ్యంగా జరిగేలా చూస్తారు.

మరో పక్క గంగిరెద్దుల విన్యాసాలు. మచ్చిక చేసుకున్న ఎద్దు గంగిరెద్దుల వాడు చెప్పినట్లు బుద్ధిగా చేస్తోంది. ప్రజలకు ఆనందం పంచుతోంది. 'అయ్యగారికి దండం పెట్టు' అనగానే ఎదర కాళ్ళు వంచి మోకాలు ఆనించి తల వంచి నిలబడుతోంది. హరిదాసు మైదానమంతా కలయ తిరుగుతూ సాంప్రదాయ వేషభాషలతో కథాగానం చేస్తున్నాడు. ఇవన్నీ ఒక ప్రణాళిక ప్రకారం జరుగుతున్న సాంస్కృతిక కార్యక్రమాలు. ఒక ముసుగు... పోలీసు అధికారుల తృప్తి కోసం జరిగే తంతు...

జిల్లా ఎస్పీ ఈ సాంప్రదాయ వేడుకల్ని చిరునవ్వుతో వీక్షిస్తున్నారు. అధికారుల పరీక్ష కోసం ఉత్తుత్తి హంగామా... అసలు కథ వేరే... అందరికీ తెలిసిన బహిరంగ రహస్యం.

కాస్తంత దూరంగా చక్కగా అలికిన ప్రదేశంలో ముగ్గుల పోటీలు. అత్యద్భుతంగా కళాత్మకంగా నేలను అలంకరించే రంగవల్లికలు.

ఎమ్మెల్యే పంచకళ్యాణి దిగాడు. నుదుట బొట్టు... తెల్లని చొక్కా... మెడలో బంగారు గొలుసు... హుందాగా ఉన్నాడు. ఆయన గుర్రం దగ్గర ఉండగానే యువత సెల్ఫీలు దిగుతున్నారు.

ఆయన చేతిలో కత్తి కట్టని సేతువ కోడిపుంజు ఉంచారు. నేలపై దింపి ఒక్కసారి దువ్వి పుంజును నిమిరాడు. మంచు శిల్పానికి తల మీద ఎర్రటి తురాయి అతికించినట్లుంది. మరో చోటా నాయకుని చేతిలో ఎర్రని డేగ పుంజు. ఎర్రటి నెత్తురు ముద్దకు దిగువున నల్లటి ఈకలు అద్దినట్లుంది. రక్తపాత రహిత సరదా పందెం. వదలారు... పోరాటం... నూతనోత్తేజం... పండుగ కళ వచ్చేసింది.

"ఇంకా ఎంతసేపు ఉంటార్రా... ఈ పోలీసు మంద... వినోదం కోసం వచ్చారా? వచ్చిన పని అయిపోయిందిగా... ఇక దయ చేయొచ్చు కదా" ప్రేక్షకుల అసహనం.

"మన ఎమ్మెల్యే గారి సైగ అందుకుంటారు....కాసేపాగు కంగారుపడతావేం?" గుట్టు విప్పాడు మరొకడు.

మరో పావు గంటకు పోలీసు బలగం ఉడాయించింది. వాళ్లు రావడం వెళ్లడం ఒక తంతులో భాగం... ఒక ప్రదర్శన... కాదు... ఒక కర్తవ్యం...

ఎనిమిది ఎకరాల సువిశాలమైన ప్రదేశం. చక్కగా చదును చేసారు. మెత్తని ఇసుకను సన్నటి పొరలా వెదజల్లారు. ఆ పొలం ఆసామీ పేరు కృష్ణంరాజు. కోడిపందేల నిర్వహణ దృష్టితో రెండో పంట ఊడ్చలేదు. త్యాగం కాదు. అందుకు సరిపడా కౌలు సొమ్ము ఆయనకు ముందుగానే అందుతుంది.

పందెం కట్టిన సొమ్ములో పది శాతం బరి ఖర్చులకు వసూలు చేస్తారు. చిన్నా చితకా ఖర్చులుంటాయి. ఇవే కాకుండా మైదానంలో నిర్వహించే ప్రతి శిబిరం నుండి డబ్బులు వసూలు చేస్తారు. బహిరంగంగా పాట పెడతారు. అధిక మొత్తంలో పాడినవాడు సొమ్ము వసూలు చేసుకుని షాపులవాళ్లకు అనుమతులు ఇస్తాడు. మధ్యలో ప్రధానమైన బరి. ఇది కాకుండా రెండు మూడు చిన్న చిన్న బరిల్ని పందేల కోసం కేటాయిస్తారు.

మైదానం అంచుల్లో పదుల సంఖ్యల్లో అనేక రకాల జూద శిబిరాలుంటాయి. ఇవి గాక మాంసం పకోడీలు... మాడుగుల హల్వా... పెరుమాళ్లపురం పాకం గారెలు... కాకినాడ కాజా... ఇంకా రకరకాల బజ్జీలు...

పదిలక్షల వరకు ముడుపులు. అందవలసిన వాళ్లకు వెళతాయి. ఒత్తుడులు వస్తే రోజుకు అరడజను మందిని స్టేషనుకు అప్పగిస్తారు. వాళ్లు జరిమాన కట్టి వచ్చేస్తారు. అలా పురమాయిస్తే వెళ్లిన వారికి ఘనమైన కూలి కూడా ఇస్తారు. చర్యలు తీసుకున్నట్టు స్టేషనులో నమోదు అయిపోతుంది. న్యాయస్థానాలకు సమాధానాలు అవి. అక్కడితో శాఖాపరమైన సంగతులు సరి.

రాష్ట్రాలూ జిల్లాలూ దాటి వచ్చిన ప్రముఖులకు అతిథి మర్యాదలుంటాయి. రాత్రిళ్లు పెద్ద స్టేకుతో పేకాట శిబిరాలు నిర్వహిస్తారు. అడ్డ దారిలో యానాం నుండి మందు సరఫరా అవుతుంది. బరి పాట ముప్పై అయిదు లక్షల వరకు వెళ్లింది. ఈ పాట ఖైరతాబాదు గణేషు లడ్డు వేలంలా ఏటేటా పెరిగిపోతోంది.

విఐపి గ్యాలరీకి ప్రత్యేక సదుపాయాలు ఉంటాయి. ఇందులో అందరికీ ప్రవేశం ఉండదు. పాసులు ఇస్తారు. ఒక దిక్కంతా ఆవరించి ఉంటుంది. అడుగడుగునా స్వచ్ఛంద సేవకులు క్రమశిక్షణ పాటించేలా శ్రద్ధ తీసుకుంటారు.

ప్రతి పావుగంటకు ఆపిల్ ముక్కలు, కమలాఫలాల తొనలు, స్వీట్లు, రకరకాల తినుబండారాలు, కూల్ డ్రింక్స్, మంచినీళ్ల బాటిల్స్, టీలు...ఒకదాని తర్వాత మరొకటి పెళ్లిలో వడ్డన చేసినట్టు వచ్చేస్తుంటాయి. రాజకీయ నాయకులు, సినీరంగ ప్రముఖులు, పారిశ్రామికవేత్తలు ఇందులో ఉంటారు. ఏ మాత్రం అసౌకర్యం కలగకుండా చూసుకుంటారు.

మూర్తిరాజు, సూర్య ఈ గ్యాలరీ లోకి ప్రవేశించారు. కింది వరుసలో కూర్చున్నారు. హాయిగా కూర్చోవచ్చు. పందేల్లో డబ్బులు కాయొచ్చు. చేతి వేళ్ళ సైగల ద్వారా పుంజుల్ని ఎంచుకుని ఎంత మొత్తం అన్నది కూడా చెప్పుకోవచ్చు. నమ్మకమే ప్రధానం. పందెం పూర్తవ్వగానే డబ్బులు చేతులు మారిపోతాయి. అరువులు ఉండవు.

ఎక్కువగా చలామణీ అయ్యేవి రెండువేల రూపాయిల నోట్లే. కట్టలు తీసి ఇస్తుంటే డబ్బు విలువ తెలియదు. కొత్తగా వచ్చినవాళ్లు నోరెళ్లబెట్టాల్సిందే.

“ఎలా ఉంది?” అని అడిగాడు మూర్తిరాజు. సూర్య సమాధానం చెప్పలేదు. ఎందుకో చికాగ్గా ఉన్నాడు

పెద్దాయన పక్కన కూర్చోడం ఇబ్బంది అనుకుంటున్నాడేమో. లేకపోతే పక్కనున్నతను అతిగా వాగుతున్నందుకో.

రెండు వర్గాలుగా ఏర్పడి ఒప్పందం చేసుకుంటారు. ఒక్కో పందేనికి మూడు లక్షలు. ఇరవై ఒక్క పందాలు... మధ్య పందెం జాక్‌పాట్‌లా హెచ్చు మొత్తం ఉంటుంది.

ఒప్పందం పందాల్లో మొదటి పందెం రెండు పుంజుల్ని ముసుగు కప్పి బరి లోకి తీసుకొస్తారు. తర్వాత ఒకరి తర్వాత మరొకరు పుంజుని దింపుతారు. మొదటి పందేనికి ముసుగు ఎందుకంటే రంగు తెలియకుండా ఉండాలని. ఎక్కువ మంది గెలిసిన పుంజును బట్టి రంగు నిర్ధారించుకుంటారు.

రంజుగా మజాగా సాగే కోడిపందేలు ప్రారంభం.

ఆరోగ్యవంతమైన పుంజులు. ఎదురుగా నిలబెట్టినపుడు అప్పటి వరకు పరిచయమే లేనివి ఏదో స్పర్థ ఉన్నట్టు కలియబడి ఒకదాని మీద మరొకటి దూకడమేమిటి? చచ్చే దాకా కొట్టుకోవడమేమిటి? అసలు తమకేం జరగబోతుందో వాటికి తెలుస్తుందా? సృష్టిలో అలా కొట్టుకునే మరో జీవి ఏదైనా ఉందా? పుంజుల మధ్య ఆకారణ వైషమ్యానికి కారణాలేమిటి? ప్రేమ వ్యవహారాల కసి కాదు... ముందో మునుపో ఏదో సమస్య వచ్చి పొడగిట్టక దెబ్బలాటకు సిద్ధమవ్వడం కాదు... రాజ్యకాంక్షో... ఆధిపత్య పోరో... ఆక్రమణో... కాదు. తన జాతి జీవుల పట్ల ఎందుకు చంపేయాలన్నంత ఆవేశాన్ని చూపుతాయి?

ఆ సంగతి అలా ఉంచితే– ఇది మాటల్లో చెప్పలేని రాక్షసానందానికి పరాకాష్ట. జీవవైవిధ్యపు విశేషం. చక్కగా రాజసం ఒలకబోసే పుంజులు... పెట్ట కనిపిస్తే సంగమించాలనే పుంజులు... పౌరుషానికి ప్రతీకగా

ఉండే పుంజులు... పరువు ప్రతిష్ట... డబ్బు చుట్టూ తిరిగే కేళీ విన్యాసాల్లో బొమ్మలుగా మారిపోయాయనిపిస్తోంది. తాము చస్తూ మనిషికి ఆనందం కలిగించడానికే పుట్టినట్లున్నాయి. సూర్య ఆలోచనలు సాగుతున్నాయి.

బయటా లోపలా పెద్ద పెద్ద డిజిటల్ స్క్రీనులు...కెమెరా చిత్రీకరణలు... ఆధునిక సాంకేతిక విజ్ఞానం... ప్రేక్షకులకు పందెం జరుగుతున్న తీరును దగ్గరగా చూపించే ఏర్పాట్లు. పందెం కళ్ల ముందు జరుగుతున్న అనుభూతి. జోడీ సరిచేసుకోడానికి కొంత సమయం పడుతుంది. పందేల మధ్య ఆ విరామంలో అప్పటికే అయిపోయిన పందేల్ని రీ ప్లే చేసి చూపిస్తారు. ఆన్‌లైన్ బెట్టింగులు మొదలెట్టారు.

మూర్తిరాజు అక్కడ్నుంచి కనిపిస్తున్న నాయకులు, ప్రముఖుల గురించి వేలితో చూపిస్తూ సూర్యకు పరిచయం చేస్తున్నాడు. సూర్య దృష్టి మాటల మీద లేదు. పక్కవాని రొద ఎక్కువగా ఉంది. తెగ మాట్లాడేస్తున్నాడు.

మొదటి పందెం రెండే రెండు నిమిషాల్లో తేలిపోయింది. డేగ గెలిచింది. కళ్లు మూసి తెరిసేంతలో సరిగ్గా చూడకుండానే పందెం అయిపోయింది. టీవీ తెర మీద చూపిస్తున్నపుడు చూడగలిగారు.

“నేను అన్నానా? ఆరుద్ర నక్షత్రం నడుస్తోంది. డేగ కాకిని మట్టి కరిపిస్తుందని శాస్త్రం ఘోషిస్తోంది. అదే కదా జరిగింది. పైగా గమనించారో లేదో కాకి నిద్రావస్థలో ఉంది. రంగు చెప్పేస్తుందండీ... రంగు ఎంచగలిగే శక్తి ఉంటే... కళ్లుంటే...” అంటూ పక్కనున్నవాడు పందేన్ని విశ్లేషిస్తున్నాడు, తన జ్ఞానాన్ని ప్రదర్శిస్తూ చేయి అటూ ఇటూ తిప్పుతూ కళ్లు చిత్రంగా మిటకరిస్తూ. వాడి మాటల్ని సూర్య భరించలేకపోతున్నాడు. మన పందేన్ని మనల్ని చూడనిచ్చేలా లేడు. సరదాగా పందెం కట్టనిచ్చేలా లేడు. పందెం గురించి అనవసర వాఖ్యలతో చంపుతున్నాడు. అతని కేసి తేరిపారి చూసి చటుక్కున లేచాడు.

“మీరిక్కడే ఉండండి... అటు పక్కకు వెళ్లి వస్తాను” మూర్తిరాజుతో అని సూర్య వెళ్లిపోయాడు.

మూర్తిరాజుకు సూర్య అంతరంగం అర్థమైంది. మన పొరుగు నున్న వాళ్లు అనేకానేక కారణాలుగా తప్పుదారి పట్టిస్తారు. అలాంటి వారి ఆలోచనలు మన మీద ప్రభావం చూపుతాయి.

మరో నాలుగు పందేలు జరిగాయి. సూర్య రాలేదు.

బరి కోలాహలంగా ఉత్సాహభరితంగా ఉంది. జనం వేరే లోకంలో ఉన్నట్టుగా భావిస్తున్నారు. సమస్యలు గుర్తుకు రావు. బాధలు, దుఃఖాలు జ్ఞప్తికి రావు. ఒక రకమైన మత్తు. ఒకటే చూపు. రక్తపు చారికల వికృతానందంలో మునిగి తేలుతున్నారు. బయట ప్రపంచం వేరు.

బయట ప్రపంచం బోలెడంత ఉంది. అవేమీ ఇక్కడ కనిపించదు. ఇక్కడి లోకమే వేరు. ఇంత సమూహం లోనూ ఒంటరితనపు ఛాయలు కనిపిస్తాయి. పైన ఆకాశం కింద సరిహద్దుల్లేని మరో లోకంలా ఉంది ఇది. ఈ సందడి మూడురోజుల తర్వాత ఏమౌతుంది?

మూర్తిరాజుకు విసుగ్గా ఉంది. పుంజులు తెచ్చాడు గానీ ఇక్కడ వీలుపడదు. ఆకలిగా ఉంది. సూర్య వస్తే ఏమైనా తినడానికి బయటకు వెళ్లొచ్చు. అటు పక్కకు వంగి వంగి చూసాడు. సూర్య ఆచూకీ కనిపించలేదు. ఎవరైనా తెలుసున్నవారు తగిలారా?

"ఎక్కడికెళ్లుంటాడు? "

మరో పావుగంటలో సూర్య వచ్చేశాడు. అతని ముఖం వింత తేజస్సుతో వెలిగిపోతోంది. చాలా హుషారుగా ఉన్నాడు. చకచక నడుచుకుంటూ దగ్గరకు వచ్చాడు.

"పదండి... హెటలు ఉంటే చూద్దాం" అన్నాడు.

"హెటళ్లు శుభ్రంగా ఉండవు. తినలేం. ఏదో ఇక్కడే టిఫిన్‌లు ఉంటాయి. వాటితో సరిపెట్టుకుందాం" మూర్తిరాజు బట్టలు దులుపుకుంటూ లేచాడు.

పరిచయస్థుల కేసి చేయి ఊపుతూ బారికేడ్ల లోంచి బయటపడ్డారు. ఎవరి హడావుడి వారిది. అటూ ఇటూ తిరుగుతున్నారు. జరిగిన పందేల గురించి మాట్లాడుకుంటున్నారు.

దూరంగా జూద శిబిరాలు కనబడుతున్నాయి. పెచ్చుమని రగిలే కేకలు కలగాపులగంగా వినిపిస్తున్నాయి. ఆ దిశగా సూర్య అడుగులేశాడు. మూర్తిరాజు అనుసరించాడు. చల్లని గాలి రివ్వున వీస్తోంది. అక్కడ సందడి బీభత్సంగా ఉంది. అడ్డూ అదుపూ లేని సమూహం. పెద్ద పెట్టున కేకలు... ఈలలు... చప్పట్లు...

సూర్య జీన్ ఫాంటు, గళ్ల షర్టులో ఉన్నాడు. ఉత్సాహంగా నడుస్తున్నాడు. మెడలో లావుపాటి బంగారు గొలుసు. చేతిలో బరువుగా బ్యాగు.

"జాగ్రత్త... కేడీ గాళ్లుంటారు" మూర్తిరాజు అన్నాడు బ్యాగు కేసి చూస్తూ.

"అలా చూడకండి, తాతయ్యా... కొంచెం బరువెక్కిందిలెండి. అనుకున్న పుంజులు మాట దక్కించాయి. బాగానే కొట్టాను. ఏ పందెమూ మిస్ కాలేదు... పావుగంటలో తిరిగి వచ్చేద్దాం. ఇక్కడి వింతలు ఏమున్నాయో... చూద్దామనే.." అన్నాడు సూర్య దూరంగా చూపు సారించి.

నల్లకుక్క వెంబడిస్తూ మొరుగుతోంది. చుట్టూ తిరుగుతూ దూకుతోంది. ఉండుండి కాళ్లు నేలకానించి పరుగెడుతోంది. ఉస్... అని బెదిరిస్తున్నా వెళ్లడం

లేదు. మాతో నడుస్తున్న కుర్రాడొకడు సహనం కోల్పోయి రాయి విసిరి వెంటబడి తరిమాడు. అది ఆటాడుతున్నట్టుగా తప్పించుకుంటోంది. దాని మూలుగు జీరగా ఉంది. ఆ కుర్రాడి చేతిలో పొట్లాం ఉంది. అందుకే చుట్టూ తిరుగుతోంది.

ఒక దీవి నుండి మరో దీవికి వచ్చినట్లుంది. బరి కంచెలు వేసి బిగించిన వలయంలా ఉంటుంది. దాని పరిమితి అదే. ఇది అలా కాదు. విశాలం. చిన్నా పెద్దా తేడా లేకుండా జనం ఉన్నారు.

ఒక బల్ల దగ్గర ఆగారు. చుట్టూ జనం మూగి ఉన్నారు. లోపల బోర్డు కనిపించడం లేదు. వేళ్ల మీద నిలబడి ఇద్దరు వ్యక్తుల భుజాల మీదుగా చూడాల్సి వచ్చింది. మూర్తిరాజు దూరంగా నిలబడిపోయాడు.

సందు వెతుక్కుంటూ... తోసుకుంటూ... భుజాల్లోంచి చేతిలో నోట్లు పట్టుకుని గడుల్లో వేస్తున్నారు. అయిదు వందల రూపాయిల నోట్లను ఉండచుట్టి వేసేవారు కొందరు.

గుండాట. ఇస్పేటు, కళావరు, డైమాను, ఆఠీను, మధ్యలో సింహాసనం బొమ్మ గుర్తులు ఉన్నాయి. అవే గుర్తులు గల చిన్న చిన్న నలుచదరపు పిక్కల్ని డబ్బాలో వేసి టకటక శబ్దం చేసుకుంటూ 'కాయరాజా కాయ్... వేస్తేనే ఉంది... చూస్తే లేదు' అంటూ బల్లపై బోర్లిస్తున్నాడు. ఉత్సాహంగా వెర్రిగా అరుస్తూ రెచ్చగొడుతున్నాడు. ఆకర్షించే ప్రయత్నం చేస్తున్నాడు.

అన్ని గడులూ నోట్లతో నిండాక అందరికీ చెప్పి డబ్బా పైకి ఎత్తుతున్నాడు. ఒకటి కంటే ఎక్కువ బొమ్మలు పడిన వారికి డబ్బులు ఇచ్చేస్తున్నాడు. ఒక్కటే పడితే మటుక్కి తన డబ్బుల గుట్టలోకి వేసేసుకుంటున్నాడు.

జేబు లోంచి అయిదు వందల నోటు తీసి కళావరు మీద వేసాడు సూర్య. పోయింది.

"పదండి" అక్కడ్నుంచి కదిలాడు. మరో బల్ల దగ్గరకు చేరారు. 'చిన్న బజారు, పెద్ద బజారు' అంటున్నాడు. కాసేపు పరిశీలనగా చూస్తే ఆట విధానం అర్థమైంది.

చిన్న బజారు అంటే ఆసు నుండి 6 వరకు, పెద్ద బజారు అంటే 8 నుండి రాజు వరకు, 7, జోకరు విడిగా ఉన్నాయి. ఇవి రెండే గనుక వచ్చే అవకాశాలు తక్కువ అందుకే దీని మీద కాసిన వారికి మూడురెట్లు ఇస్తున్నాడు. సూర్య జోకరు

మీద అయిదొందల నోటు కాసాడు. చిత్రంగా జోకరు తగిలింది. మూడు రెట్లు అంటే పదిహేను వందలిచ్చాడు. సూర్య మిగులులో పడ్డాడు.

"పదండి" అన్నాడు. మరో బల్ల. చిరంజీవి, బాలకృష్ణ, ప్రభాస్, నాగార్జున బొమ్మలున్నాయి. అభిమానుల్ని ఆకర్షించడానికి విభిన్నమైన జూదపు వ్యూహాలు. యాదృచ్ఛికంగానే గెలవాలి. లెక్కలుండవు. ఆ సమయానికి అనుకున్న దాని మీద వేయడమే. చివరికి వెర్రెత్తించి బలహీనతల్ని సొమ్ము చేసుకుంటారు. డబ్బు దోచేస్తారు.

ప్రభాస్ మీద రెండు నోట్లు మడిచి పెట్టాడు సూర్య. వేచి చూస్తున్నాడు. రాలేదు. పోయింది.

ఇక జూదపు బల్లల శిబిరాల్ని దాటుకుంటూ మాంసం పకోడీలు వేయిస్తున్న చోటుకు వెళ్లారు. పావుకేజీ ఆర్డరు చేసారు. రుచి చూడ్డానికే. మూర్తిరాజు ముందుగానే డబ్బులిచ్చేశాడు. తీసుకుని తింటుండగా బంధువు సుదర్శనం వచ్చి పలకరించాడు.

"భోజనం చేశారా?" అని అడిగాడు పొట్లం లోంచి ఒక పకోడి తీసుకుంటూ. తల అడ్డంగా ఊపాడు చేయలేదన్నట్టు మూర్తిరాజు.

వద్దంటున్నా వినకుండా– "రండి...తీసుకెళతాను" అని ఇద్దర్నీ బతిమాలి సుదర్శనం ఒప్పించాడు. పకోడీలు తింటూనే అతని వెంట బయలుదేరారు. సూర్యకు ఇష్టం లేదు. అయినా అనుసరించాడు.

సుదర్శనం పందేల గ్యాలరీ దాటుకుని బయటకు వచ్చి పక్కనే ఉన్న గేటు లోంచి లోపలికి తీసుకెళ్లాడు. ఇదీ అందరకూ కాదు. ముఖ్యులకే. చికిన్ బిర్యానీ ప్లేటులలో పెట్టి ఇచ్చారు. తిన్నారు... కాసేపు తెలిసినవారు కనిపిస్తే కబుర్లు చెప్పుకున్నారు. సుదర్శనంకు సూర్యం బాగా నచ్చాడు. వినయం మాట తీరు అతన్ని ఆకర్షించాయి. మూర్తిరాజును గోడవారకు తీసుకెళ్లి సూర్య గురించి ఆరా తీశాడు. ఇంటిపేరు, గోత్రం, చదువు, ఆస్తిపాస్తులు తెలుసుకున్నాడు. తన కూతురు గురించి వివరాలు చెప్పి సంబంధం కలపమని కోరాడు. తప్పకుండా అని చెప్పి ఫోటో పంపమని చెప్పాడు మూర్తిరాజు.

తిరిగి మైదానంకు చేరారు. మూర్తిరాజుకు తలపోటు వస్తోంది. భరించలేని విధంగా బాధిస్తోంది. కణతలు నొక్కుకుంటూ ఆ మాటే చెప్పాడు. తలపోటు అస్తమానం రాదు. వచ్చినపుడు తీవ్రంగా ఉంటుంది.

"ఈవేళ్టి నా కోటా అయిపోయింది. నాకూ వెళ్లిపోదామనే ఉంది. మీరింకా ఉంటారేమోనని అనుకున్నాను...పోదాం" అన్నాడు సూర్య నెమ్మదిగా అడుగులేస్తూ.

తెలివైన జూదగాడుకు ఎపుడు ఆట నుంచి తప్పుకోవాలో తెలుసుండాలి. కొంత మొత్తం తన జేబులోకి చేరినపుడు సంతృప్తి పడాలి. పోగొట్టుకున్నపుడు తిరిగి రాబట్టుకోవాలనే తపనను జయించాలి. కసి వస్తే ఆవేశంతో ఇంకా ఎంతో నష్టపోవడం జరుగుతుంది. స్థితప్రజ్ఞతతో మెలగాలి. లౌక్యం ప్రదర్శించాలి. వాడే తెలివైన జూదరి. ఒక లాంటి కసి ఆవహిస్తే ఇక అంతే సంగతులు...

స్వయం నియంత్రణ గెలుపోటముల రెండింట ఉండాలి. అట్లాంటి లక్షణాలు ఎక్కడో గానీ చూడలేం.

మానవసంబంధాలు సవ్యంగా ఉండవు. అంతా డబ్బు మహిమ... విలువలు కూడా ఉండవు. ఎదుటి వాడి నుంచి దోచుకోవడమే ప్రధాన ధ్యేయంగా సాగుతుంది ఇక్కడంతా. పందెంలో గుండాటలో ఏమాత్రం సంపాదించినా నిజాయితీగా కష్టపడి పొందినట్లుగానే భావించడం విశేషం.

ఈ మైదానమంతా ఒకటే వాసన...అది డబ్బు వాసన...

డబ్బు... డబ్బు... డబ్బు

❖❖❖

"నేను చెప్పడం ఆపి రెండు నిమిషాలయ్యింది. మీరు ఇంకా ఆ బరి లోనే ఉన్నట్టున్నారు. ఈ లోకం లోకి రండి... అబ్బే... ఏమీ లేదు.... కస్తూరీ నలుపే తెలగపిండీ నలుపే... ఒక్కసారి అడుగెడితే ఏ మూల చూసినా డబ్బుల గలగలల జూద క్రీడలే... గెలుపు మీద ఆశావహమైన దృష్టే అందులోకి దూకిస్తుంది. ఇక్కడే ఒక విషయం చెప్పాలి..." అంటూ సీతారామరాజు పక్కకు తిరిగి మంచినీళ్ల గ్లాసు అందుకోబోయాడు. రాజబాబు అప్పటికే గ్లాసులో నీళ్లు పోసి ఆయనకు ఇవ్వడానికి సిద్ధంగా ఉన్నాడు.

"ఏభైవేల రూపాయిల ఖరీదైన కోడిపుంజు ఉందనుకోండి. జాగ్రత్తగా ఆలోచిస్తే అది గెలిచినా ఓడినా ఒకటే. పూరాగా దెబ్బలు తిన్న పుంజు మరో పందేనికి పనికి రాదు. ఇక పెట్టల మీదకే. బీడు పెంచుకోడానికే. ఆ ఏభై వేల కిమ్మత్తు గల పుంజు విలువెంత? మాంసం తూకం వేసి లెక్కలు కట్టుకోవాలి. వాడు పందెంలో లక్షలు గెలిస్తే ఏమౌతుంది? అందులోంచి కత్తిపోట్లతో పనికిరాకుండా పోయిన

పుంజు విలువ తీసేయాల్సి ఉంటుంది. అంతే కదా... పందెంలో చచ్చిందనుకోండి పోగొట్టుకున్న లక్షలతో బాటు దీని విలువ కూడా నష్టమే కదా... ఏతావాతా పందెగాడికి మిగిలేది గుండు సున్న... కడకు..." ధర్మ రహస్యమేదో చెప్పినట్లుగా అన్నాడు సీతారామరాజు.

"సరే... ఆ గొడవ అలా ఉంచండి... చికెన్ పకోడీ మటుక్కి ఇప్పటికీ చవులూరిస్తుంది. నీ కరకర నాదంబులు / మా కర్ణామృతము నీదు మహిదాకృతియే/ మా కనుల చందమామగ / నే కొనియాడెదను సుమ్ము నిన్ను పకోడీ- అని పకోడీ గురించి అన్నారు మహానుభావుడు చిలకమర్తి వారు. అర్థమైందా?" ఇందులో అర్థమైనదా అనే పదాన్ని సాగదీస్తూ. పకపకా నవ్వుతూ ఒక్కసారిగా వెనక్కి జారగిలపడ్డారు. గుండెను చేతితో నొక్కుకుంటున్నాడు. చెమటలు పట్టాయి. స్థిరంగా ఉండలేకపోతున్నాడు. కళ్లు తిరుగుతున్నట్లు అనిపించి కళ్లు మూసుకున్నాడు. లోపలేదో దేవుతున్నట్లు కదులుతున్నాడు.

మిత్రులకు అర్థమైంది జరిగిందేమిటో. కంగారుపడ్డారు. గుండెపోటుగా తలచారు. ఆలస్యం చేయలేదు. మురళి గబగబా ఇంటిలోకి పరుగుపెట్టాడు. మిగిలిన ఇద్దరూ గుండె నిమురుతూ చొక్కా బొత్తాలు విప్పుతూ కూర్చున్నారు. అక్కడే ఉన్న విసనకర్రతో విసురుతున్నారు.

లోపల అమ్మాజీ పడుకునుంది. లేపి విషయం చెప్పాడు. ఆమె గాభరాగా తండ్రి దగ్గరకొచ్చి ఏడుపు మొదలెట్టింది. ఆమె వీళ్లకు కంటపడటం ఇదే. ఆకాశంలో చిట్లిన మెరుపులా ఉంది.

మురళి బయటకెళ్లి కారుతో తిరిగొచ్చాడు. అప్పటికప్పుడు కాకినాడ విజయా నర్సింగ్‌హోమ్‌కు తీసుకెళ్లాలని బయలుదేర తీసాడు. ముగ్గురూ సాయం పట్టి జాగ్రత్తగా కారు ఎక్కించారు ఎత్తుకుని. అమ్మాజీ తనూ వస్తానని బతిమాలింది. వద్దన్నా వినలేదు. మురళి, రాజబాబు, అమ్మాజీ... కారులో కూర్చున్నారు.

సీతారామరాజుకు అంతా తెలుస్తోంది. కళ్లు తెరచి చూస్తున్నాడు. ఎడమ పార్శ్వంలో వస్తున్న నొప్పి కొద్దిగా తగ్గింది. సగం దూరం వెళ్లేటప్పటికే తేరుకున్నాడు. కారు లోంచి చల్లని గాలి... చెమట తగ్గింది.

డా. కేశవ్ కోలంక వాడే. ముందుగా ఫోను చేసి చెప్పడం వల్ల ఆసుపత్రి దగ్గర నిరీక్షిస్తున్నాడు.

ఈసీజీ తీశారు. ఏవో మాత్రలు మింగించారు. ఇంజెక్షన్ చేసారు. విశ్రాంతిగా కళ్లు మూసుకుని పడుకోమన్నారు. సీతారామరాజు డాక్టరు చెప్పినట్లు చేశాడు.

"ఏం పర్వాలేదు. స్వల్పంగా గుండెపోటు. ప్రస్తుతానికి ఇబ్బందేమీ లేదు. ఒకరోజు రెస్టు తీసుకుంటే చాలు" డా. కేశవ్ చెప్పాడు. అమ్మాజీ కుదుటపడింది.

మర్నాడు సాయంత్రానికే ఇంటికి పంపించేసారు.

"ఏం...భయపడ్డారా? నా ప్రాణం అంత తేలిగ్గా పోదు. నా గుండె మీద గునపంతో పొడిచి చూడండి. ఏమీ అవ్వదు... గ్యారంటీ. ఎన్నో చూశాను..." సీతారామరాజు తిరిగి మిత్రులను ఆట పట్టించాడు.

❖❖❖

రాజకీయ వ్యూహాలు.. ఒప్పందాలు:

మూడు రోజులు గడిచాయి. సీతారామరాజు మామూలు మనిషియ్యాడు. తేలిక పడ్డాడు. ధైర్యం వచ్చింది. ఒక దశలో భయం నిలువెల్లా ముంచింది. భయమనేది పెద్ద రోగం. చావుకు భయం లోకువ. ఇక నుంచి కొన్ని జాగ్రత్తలు అవసరం. కొన్ని ఆరోగ్యనియమాలు పాటించాలి. ఆహారం ఎంచి తీసుకోవాలి.

మురళి, చంటి, రాజబాబు లలో ఎవరో ఒకరు ఏదో సమయంలో వచ్చి చూసి వెళుతున్నారు. మురళికి అమ్మాజీతో తరచు మాట్లాడటం జరుగుతోంది. ఇద్దరి మధ్య స్నేహభావం పెరిగింది. తండ్రి పట్ల తీసుకునే శ్రద్ధ గురించి మురళి సలహాలు పాటిస్తోంది.

ఎన్నాళ్లిలా? సీతారామరాజుకు విసుగు పుడుతోంది.

ఒకరోజు- యథాప్రకారం రాత్రికి వస్తే కులాసా కబుర్లు చెప్పుకుందామని ముగ్గురికీ కబురు పంపాడు. ఒక వారం విశ్రాంతి తీసుకోమని చెప్పాడు మురళి. అవసరం లేదన్నాడు.

సీతారామరాజు ఆరోజు ఉదయానే లేచాడు. పుంజులకు స్వయంగా గంటి, జొన్నలు, చోళులు వంటి వాటిని తినిపించాలనుకున్నాడు. ఇష్టమైన వ్యాపకం ఆరోగ్యానిస్తుందని ఆయన భావన. అభిరుచులు ఊరికే పోవు. వెంట వస్తాయి. పొద్దు గడిచేట్టు కాలాన్ని జోకొడుతాయి.

"మీకా పని ఎందుకు? వద్దు... కొన్నాళ్లు దూరంగా ఉండండి" అమ్మాజీ

పోరింది. వింటే కదా.

"కోళ్లకు తిండి పెట్టినంత మాత్రాన అలసిపోను. పైగా తృప్తితో మనసు హాయిగా ఉంటుంది. ఇదొక సరదా... అమ్మా...కాదనకు..." నవ్వుతూ అన్నాడు.

గింజల్ని నీటిలో నానబెట్టాడు. గంట తర్వాత పాత లుంగీ కట్టుకున్నాడు. పుంజుల దగ్గరకెళ్లాడు. ముందుగా తనకిష్టమైన మైలా దరికి చేరాడు. జేగురురంగులో మంచి కళగా ఉంది. మనిషి వాసన తగలగానే కెక్క... కెక్కమని చిన్నగా అరుస్తూ మెడ సారించింది. పుంజును నెమ్మదిగా దువ్వుతూ ముక్కాలి పీట మీద కూర్చుని ఒడిలో పెట్టుకున్నాడు. రెండు కాళ్ల మధ్య ఇరికించుకున్నాడు. అరుస్తున్నా పట్టించుకోలేదు. క్షణంలో బెదురు తగ్గి అరవకుండా నెమ్మదించింది.

పళ్లెంలో వేసిని గింజలు అరచేతిలో పోసుకున్నాడు. ముక్కుల్ని విప్పదీసి నోటిలోకి గింజల్ని జార్చాడు. పక్క నుంచి జారిపోకుండా జాగ్రత్తలు తీసుకున్నాడు. తర్వాత పుంజు నోటిలో కొంచెం నీళ్లు పోశాడు. మెడ అటూ ఇటూ తిప్పి గట్టిగా తల విదుల్చుకొంది. మెడ కింద వేళ్లతో నిమిరాడు.

"ఈసారి పందెం తర్వాత దీని చెవులకు కమ్మలు చేయించాలి. సాయంత్రం తవుడు తడిపి ఉండలు చేసి తినిపించాలి" అనుకున్నాడు.

ఈలోపులో పాలేరు వచ్చాడు. తనే చేస్తానని చెప్పాడు. వాడికి మరో పని పురమాయించాడు.

మరో మూడు పుంజులకు ఇదే రకంగా గింజలు తినిపించాడు. కొంచెం అలుపు వచ్చింది. మిగిలిన వాటికి చిన్న పళ్లెంలో వేసి దగ్గరగా పెట్టాడు.

వాతావరణంలో మార్పు వచ్చింది. ఎండ పెరిగింది. ఉదయం పది గంటలకే ఎండ వేడి రగులుతోంది. ఏటేటా ఎండ తీవ్రత పెరుగుతున్నట్లు ఉంది. వెనక్కి వచ్చి వాలుకుర్చీలో కూర్చున్నాడు సీతారామరాజు.

జీవితాన్ని పునరవలోకించుకుంటే కష్టాలు, దుఃఖాలు, ప్రేమలు, అభిమానాలు, సంతోష సమయాలు, విషాదాలు ఎన్నో తారసపడతాయి. కష్టాలు, దుఃఖాలు వచ్చినపుడు ధీటుగా ఎదుర్కోవాలి. డీలా పడకూడదు.

మనసులో కాస్తంత బలహీనతకు చోటిస్తే దిగజారక తప్పదు. ఉందిలే మంచి కాలం ముందు ముందున... అన్నట్టుగా గడపాలి.

భోజనం అయ్యాక కాసేపు విశ్రాంతిగా నిద్ర పోయాడడు.

సాయంత్రం అయ్యింది.

సీతారామరాజుకు తను చెప్పాలనుకున్న కథ మీద అవగాహన వచ్చేసింది. రెండు కథనాలు వినిపించాలి. ఇప్పటి దాకా ఏదైతే చెప్పాలనుకున్నాడో అదే చెప్పాడు. కుర్రాళ్ల శ్రద్ధను బట్టే అట్లా సాగింది. ఆరోగ్య సమస్య ఆటంకం కలిగించింది.

రాత్రి కోసం ఎదురు చూస్తున్నాడు. అవసరమనుకున్నపుడు సమయం అంత తేలిగ్గా గడవడం లేదు. ఈలోపులో ఎవరో డబ్బులు కోసం వచ్చాడు. వాడిని పంపించడానికి కొన్ని అబద్ధాలు చెప్పాల్సి వచ్చింది.

మురళి సాదా తెల్లచొక్కా వేసుకున్నాడు. మిగిలిన ఇద్దరూ రంగు రంగుల టీ షర్టులతో ఉన్నారు. చలాకీగా ఉన్నారు. కుశల ప్రశ్నలు అడిగి తెలుసుకున్నాడు.

“మీ ముఖం కాస్త తేటగా వెలిగిపోతున్నట్లుగా ఉంది. ఏదైనా విశేషమా?” చంటిబాబు అడిగాడు.

“ఈవేళ పుంజులకు గింజలు నేనే తినిపించాను. ఒంట్లో కొత్త శక్తి వచ్చింది. కులాసాగా ఉంది. ఆలోచనలు తిన్నగా ఉండవు కదా. నాగరిక ప్రపంచంలో జీవిస్తున్నామంటే విలువలు పోగొట్టుకోవడం కాదు కదా. ఎల్లపుడూ మన సంస్కృతీ సాంప్రదాయాలు కాపాడుకుంటూనే ఉండాలి. అవన్నీ మంటగలిపి ప్రాశ్చాత్య ధోరణిలో జూద గృహాలు ఏర్పాటు చేయడం ఏమిటి? మంచీ చెడ్డా లేకుండా నిరంతరం ఆదాయ మార్గాలు వెతుక్కోవడమేనా మన పని? ” కొంచెం ఆవేశంగా చేతులూపుతూ సీతారామరాజు అన్నాడు.

మిత్రులు పకపకా నవ్వేశారు.

“ఓ... క్యాసినో వ్యవహారాలు మీ వరకూ వచ్చాయా? అయినా అవన్నీ మనకెందుకులెండి? పట్టించుకోకూడదు. జరిగేది జరుగుతుంది అంతే” రాజబాబు అన్నాడు.

“ఈవేళ మీరు శ్రమ పడొద్దు. ఊరికే కబుర్లు చెప్పుకుందాం. రేపట్నుంచి చూద్దాంలెండి” మురళి అన్నాడు. సీతారామరాజు ఒప్పుకోలేదు.

“ఇష్టమైన పనులు చేసినప్పుడే ఆరోగ్యం చక్కగా ఉంటుంది. ఇప్పుడు నాకు

ఆరోగ్యం కలిగించే మాత్రలు ఏమిటంటే మీతో కథలు చెప్పుకుంటూ గడపడం"

"అయితే మరి మన శాస్త్ర ప్రకారం... వదలండి... ఒకటి" ఎలాంటి పరిస్థితుల్లోనూ సరసమైన జోకులు వదులుకోడం ఇష్టం లేనట్టు అన్నాడు చంటిబాబు.

"తిన్నగా ఉండరురా మీరు... ఈవేళ్టికి దాని ప్రసక్తి విడిచి పెట్టండి "

"చిన్నదైనా...." చంటిబాబు నసుగుతూ అన్నాడు.

"సరే... అయితే... నీ మాట ఎందుకు కాదనాలి? స్కూలులో ఉపాధ్యాయుడు తరగతి గదిలో రామూను అడుగుతున్నాడు.

ఏమిరా... నిన్న స్కూలుకు రాలేదేం? ఏదో వంకన స్కూలు ఎగ్గొడితే చదువు ఎట్లా అబ్బుతుందిరా? చెప్పు ఎందుకు రాలేదో... అన్నాడు ఉపాధ్యాయుడు.

మా ఆవు ఎదకు వచ్చిందండి?

వస్తే?

ఆంబోతు దగ్గరకు తీసుకెళ్లానండి...అక్కడ ఆలస్యమైందండి. గమ్మున పని జరగలేదండి. టైముకు రాలేకపోయానండి... అంతేనండి... మరేం లేదండి...

మీ నాన్న ఏం చేస్తున్నాడురా... పనికిమాలిన ఎదవా... మీ నాన్న చేయొచ్చు కదా...

మరి... మరి... ఆ పని ఆంబోతే చేయాలటండి... అన్నాడు అమాయకంగా.

ముగ్గురూ పెద్దగా జోక్‌కు స్పందించలేదు. సీతారామరాజు గమనించాడు.

"ఇదొక్కటే సరిపోతుందా? ఇంకోటి చెప్పనా? "

"ఏమిటీ బోనస్సా? ఉండాల్సినవారండి మీరు... ఈవేళ మంచి జోరు మీదున్నారు. కానీయండి... వినడానికి మాకేం కష్టం?"

"ఆవేళ స్వాతంత్ర్య దినోత్సవం. అంటే స్వేచ్ఛ లభించిన రోజు. ఒక బ్రిటిష్ వాడు ఫ్రెంచి దొర ఇంట్లో దూరాడు. ఫ్రెంచివాడు చూసేశాడు.

"గెట్ అవుట్ అని చెప్పలేదా?" తీవ్రంగా అడిగాడు.

అప్పుడావిడ – "ఇంగ్లీషు రాదు కదా" అంది నెమ్మదిగా.

ఈ జోకూ పేలలేదు. వాళ్లు పట్టించుకోలేదు. స్పందన లేదు. కనీసం కిసుక్కుమని అనలేదు.

సీతారామరాజుకు కోపం వచ్చింది. అవమానంగా భావించాడు.

"ఏదో పెద్దాయన చెబుతున్నాడు...మొక్కుబడిగా అయినా ఆహా... ఓహో అనొచ్చు కదా... ఎదుటి వ్యక్తిని సంతోష పడతాడనుకుంటే ఇష్టం లేకపోయినా వట్టినే నటించొచ్చు కదా"

ఆ మాటలు వినగానే రెండు జోకులకు సరిపడా పెద్ద పెట్టున నవ్వేశారు. వారితో బాటు శ్రుతి కలిపాడు సీతారామరాజు. ఒక్కసారిగా నిశ్శబ్దం ఆవహించింది.

❖❖❖

కచేరీ సావిడి... పాతకాలం నాటి బంగాళా పెంకుల ఇల్లు... వెనక వైపు గోడ కూలిపోయింది. బాగు చేయించేవాడు లేడు. అదే ఇంటిలో కరణం కూర్చుని పన్నులు వసూలు చేస్తుంటాడు.

బయట నిద్రగన్నేరు చెట్టు కింద సిమెంటు బెంచీలున్నాయి. వాటి మీద ఏవేవో పేర్లున్నాయి. ఊళ్లో వారికి కాలక్షేపం కబుర్లకు అదే చోటు ఉపయోగిస్తుంది. రోజూ ఏదో విషయం మీద రచ్చ జరగడం మామూలే.

రాజకీయాలు... వాదనలు... కొనసాగుతుంటాయి ప్రతీరోజూ... ఎవడో పౌరుషం రగిలించే మాట వదులుతాడు... యధాలాపంగానో... ఉద్దేశపూర్వకంగానో... అగ్గి రాజేసినట్టవుతుంది.

సంయమనం కోల్పోరు. గొంతులు అరుస్తున్నట్టుగా ఉన్నప్పటికీ అంతా ఉత్తుత్తినే జరుగుతుందని అనుకుంటారు. అంతిమంగా గ్రామ శ్రేయస్సును దృష్టిలో పెట్టుకుంటారు. పార్టీలు వేరైనా అందులో రాజీపడరు.

ఎలక్షన్లు సమయంలో చర్చలు ఉధృతంగా సాగుతుంటాయి. రాష్ట్ర విభజనానంతరం రెండోసారి ఎన్నికలు రాబోతున్నాయి. వాదోపవాదాలు ఒక బ్రహ్మాండమైన కాలక్షేపం.

పార్టీ అభిమానం బట్టి దినపత్రికలు వేయించుకుంటారు. ఒకడికి రెండో పేపరు రాసిందంతా చెత్త.

"పంచాయితీ ఎలచ్చన్లపుడు ఏకగ్రీవం అయితే గ్రామానికి అయిదు లక్షలిచ్చారు

కదా. దానికి సాయం వేలం పాట కలిసింది. ఇప్పటి ఎన్నికలకు అలాంటి అవకాశం ఉండదా?" అన్నాడు సాంబశివుడు.

"అవి సర్పంచ్ ఎన్నికలు. ఇవి అసెంబ్లీ. ఇందులో ఊళ్లు ఊళ్ల ఓట్లు కలుస్తాయి" చదువుతున్న పేపరు లోంచి తలెత్తి సీతారాముడు అన్నాడు.

ఎండ చురుక్కు మంటోంది. చెట్లనీడ కావడాన తెలీడం లేదు. మధ్యాహ్నం అయ్యేటప్పటికి వడగాడ్పు మొదలౌతుంది. నేలంతా రాలిన ఆకులు, పూలతో నిండి ఉంది.

"ఈసారి మీ ఆటలు సాగవులే. మావోడు పాదయాత్ర చేసి ఆకట్టుకున్నాడు. ఓసారి చూద్దామన్నా కాడికి విషయం లాక్కొచ్చాడు. జనం చూపు మావోడి వైపే ఉంది" గత పంచాయితీ ఎన్నికల్లో జరిగిన వేలం పాటలో పదవి దక్కించుకోకపోయిన పెద్దారెడ్డి అన్నాడు.

ఈలోపులో సర్పంచ్ జులపాల నాయుడు వచ్చాడు. ఎల్లపుడూ చెవులు మూసుకుని పోయేటట్టు జుట్టు పెంచుతాడు. అందుకే ఆ పేరు.

ప్లాస్టిక్ సంచిలోంచి కాల్చిన తేగలు తీశాడు. తలొకటి ఇచ్చాడు. అప్పుడే కాల్పించి తీసుకొచ్చాడు. బజారులోని తంపటి తేగలు రుచిగా ఉండవు. చిదుగుల మంట పెట్టి తేగలు ప్రత్యేకంగా శ్రద్ధగా కాలుస్తారు. తిండం మొదలెడితే ఎన్నయినా లాగించేయొచ్చు.

"తేగల్లో పీచు పదార్థం ఉంటుంది. జీర్ణశక్తి పెంచుతుంది" అన్నాడు సీతాపతి. ఈయనకు ఎనభై

ఏళ్లు దాటి ఉంటాయి. అందరూ గౌరవిస్తారు.

"గ్రామ పెద్దలంతా ఇక్కడే ఉన్నారు. ఏ గొడవలూ లేకుండా శాంతియుతంగా ఎన్నికలు పూర్తవ్వాలి. ఊరికి మేలు కలిగేలా మనమంతా ఒక మాట మీద ఉంటే మంచిది" అన్నాడు సీతాపతి తేగలు తింటున్నవారిని చూస్తూ. ఎవరూ మాట్లాడలేదు.

నిద్రగన్నేరు చెట్టు పక్షుల కలకలంతో ఉలిక్కిపడినట్లుగా కొమ్మల్ని ఊపింది. రోడ్డు మీద అడపాదడపా మోటారు బైకులు రయ్యమని దూసుకెళుతున్నాయి. గ్రామంలో అక్కడక్కడ తిరగడానికే సైకిళ్లు ఉపయోగిస్తారు. సరిగ్గా అపుడే బుల్లెట్టు ఆగింది. ఇంజన్‌లోంచి వచ్చే లయాత్మకమైన శబ్దం ఆ బండికే సొంతం. రాజా

బండి దిగలేదు. అక్కడి జనాన్ని చూస్తున్నాడు. ఈలోపులో మరికొంత మంది చేరారు.

"అంటే ఏమంటారు? పెద్దాయనా... ఏకగ్రీవం ఎలా కుదురుతుంది? ఈ ఊరొక్కటే కాదు. ఎవడికిష్టమైన పార్టీకి వాడు చేసుకుంటాడు" జులపాల నాయుడు అన్నాడు.

"మనసుంటే మార్గముంటుంది. ఈ ఊళ్లో ప్రధానంగా రెండు కులాలు... వాళ్లే మోతుబరులు. మన కింద బతికే కింది జనం మన మాటే వింటారు. అనవసరంగా మనస్పర్థలు, కోట్లాటలు ఎందుకు? ఒక్క మాట మీద ఒకే పార్టీకి చేద్దాం. ఏ పార్టీకి చేయాలనుకుంటున్నామో వాళ్లను కొంత సొమ్ము అడిగి ఊరు మంచికి ఉపయోగిద్దాం. మరికొంత సొమ్మును బీదాబిక్కీకి ఇద్దాం...ఎన్నికలనే పాటికి వాళ్లేదో ఆశిస్తారు కదా. ఏమంటారు?" అని సీతాపతి అన్నాడు పెద్దారెడ్డి కేసి చూస్తూ. గుంపులో గుసగుసలు మొదలయ్యాయి.

"అది వీలవ్వదులే... ఇది ఊరి సమస్య కాదు. రాష్ట్ర పాలనకు సంబంధించిన సంగతి. ఇక ఆ మాటలు వదిలెయ్యండి" పెద్దారెడ్డి అన్నాడు తేగ మధ్యలోంచి చందమామను వేరు చేసి బయటకు విసిరేస్తూ.

విభిన్న ఆలోచనలు... రకరకాల వాదనలు... కుల ప్రస్తావనలు... డబ్బుల గుమ్మరింపులు... ఊరి పెత్తనాలు... సారా పంపిణీలు... రాద్ధాంతాలు... ఏకాభిప్రాయం రాలేదు. బయట ఎండ.. అంతరంగాలూ వెచ్చదనంతో ఉడికిపోతున్నాయి. ఒక్కరూ మెట్టు దిగడం లేదు. ఎలక్షన్ల ఊసుల బాపతు తీరే అంత.

వాతావరణం రసవత్తరంగా మారింది. ఆ మాటా ఈ మాటా పాకి ఇంటింటి నుండి మరికొంత మంది జనం పోగు పడ్డారు.

"అందరూ ఒక్కటిగా ఉంటే మిగిలిన ప్రాంతాల వారికి ఆదర్శంగా ఉంటాం. కుల ప్రసక్తి తీసుకు రాకండి. ఎవరి నాయకత్వం వల్ల రాష్ట్రం బాగు పడుతుందని అనుకుంటామో ఆలోచించి కలసికట్టుగా ఆ పార్టీకే చేద్దాం" అన్నాడు సీతాపతి పట్టు విడవకుండా.

గంటలు గడుస్తున్నాయి. ఇది ఇంతట్లో తేలేది కాదన్నట్టు కొంతమంది జారుకుంటున్నారు.

రాజీ కుదరలేదు.

"సరే... రేపు ఇదే సమయానికి ఈవేళ రానివాళ్లను కూడా పిలిచి మాట్లాడుకుందాం. ఏదైనా పద్ధతి దొరికితే చేద్దాం... లేదంటే ఎవరిష్టం వారిదే" అని జులపాల నాయుడు తేల్చి చెప్పాడు. ఇంటికెళ్లడానికి లేచాడు. అతన్ని అనుసరించడానికి నలుగురైదుగురు అనుచరులు లేచారు.

మర్నాడు-

కచేరీసావిడి ప్రాంతం. ఊరంతా చేరారు. తీర్థంలా జనం పోగయ్యారు. ఏం జరగబోతుంది?

బాహ్యాంతర మథనాలు... ఉత్కంఠ... గందరగోళం... అన్నీ ఉవ్వెత్తున ఎగశాయి. వాటన్నిటి మధ్య గ్రామ శ్రేయస్సు గురించి ఆలోచనలు... ఇది ఒక ఊరి సమిష్టి నిర్ణయానికి పునాది అయ్యాయి.

ఊరి కట్టుబాటు అమోఘం. రాజకీయాలు ఊరి ప్రగతికి అడ్డు కావు. రాజకీయాలు ఎన్నికలకే పరిమితం. అందరూ ఒకటే. వైషమ్యాలుండవు. ఏ పార్టీ అధికారంలో ఉన్నా ప్రజాప్రతినిధులతో సఖ్యంగా ఉంటారు. ఈ ఊరు నుంచి నేర్చుకోవాల్సిన పాఠాలెన్నో ఉన్నాయి. వరసలతో పిలుచుకుంటూ బంధుత్వానికి మిన్నగా కష్టసుఖాల్లో పాలుపంచుకుంటారు. ఆత్మీయానుబంధాల్ని కలబోసుకునే సమూహం అది.

"పెద్దాయనా... నీ ఆలోచన ఏంటో చెప్పు..." గుంపు లోంచి ఎవరో అడిగారు.

నిద్రగన్నేరు చెట్టు ధారాళంగా ఆకులు పూలు రాలుస్తోంది. దిరిసెన పూలతో నేల నిండుతోంది.

"మనం ఒక పద్ధతిగా పోతున్నాం. అయిదేళ్లకొకసారి వచ్చి పోయే ఎన్నికలు మన ఐక్యతను దెబ్బతీయకూడదు. అలా జరుగుతుందనేది నా భయం. ఇప్పటి కాలమాన పరిస్థితుల్ని బట్టి ప్రతి ఊరూ పగలూ సెగలూ తో మండుతున్నాయి. కక్షలూ కార్పణ్యాలూ మనకొద్దు. వాటిని మన దరి చేరనీయకూడదు. నలుగురూ కూర్చుని ఏది మంచో ఆలోచించండి " ఇరు ప్రధాన పార్టీ నాయకుల్ని చూస్తూ సీతాపతి అన్నాడు.

అందరూ శ్రద్ధగా విన్నారు.

" చెప్పేది బాగానే ఉంది. ఎలా సాధ్యమౌతుంది? ఒక పక్క మా పార్టీ ప్రగతిపథంలో ప్రణాళికలతో దూసుకెళుతోంది. అనుభవిజ్ఞుడైన నాయకుడు ఎంతైనా అభివృద్ధి చేస్తాడనే అనుకుంటున్నాం. మా వాళ్లంతా బోలెడు ఆశల పెట్టుకున్నారు " అన్నాడు జులపాల నాయుడు గంభీరంగా.

"యువకుడూ...ఉత్సాహవంతుడూ.. వారసత్వాన్ని అందిపుచ్చుకుందామని ఎదురు చూస్తున్నవాడూ...ఒక్కసారి అవకాశం ఇస్తే బావుంటుందని మావాళ్లే కాదు రాష్ట్రంలో ప్రజలందరూ అనుకుంటున్నారు...ఇట్లాంటి పరిస్థితుల్లో...." అంటూ సగంలో చెప్పడం ఆపాడు పెద్దారెడ్డి.

తర్జనభర్జనలు జరిగాయి. యువత వాదనలు వేరు. పెద్దల మాటలు వేరు. ఎవరి మటుక్కి వారు మాట్లాడటంతో గందరగోళంగా తయారైంది. ఎవరూ వెనక్కి తగ్గే సూచనలు కనిపించలేదు.

సరిగ్గా అదే సమయంలో బందరాముడు వచ్చాడు. ఒంటి మీద తువ్వాలు... పంచె... భారీ బొజ్జ... నలుపురంగు... చంకలో కాకిడేగ కోడిపుంజు...

బందరాముడు నిలబడి చూస్తున్నాడు. అతని రాక అక్కడి వారిలో కొత్త ఆలోచనలు రేకెత్తించింది.

"ఇలా ఎంతకీ తెగదు కానీ మధ్యే మార్గంగా కోడిపందేలు కడదాం. ఎవరు గెలిస్తే రెండో వాళ్లు అనుసరించాల్సిందే. గంపగుత్తగా ఓట్లు వేసి తీరాల్సిందే. ఇందులో మినహాయింపులు లేవు. నిజాయితీగా కట్టుబడి ఉండేలా పత్రాలు రాసుకుందాం " బుల్లెట్టు రాజా ప్రతిపాదన చేశాడు. నవ్వుతూ అంటున్న అతని అందరూ వింతగా చూశారు.

ఒక్కసారిగా వాతావరణం మారిపోయింది.

"కొత్త తలనొప్పి తేకండిరా... నాయనలారా..." అని పెద్దలు మొత్తుకున్నారు. కుర్రాళ్లు వినలేదు. సీతాపతి అక్కడ ఉండలేక నెమ్మదిగా ఇంటి వైపుకు కదిలాడు.

సవాళ్లు విసురుకున్నారు. కులాల ప్రసక్తి తెచ్చారు. వీరావేశం ప్రదర్శించారు. కులాల పేరుతో రెండు వర్గాలుగా విడిపోయారు. చివరకు కోడిపందాలు ద్వారా తేల్చుకోడానికే నిశ్చయించారు.

ఒప్పందం పత్రాలు తయారు చేశారు. అటూ ఇటూ పదిమంది సంతకాలు చేశారు. విషయం బయటకు పొక్కనీయకూడదని వాగ్దానాలు చేసుకున్నారు. రహస్యంగా జరిగి పోవాలనుకున్నారు. వేరే వారెవ్వరూ డబ్బులు కాయకూడదనుకున్నారు. పందేలు జరిగే చోటు, తేదీ నిర్ణయించుకున్నారు.

"ఒక్క పందెం కాదు. మూడు పందేలుండాలి. అది న్యాయం..." అన్నాడు రాజా. అదే ఖాయమైంది.

ప్రజాస్వామ్య దేశంలో ఎన్నికలు జాతరే. డబ్బుల గలగలలు, మద్యం కిలకిలలే. తాత్కాలికంగా అమ్ముడుపోవడానికి మానసికంగా తయారుగా ఉంటారు. పార్టీలు అనేకానేక వ్యూహాలు పన్ని పోలీసుల కనుగప్పి డబ్బులు పంచుతారు. ఎలక్షన్లు అన్నాక తృణమో పణమో ఆశించేవారుంటారు. నెగ్గిన పుంజు గల పార్టీ కొంత సొమ్ము వాళ్లకు అందించాలని నిర్ణయించుకున్నారు.

నిద్రగన్నేరు కొమ్మలు కిందకు వంగి వింటున్నట్టుగా ఊగింది. పక్షులు లేవు. కిలకిలారావాలు లేవు. నిశ్శబ్దంగా ఊరు గోడును చూస్తోంది. సకల వాదోపవాదాలకు చెట్టు సాక్షి.

జులపాల నాయుడు, పెద్దారెడ్డి ఇరు పక్షాలకు నాయకత్వం వహిస్తున్నారు. రెండు రోజుల పాటు పుంజుల ఎంపికలో నిమగ్నమై పోయారు. జరగబోయే పందేలు మూడే. ఒక్కొక్కళ్లు అరడజను పుంజులు సిద్ధం చేసుకున్నారు.

ఆదివారం. మధ్యాహ్నం మూడుగంటలయ్యింది. హడావుడి మొదలైంది. కుండ తూము దగ్గర మామిడి తోటలో సందడి. ఊరంతా అక్కడే.

మొదటి పందెం జరగడానికి ముందు ఒక తతంగం. ఒప్పందం పత్రాల్ని చదివారు. అందరూ విన్నారు. ఊరిలో ఏ పార్టీకి ఎన్ని ఓట్లు వచ్చాయో అధికారికంగా తెలిసిపోతుంది. దాని ప్రకారం తేడా వస్తే ముఖ్య నాయకులు బాధ్యత వహించాలి. వారి పేర్లు రాసుకున్నారు. అందరూ ఆమోదించినట్లుగా చప్పట్లు కొట్టమని కోరారు. చప్పట్ల శబ్దం మిన్నంటాయి.

పెద్దారెడ్డి సైగ చేశాడు. రెక్కలు. వీపు పైనా నల్ల మచ్చలుగల కోడిపుంజు. నల్లసవలను దింపారు. శరీరమంతా నల్లరంగు వెంట్రుకలు. దాని మీద రెండుమూడు రంగులున్న కోడిపుంజు కొక్కిరాయిను జులపాల నాయుడు దింపించాడు. కత్తులు ఎంపిక చేసుకున్నారు.

ఖాకీరంగు ఫాంటు, బనీను వేసుకున్న గంగులు నాయుడి పుంజుకూ గళ్ల లుంగీ తొడలు దాకా మడచిన సత్యం పెద్దారెడ్డి పుంజుకు కత్తులు కడుతున్నారు.

ఒక పక్క నాయుడును బలపరచేవారూ మరో పక్క పెద్దారెడ్డిను బలపరచేవారూ సర్దుకున్నారు. ఎటొచ్చీ చేతుల్లో జెండాలు లేవు గానీ ఆయా పార్టీల అభిమానులు తెలిసిపోతున్నారు. జెండాల రంగులు ప్రదర్శించకూడదనే నియమం పెట్టుకున్నారు. లేకపోతే బరి అంతా రంగులమయం అయ్యేది.

ముక్కులతో కరిపించి పుంజుల్ని బరిలో వదిలారు. ఊపిరి బిగపెట్టి కంటి చూపుల్ని గురిపెట్టి చూస్తున్నారు. మామూలు పందేలకు దీనికీ స్పష్టమైన తేడా ఉంది. డబ్బులు ఒడ్డటం కాదు కుల ప్రతిష్టను ఫణంగా పెట్టడం ఇది. ప్రతి ఎగురుకు లోలోపల అంతరంగంతో బాటు గుండెలు వేగంగా కొట్టుకుంటున్నాయి. తెలియని ఉద్వేగం చోటు చేసుకుంది. ఒక రకమైన మత్తు ఆవహించినట్లుగా ఉంది. ఇదంతా అసంకల్పితం.

కొక్కిరాయి హెచ్చులో ఉంది. నాయుడు గర్వంగా మీసం మెలేస్తున్నాడు. పెద్దారెడ్డి సవలకు కత్తిపోట్లు బలంగా తగిలాయి. మేత కొచ్చినట్టు నేలను దువ్వుతుంటే కొక్కిరాయి విసురుగా దుమికి ఈడ్చి కత్తికాలును విసిరింది. సూటు తగలడంతో సవల నేలకొరిగింది.

నాయుడు పక్షం కేరింతలు కొట్టింది. ఉత్సాహంతో గెంతులేశారు. వాళ్ల కేరింతల్ని ఎవరూ నియంత్రించలేరు. ఆపుచేయడానికి ప్రయత్నించినా వినరు. ఆ క్షణాలు అట్లాంటివి.

పది నిమిషాల విరామంతో రెండో పందెం. ఈసారి ముందుగా నాయుడు పుంజును బరిలోకి దింపాడు. ఎరుపురంగు గల పక్కా డేగ. లేత ఎండలో మిలమిల మెరుస్తోంది.

రెక్కల మీద వీపు మీద పసుపు పచ్చని నెమలిని పెద్దారెడ్డి పోటీకి నిలిపాడు.

గంగులు, సత్యం ఇద్దరూ కట్టడానికి పక్కకు వెళ్లారు.

ఊహాగానాలు మొదలయ్యాయి. జులపాల నాయుడి పుంజు గెలస్తే ఇక మూడో పందెం ఉండదు. రంజుగా ఉల్లాసంగా ఉత్కంఠగా ఉండాలంటే రెండో పక్షం గెలవాలి.

బరిలో పుంజుల్ని వదిలారు. కాలి వేళ్ల మీద నిలబడి చూస్తున్నారు కొందరు. మామిడిచెట్ల కొమ్మల మీద కోతుల్లా ఎక్కి చూస్తున్నారు కుర్రాళ్లు. కిక్కిరిసిన సమూహం. ఉత్కంఠ కలిగించే పందెం...

కేవలం మూడునిమిషాల్లో ఈ పందెం తేలిపోయింది. పెద్దారెడ్డి నెమలి ఎదుటి పుంజుకు ఎగిరే అవకాశం ఇవ్వలేదు. చదరంగం లోని బలగాలన్నీ ముందుకు చొచ్చుకుని వచ్చి ఉక్కిరిబిక్కిరి చేసి ఆటకట్టించినట్లయ్యింది. డేగ ధీటుగా నిలబడలేదు. పెద్దారెడ్డి నెమలి అసలు కత్తిపోటు తగలకుండా గెలిచింది. సముద్రపు హోరులా ఆగని అరుపుల గోల...

మూడో పందెం అనివార్యం. ఈ పందెం గెలిచిన పార్టీయే గ్రామంలో అందరూ బలపరచి తీరాలి.

ఓట్లు వేయాలి. ఐదేళ్ల పెత్తనం చేజిక్కుతుంది.

జోడీ కుదర్చడం అంత తేలిగ్గా అవ్వలేదు. అరగంట సమయం పట్టింది.

పుంజు దింపాల్సింది పెద్దారెడ్డి. తర్జనభర్జనలు... లెక్కలేసుకుని... అంచనాలు బేరీజు వేసుకుని పుంజును నిర్ణయించారు. నలుపు తెలుపు ఎరుపు రంగులు కలిసిన వెంట్రుకల కోడిపుంజు పూల ను దింపారు. ఈసారి జులపాల నాయుడు ఎరుపు బూడిద రంగు గల కోడిపుంజు మైలను దింపాలని నిర్ణయించుకున్నాడు.

ఊరంతా సమిష్టిగా చేసుకున్న ఒప్పందం ప్రకారం జరుగుతున్న పందెం. ఫలితమే పార్టీని నిర్ధారిస్తుంది. మాట జవదాటడానికి వీల్లేదు. చెరో పందెం గెలవడంతో ఈ పందేనికి ప్రాధాన్యత ఏర్పడింది. నిర్ణాయకమైన కీలకమైన పందెంగా మారింది.

లయబద్ధంగా కేకలు... అరుపులు ఆకాశాన్నంటుతున్నాయి.

జులపాల నాయుడు బరి మధ్యకు వచ్చాడు. చేతులు జోడించి గుండ్రంగా తిరిగాడు చిరునవ్వుతో.

"మీరంతా నిగ్రహంగా ఉండాలి. గెలుపోటములు సహజం. ఫలితం తర్వాత కూడా మీ ఇష్టం వచ్చినట్లు గడిబిడి చేయడం తగదు. అంత పెద్ద పెట్టున కేకలు అరుపులు... అవసరమా? మీరలాగే ఉంటే పందెం మానేత్తాం. మన గ్రామం సఖ్యతకు పేరు... అన్ని గ్రామాలు మన గురించి గొప్పగా చెప్పుకుంటాయి. మన

గ్రామం ఆదర్శ గ్రామం…” జులపాల నాయుడు హెచ్చరిక చేశాడు.

ఒక్కసారిగా నిశ్శబ్దంగా మారిపోయింది. సద్దుమణిగింది. చెప్పాల్సింది చెప్పి తన చోటులో నిలబడ్డాడు నాయుడు. పెద్దారెడ్డి కూడా తనవాళ్లకు ఏదో చెబుతున్నాడు.

రంగురంగుల పూల కోడిపుంజును కత్తి కట్టి విలాసంగా నించున్నాడు సత్యం. శిక్షణలో రాటుదేరిన పుంజులా ఉంది.

ఎరుపు బూడిద రంగు పుంజు మైల కత్తికట్టి కాళ్లను గట్టిగా పట్టుకున్నాడు గంగులు. విచ్చుకున్న బోరతో బలిష్టంగా ఉంది మైల. చర్మం గట్టితనంతో బాటు రిచ్ టైపు తోకతో ధీమాగా ఉంది.

రెండు పుంజులు సరిజోడిగా ఉన్నాయి. నువ్వా నేనా అన్నట్టుగా ఉన్నాయి. కత్తి పందేనికి ఒక చూపు వారలో చిన్నపాటి తప్పుడు గెంతు చాలు తగలకూడని చోట కత్తిపోటు దిగడానికి. అవతల పుంజును అంచనా వేయడంలో తప్పటడుగు చాలు ప్రాణం కోల్పోడానికి.

నెత్తురోడటానికి బరి ఎదురు చూస్తోంది. రక్త తర్పణం…మంచికో… చెడుకో…

పుంజుల్ని నిమిరి నేలకు ఆనించి వదిలారు. కొదమ సింగాల్లా తలబడ్డాయి. మొదటి ఎగురు సమాంతరంగా గెంతాయి. టఫ్‌మని శబ్దం. కొన్ని ఈకలు కిందకు రాలాయి. ధూళి రేగింది.

ఒకదాన్ని మించి మరొకటి అన్నట్టుగా పందెం కోళ్లు ఎగురుతూ జనంలో ఉత్సుకత కలిగిస్తున్నాయి.

మరో నిమిషంలో పూల రేజాకి పోటు తగిలింది. దేహ బలిమితో నిలదొక్కుకుంది. మైల హుషారుగా బంతిలా తూలుతూ ఎగురుతోంది.

మరో రెండు నిమిషాలకు పూలరేజా బలహీనపడింది. తరతరాల వైరానికి బదులు తీరుస్తున్నట్లుగా నిలకడగా కాసుకుంటోంది.

సత్యం నీళ్ల ఎత్తు అడిగాడు. రెండు పుంజుల్ని పట్టుకుని అలుపు తీర్చే పనిలో పడ్డారు. పెద్దారెడ్డి తన పుంజు మీద విశ్వాసం కోల్పోయి ముఖం వేలాడేశాడు. ముఖం కందగడ్డ అయ్యింది. అతని అనుచరుడు వెంకన్న గమనించాడు. వెంటనే పథకం అమలు పెట్టడానికి సిద్ధమయ్యాడు.

నోటిలోంచి నీళ్లు ఊది ఉపశమనం కలిగించే ప్రయత్నాలు సత్యం, గంగులు చేశారు.

బరిలోకి విడిచిపెట్టారు. రెండు పుంజులూ రెట్టించిన రోషంతో ముందుకు ఉరికాయి.

"పోలీసు... పోలీసు" అని గట్టిగా అరిచాడెవడో. అంతే గుంపు చెదిరిపోయింది. చెల్లాచెదురుగా పరుగులు తీశారు. గుట్టకూ పుట్టకూ పరుగెట్టారు.

గబుక్కున పూలను చంకను ఒడుపుగా చంకకెత్తుకుని సత్యం పరుగు లంఘించాడు. గంగులు చేష్టలుడిగి నిలబడిపోయాడు. మైల ఎదరకు రెండు అడుగులేసింది. ఎలాగోలా దాన్ని దొరకపుచ్చుకున్నాడు. సరిగ్గా అపుడే దారుణం జరిగిపోయింది.

లిప్తలో జరిగిన హడావుడి గంగులు కంగారు పడ్డాడు. పట్టుకోవడంలో మైల కత్తి కాలు గంగులు గుండెల్లో దిగింది. టపటపా గింజుకోవడంతో గంగులు మరిన్ని గాయాలు పాలుపడి వెనక్కి విరుచుకు పడిపోయాడు.

'అయ్యో' అంటూ మరో ఇద్దరు దగ్గరకొచ్చారు. పుంజును పట్టుకుని కత్తి కట్లు విప్పాడు. గంగులు అప్పటికే స్పృహ తప్పాడు. కొంత దూరం వెళ్లిన నాయుడు వెనక్కి వచ్చాడు. వెంటనే ఆసుపత్రికి తరలించారు. అయినా ప్రయోజనం లేకపోయింది. గంగులు ప్రాణం దక్కలేదు.

పోలీసు జీపు లేదు. పోలీసులు లేరు. ఓడిపోతామనుకునే వాళ్లు చేసిన వ్యూహాత్మకపు ఎత్తుగడ...

సంఘటన తర్వాత మరెప్పుడూ కోడిపందేలు ఆ ఊళ్లో జరగలేదు.

❖❖❖

ప్రజాస్వామిక విలువలు కాపాడుకోవాలి. ఎంచుకున్న పద్ధతి విమర్శలకు గురైంది. కోడిపందేలకు ఎన్నికల్లో మనోభీష్టంతో వేసే ఓట్లకు జతచేయడం మంచి పద్ధతి కాదు. ఓట్లు కొనడం కంటే ఇది దారుణం.

"విషాదాంత సంఘటనను వదిలేయండి. మీకు ఉల్లాసం కలిగేలా మరో చిన్న కథనం వినిపిస్తాను వినండి. మళ్లీ తాజా వాతావరణం లోకి వచ్చేయండి" అన్నాడు సీతారామరాజు.

"ఇది నిజంగా జరిగిందా?"

"ప్రస్తుతం నన్ను ప్రశ్నలు వేయకండి. నన్ను ఆపోద్దు. సావధానంగా వినండి"

ముగ్గురూ నిశ్శబ్దంగా ఉండిపోయారు.

❖❖❖

ఆధునికం:

మాక్కొంచెం నమ్మకం ఇవ్వండి. భాగస్వామ్యం పంచండి. మాకూ కొన్ని కోరికలుంటాయి. ముచ్చట్లుంటాయి. పండుగ సరదాలు ఒక్కరికే సొంతం కాదు. అంతరిక్షం లోకి అడుగిడాం. వినీల ఆకాశపు దారులంటా చోదకులయ్యాం. అన్ని రంగాల్లో మిమ్మల్ని దాటి పయనించగలం. ఇదీ నవ జీవన యువతుల అంతరంగ ఘోషల ఆత్మశోధనలు... సాఫ్ట్‌వేర్ రంగాన వెలుగులు విరజిమ్ముతూ కాసులు మూట గడుతున్న అమ్మాయిలు నిలదీసిన సందర్భం...

"జస్ట్ ఫర్ ఫన్... మేమెందుకు మీ కంటే తక్కువ... కోడిపందేల్లో ఆడవాళ్లం మేమూ పాల్గొంటాం... రాత్రివేళ మా కోసం ఏర్పాటు చేయండి, పెదనాన్నా..." జీన్‌ఫాంటు, షర్టుతో మిలమిలా మెరుస్తున్న అన్వేషిణి అడిగింది.

ఆమె సాఫ్ట్‌వేర్ ఉద్యోగిని. పెదనాన్న పేరు చిటికెల రాజు. అసలు పేరేదో ఉంది. అది ఎవరికీ తెలీదు. ఎంత కష్టమైన పనైనా చిటికెలో అయిపోతుందంటాడు.

"నువ్వడిగేదేంటి? మీ కోసం ప్రత్యేకంగా కోడిపందేలు... అంతేకదా... చిటికెలో పని...రేపు రాత్రికి పురమాయిస్తా. మీ ఫ్రెండ్సును దండిగా పిలుచుకో..." అన్నాడు చిటికెల రాజు గమ్మత్తుగా నవ్వుతూ. అంతలో అక్కడికి అపురూప్ వచ్చాడు. విషయం తెలుసుకుని ఎగిరి గెంతేశాడు.

"రేపు వద్దు... ఎల్లుండకు... అరేంజ్ చేయండి.. అప్పటికి లాస్య... కళ్యాణి కూడా వచ్చేస్తారు.. .ఇంకా కొంతమందిని పిలుస్తాను... సరేనా? " అంది అన్వేషిణి. ఇంకా కొన్ని విషయాల గురించి అపురూప్‌తో మాట్లాడింది.

"అయితే... ఓ పని చేయండి... మాకు ట్వెల్వ్ కోడిపుంజులు కావాలి. ఆరు పందేలు చాలు... ఎంత రేటైనా పర్వాలేదు... డబ్బులిచ్చేస్తాం. మీరు రెడీ చేయండి. పందెంలో ఓడిన పుంజులతో పార్టీ చేసుకుందాం. గెలిచిన వాటిని అమ్మేద్దాం" అంది అన్వేషిణి ఉత్సాహంగా. ఇది అపురూప్ ఇచ్చిన సలహా.

చిటికెల రాజు రంగంలోకి దిగిపోయాడు. పుంజులు కోసం గాలింపు మొదలెట్టాడు.

అన్వేషిణి, అపురూప్ ఇద్దరూ అందుబాటులో ఉండే మిత్రులకు సమాచారం అందించడంలో బిజీ అయి పోయారు.

❖❖❖

ఆధునిక ఉద్యోగ జీవితాలు ఒత్తిళ్ల మధ్య నలుగుతాయి. ప్రాజెక్టులు, టార్గెట్లు ఉక్కిరిబిక్కిరి చేస్తాయి. సేద తీరే మార్గాలకు నిరంతరం అన్వేషిస్తుంటారు. మేధో మథనం లోంచి పర భాషలో గమ్యాలు వెతుక్కుంటూ పోరాటాలు చేస్తుంటారు. పరిష్కారాలు సాధించడానికి శ్రమ పడుతుంటారు. గంటలు... గంటలు... విరామమెరుగక కష్టపడతారు. అనివార్యంగా బాధ్యతల్లోకి కూరుకుపోతారు.

అలికిన వాకిలి. పున్నమి వెన్నెల. ఫ్లడ్ లైట్ కాంతులు. విద్యుత్ వెలుగుల వికాసం. మగవాళ్లు ఓ పదిమంది ఉంటారేమో. మిగిలిన వారందరూ ఆడవాళ్లే. మగవాళ్లెవరూ క్రియాశీలంగా పందేల్లో పాల్గోకూడదని అనుకున్నారు. ప్రేక్షకులుగా మాత్రమే ఉంటారు. చిటికెల రాజు కత్తులు కట్టేవాళ్లను పిలిపించాడు.

పెందళాడే ఇంటి పనులు ముగించుకున్నారు. రాత్రి తొమ్మిది గంటలకల్లా వచ్చేశారు. గుండ్రంగా కుర్చీలు వేసారు. వయసు మళ్లిన వారు కూడా ఇదేదో చూద్దామని ఆతురత పడుతున్నారు. ముందు ఇదేం చోద్యం అన్నవారే కుతూహలం ఆపుకోలేక వచ్చేశారు. చిటికెల రాజుతో బాటు మూర్తిరాజు మరో ఇద్దరు పెద్దలూ ఉన్నారు.

అన్వేషిణి, హారిక, లాస్య, కళ్యాణి, సౌజన్య జీన్ ఫాంట్లు, పంజాబీ డ్రెస్‌లతో హుషారుగా తిరుగుతూ ఏర్పాట్లు చూస్తున్నారు. అఖిల్, అపురూప్, అచ్యుత్ తినుబండారాలు, స్వీట్లు ,కొబ్బరినీళ్లు, జ్యూస్ మధ్య మధ్యలో తాగడానికి తినడానికి తెచ్చి పెట్టారు. పందేల్లో సరదాగా డబ్బులు కాయడానికి కూడా నిర్ణయించుకున్నారు.

కత్తుల్లేకుండా విడికాళ్ల పందెం (జెట్టీ) వేద్దామని కాసేపు చూడ్డానికి బావుంటుందని అనుకున్నారు.

రెండు పుంజుల్ని ఎంపిక చేసుకున్నారు. అన్వేషిణి ఒకవైపు కళ్యాణి మరోవైపు నాయకత్వం వహిస్తున్నారు.

బరిలోకి పుంజుల్ని దింపడానికి సిద్ధం చేశారు. నేల మీదికి దింపి నిలబెట్టారు. ఎవరికి తోచిన మొత్తంలో వారు పుంజుల్ని వేలితో ఎంపిక చేసుకుని పందేలు కాసారు.

రివ్వుమని చల్లగాలి వీస్తోంది. బరి ప్రాంతమంతా పట్ట పగలులా ఉంది. కొంతమంది ముత్తైదువులు పేరంటానికి వచ్చినట్లుగా కబుర్లు చెప్పుకుంటున్నారు. చీర మడతలు నలగకుండా కుర్చీల్లో కూచున్నారు. వాతావరణం పండుగ కళను తలపిస్తోంది. మెరిసిపోతున్నారు. జీవితంలో పందేల విన్యాసాలు ప్రత్యక్షంగా చూడబోతున్నారు. కొంతమంది పిల్లల బలవంతం మీద తప్పక వచ్చినట్టుగా కూర్చున్నారు.

“ఇది కొత్తగా అనిపిస్తుందేమో. వీళ్లేమిటి బరితెగించి కోడిపందేలు ఆడుతున్నారంటున్నారు. ఇదంతా సరదా కాలక్షేపం కోసం మాత్రమే. బహశా ఇక్కడున్న పెద్దవాళ్లు ఈ పందేల బాగోతాన్ని ఎపుడూ తమ జీవితకాలంలో చూసుండరేమో. మా ఫ్రెండ్స్ ఎక్కడెక్కడ్నుంచో వచ్చారు. వెల్‌కమ్ టు ఆల్. లెట్ అజ్ ఎన్జాయ్ బై సీయింగ్ ది ఎక్సైటింగ్ కాక్ ఫైటింగ్” అడగ్గానే మా కోరిక మన్నించిన పెదనాన్నకు థ్యాంక్స్” మైకు అందుకుని చెప్పింది అన్వేషిణి.

పుంజుల్ని బరిలో వదిలారు. వెంట్రుకలు నిక్క బొడుచుకుని తలపడ్డాయి.

అరగంట గడిచినా పందెం తేలలేదు. అవి ఎగురుతుంటే దెబ్బలాడుతున్నట్టు లేవు. ఏదో ఆటాడుతున్నట్టు దూకుతున్నాయి. కాసేపు మేత మేస్తున్నట్టు రెండూ దూరంగా ఉండిపోయాయి. చూస్తుంటే స్నేహపూర్వక పోటీలో పాల్గొన్నట్టుగా ఉన్నాయి. దగ్గరగా వచ్చి ఒకదాని మెడ మీద మరొకటి వాలి నిలబడ్డాయి.

ఉన్నట్టుండి ఒక పుంజు వెనక్కి రెండుడడుగులేసి గట్టిగా కాళ్లను విసిరింది. దొంగదెబ్బ. దాంతో రెండో పుంజు బరి వదిలి పారిపోయింది. పందెం ఎంతమాత్రం రంజుగా సాగలేదనిపించింది. పైగా విసుగ్గా ఉంది. అంతసేపు ఒట్టినే ఎగురుతూ జరిగిన పందెం ఇష్టంగా లేదు. చాలామంది నిరాశ పడ్డారు.

“జెట్టీ పందెం వద్దు. బోరుగా ఉంది. తేలిపోవాలి. జీడిపాకంలా సాగింది. కత్తి పందెమే బెటరు. ఇక నుంచి కత్తి పందేలే” శ్వేత ప్రకటించింది అందరి తరపున. చప్పట్లతో ఆమోదం తెలిపారు.

మరో రెండు పుంజుల్ని బరిలోకి తీసుకొచ్చారు. రెండు మూడు ఎగురులు

ఎగిరించారు. ఆ తర్వాత కత్తులు కట్టడానికి పక్కకి తీసుకెళ్లారు.

ఈసారి పెద్ద మొత్తాల్లో డబ్బులు కాసారు. 'నీది అది... నాది ఇది' అనుకుని సొమ్ములు ఒడ్డారు.

పుంజుల్ని బరిలోకి విడిచిపెట్టారు. టపటపా ఎగురుతున్న రెక్కల చప్పుడు. ఢీకొడుతున్న శబ్దం...ఈకలు రాలుతున్న దృశ్యం...

రెండు నిమిషాల్లో పందెం అయిపోయింది. ఒక పుంజు నేల మీద కదలకుండా గింజుకుంటూ పడిపోయింది. ఉత్సాహంగా గెలిచినవాళ్లు డబ్బులు వసూలు చేసుకున్నారు. ఫోన్‌పే ద్వారా నగదు బదిలీ చేసుకున్నారు. ఓడినవాళ్లు 'నెక్స్ట్ టైమ్ బెటరు లక్" అనుకున్నారు.

మళ్లీ మరో రెండు పుంజులు తీసుకొచ్చారు. యథాప్రకారం వాటిని కాసేపు ఎగిరించారు. కత్తులు కట్టడానికి సిద్ధం చేశారు. రెట్టించిన ఉత్సాహంతో మరింతగా డబ్బులు కాసుకున్నారు. ఎక్కువ శాతం నగదు బదిలీలే. రూపాయిల రెపరెపలు లేవు.

గోల గోలగా కబుర్లు చెప్పుకుంటున్నారు. కొంతమంది వయసు మళ్లినవారు నెమ్మదిగా లేచి జారుకుంటున్నారు. వాళ్లకేం నచ్చలేదు. కోళ్లను ఆహారంగా తినడం వేరు. అవి రక్తం కారేలా కొట్టుకుంటూ ఉంటే చూడటం వేరు.

పందెం పూర్తవ్వడానికి ఎంతో సమయం పట్టలేదు. ఏ పుంజుల జతను దింపాలో వాళ్ల మధ్య ఏకాభిప్రాయం రావడం లేదు. వాదులాట సరదా కోసమే. అందుకే జాప్యం. పందానికి పందానికి మధ్య ఆలస్యం భరించలేనిది.

మూడో పందెం మొదలయ్యేటప్పటికి కొంచెం మోజు తగ్గింది.

పందెం అయిన వెంటనే లాస్య మైకు చేతిలోకి తీసుకుంది.

"కోడిపందేలు ప్రత్యక్షంగా చూసాం. చాలా ఆనందం. ఎందుకంటే... ఎలా జరుగుతాయో తెలుసుకున్నాం. ఓడిన పుంజులతో రేపు ఊరిలో వారికి రకరకాల చికెన్ అయిటమ్స్‌తో విందు భోజనం ఏర్పాటు చేసుకుందాం. పర్వాలేదు. మన విజేటేరియన్ మిత్రులకు కూడా రుచి చూపిద్దాం.

మాకు ఇప్పుడొక కొత్త ఆలోచన వచ్చింది. మీరంతా ఒప్పుకుంటే అదీ చూద్దాం. అదేమిటంటే... తర్వాత తెచ్చిన పుంజుతో కలిపి మన దగ్గర అయిదు

పుంజులున్నాయి. అయిదింటికీ ఒకేసారి కత్తులు కట్టి బరిలో వదులుదాం. వాటిలో మిగిలిన పుంజును విజేతగా ప్రకటిద్దాం. దాంతో ఈవేళ పందేలకు స్వస్తి చెబుదాం. ఏమంటారు?" లాస్య చెప్పగానే అందరూ చప్పట్లతో ఆమోదం చెప్పారు.

మూర్తిరాజు, చిటికెల రాజు నోరెళ్లబెట్టారు. ఒకళ్ల మొహాలు ఒకళ్లు చూసుకున్నారు. వీళ్ల ఆలోచనకు ఆశ్చర్యపోయారు. 'వాళ్ల ఇష్టాన్ని ఎందుకు కాదనాలి? ఈవేళంతా వాళ్లదే" అనుకుని ఊరుకున్నారు.

చిటికెలరాజు లేచాడు. మైకు ఇమ్మని సైగ చేశారు. లాస్య పరుగెట్టుకుని వచ్చి ఇచ్చింది.

"అంతా బాగానే ఉంది. ఐదు పుంజులు కదా... పందెం కాసినవారి రెండు పుంజులూ ముందే చావొచ్చు. అందుకని ఒక పని చేయండి. కడకు మిగిలిన గెలిచిన పుంజు మీద సొమ్ము ఎవరైతే ఏసారో వారికి ఓడిన పుంజుల మీద డబ్బులు ఒడ్డినవారందరూ ఇచ్చేయాల్సిందే అనే నియమం పెట్టుకోండి ..." అని చెప్పి కూర్చున్నాడు చిటికెల రాజు.

"ఇదీ నిజమే... ఈ పద్ధతి బావుంది... జాక్‌పాట్ కొట్టినట్టు అన్నమాట. గెలిచిన పుంజు మీద తక్కువ మంది డబ్బులేసినా ఎక్కువ మొత్తం వస్తుంది" లాస్య మరింత వివరించింది.

ఈ విషయం ఊరంతా పాకింది. మరి కొంతమంది చేరారు.

అయిదు పుంజులకు కత్తుల కట్టారు. వాటిని కరిపించి బరిలో వదిలారు.

విచిత్రమైన పందెం. ఈ పందెం చూడ్డం అక్కడున్న వారందరికి కొత్త అనుభవం. గమ్మత్తుగా ఉంది. అత్యుత్సాహంగా ముందుకురికి పుంజులు ఢీకొడుతున్నాయి. పోరాడుతున్నాయి. సత్తువగా ఉండి హుషారెక్కువై పుంజులు ముందుగా తలపడ్డాయి.

ఒక డేగ వారగా నిలబడి పందెం చూస్తోంది. తను దగ్గరెళ్లలేదు. దెబ్బలాడుతున్న వాటిని పరిశీలనగా చూస్తోంది. నిజానికి ఈ డేగ బలమైంది కాదు. రేజా అసలే కాదు. అన్ని పుంజుల కంటే బలహీనమైంది ఇదే. పౌరుషం ఉన్న పుంజులు రంగంలో ఉండి విపరీతంగా కత్తిపోట్లు తిన్నాయి. ఒకటి నేలకొరిగింది. ఒకటి పారిపోయింది. ఇంకొకటి చచ్చింది. ఇక బరిలో రెండు

పుంజులు మిగిలాయి.

దేగ తాజాగా ఉంది. మిగిలిన సవల అలసి ఉంది. అంతవరకు చోద్యం చూస్తున్నట్టున్న దేగ వ్యూహం ఫలించింది. అదే గెలిచింది. వ్యూహం అంటూ ఏమీ లేదు అలా జరిగిందంతే. ఈ హఠాత్పరిణామానికి అందరూ ఆశ్చర్యపోయారు.

అరగంట సేపు కిందా మీదా పడి లెక్కలు తేల్చుకుని చెల్లింపులు చేసుకున్నారు.

మర్నాడు విందు భోజనానికి అందరూ తప్పక రావాలని ఆహ్వానం పలకడంతో ఈ పందేల ప్రహసనం పూర్తయ్యింది.

"మనం చేయలేనిది పిల్లలు చేశారు. వారి ఆలోచనలన్నీ వినూత్నంగా ఉంటాయి. ఈ తరం దృష్టే వేరు..." అనుకున్నారు చిటికెల రాజు, మూర్తిరాజు.

❖❖❖

"ఒకటి రాజకీయం మరొకటి ప్రయోగం... వీటి గురించే చెప్పాలని మనసులో పొద్దుట్నుంచీ ఆలోచిస్తున్నాను. మీ ముఖాలే చెబుతున్నాయి, మీరు బాగా ఆనందించారని. నిజం చెప్పనా? ఈ రెండు కథనాలు కల్పించి చెప్పినవే. వాస్తవంగా జరిగినవి కావు. అలా జరిగుంటే ఎలా ఉంటుందన్న ఆలోచనల్లోంచి ఇవి పుట్టాయి. ప్రయోగం అన్నానే... అయిదారు కోళ్లను బరిలో కత్తులు కట్టి వదలడం... ఎక్కడో జరిగినట్టు మాత్రం విన్నాను. దాన్ని ఆధారం చేసుకుని చెప్పాను" చెప్పడం పూర్తి చేసి కుర్చీ వెనక్కి జారగిలపడ్డాడు సీతారామరాజు. పై కప్పు కేసి చూశాడు. తర్వాత మిత్రులను ఏమంటారన్నట్టు చూశాడు.

"పండుగ మూడురోజులూ ఇపుడు పందేలు జరుగుతున్న తీరు తెలుసు కదా" చటుక్కున వంగి ఎడమవైపు నేలమీద కింద ఉన్న పేపరు అందుకున్నాడు. అది గత సంక్రాంతి పండుగ రోజుల్లోని పేపరు. కళ్లజోడు సర్దుకుని కళ్లతో చూస్తూ చదువుతున్నట్లుగా చెప్పసాగాడు.

'కత్తులు ఎగిరాయి... కట్టలు తెగాయి... ఇదీ పత్రిక శీర్షిక. అంతా బహిరంగమే. యంత్రాంగం

కళ్లు మూసుకుంటుందంతే. మన జిల్లాయే తీసుకోండి...420 బరులు. మొదటిరోజు ఎంత తక్కువ చెప్పుకున్నా 12 వేల పుంజులు మృత్యువాత పడ్డాయి. 60 కోట్లు చేతులు మారాయి. మరో 50 కోట్లు గుండాటల్లో...పల్లంకుర్రులో ఒకే

ప్రాంతంలో పది బరులు.

పెద్ద బరిలో తూర్పు, పశ్చిమ గోదావరి జిల్లాల మధ్య పోటీ. 20 ఒప్పంద పందాలు. పందెం గెలిచిన వెంటనే ఒక ప్రముఖుని చేతుల మీదుగా వెండి నాణెం బహూకరణ. మూడురోజుల్లో అత్యధిక పందాలు గెలిచినవారికి ఇన్నోవా కారు... గెద్దనపల్లి లాంటి చిన్న గ్రామంలో బుల్లెట్టు బండి. పెద్ద బరిలో ఒక్కో పందెం అధమపక్షం ఏభై లక్షలరూపాయిలకు పైగా నడుస్తోంది. డిజిటల్ తెరల్లో పందేల్ని వీక్షించొచ్చు. డ్రోన్ల ద్వారా పందేల చిత్రీకరణ. వాటిని సెల్ ఫోన్లలో షేరు చేసుకుని దేశవిదేశాల్లో ఎక్కడివారక్కడే కూర్చుని పందాల్లో డబ్బులు కాసుకోవచ్చు. ప్రత్యేక లింకు ద్వారా ఆన్‌లైన్‌లో ప్రత్యక్ష ప్రసారం చేసుకుని బెట్టింగులు. డబ్బులు పేటియం ద్వారా చెల్లించుకోవచ్చు. ఇంకో గమ్మత్తైన విషయం ఏమిటంటే ఒక వ్యక్తికి నగదు కావాలంటే ఫోనుపే ద్వారా జమ చేయించుకుని కమీషను మినహాయించుకుని ఇచ్చే ఏర్పాట్లు కూడా ఉన్నాయి.

పందేల గురించి ఎప్పటికప్పుడు లౌడు స్పీకర్లలో కామెంటరీలు... పోలీసులు వీటి వంక చూడకుండా అధికార పార్టీ రంగులు కొబ్బరిచెట్లకు వేయించారు. అంటే చట్టబద్ధత వచ్చేసిందన్నమాట. ఒక బరి దగ్గర కెడీసీసీ మొబైల్ ఏటియం (సహకార బ్యాంకు) ఏర్పాటు చేశారు. ఇవన్నీ మీకు తెలిసే ఉండొచ్చు.

ఓడిన పుంజు కోశ అవుతుంది. దాని ధర ఆరువేల రూపాయిలు పలికింది. తూకం లెక్క కాదు పందెం కోడి మాంసానికి ఉన్న గిరాకీ అది. రాత్రిళ్లు కూడా నిర్వహించడానికి వీలుగా ఫ్లడ్‌లైట్లు ఏర్పాటు చేశారు. వి.ఐ.పి గ్యాలరీలో కోనసీమ రుచులు. నాలుగువేల మందికి భోజన సదుపాయాలు. తిరునాళ్లను తలపించేలా జనం. ఇదీ నేటి కాలపు కోడిపందాల తీరు. అర్థమైంది కదా' చెప్పడం ఆపాడు.

సీతారామరాజు అలసటగా ఉన్నాడు. ఏగబిగిన ఏకధాటిగా చెప్పడం వల్ల కలిగిన అలసట. ఏదో చెప్పబోయి నోరు తెరచి ఆగిపోయాడు.

మురళి ఆయన ముఖంలోకి చూశాడు.

"చెప్పండి. మీకు ఎట్లాంటి ఇబ్బంది ఉన్నా మాతో పంచుకోండి. ఇన్నాళ్లూ మీ దగ్గర కూర్చున్నాం. పరాయివాళ్లం కాదు" మురళి అన్నాడు సీతారామరాజు ఏదో చెప్పడానికి సంశయిస్తున్నాడన్న సంగతి గ్రహించి.

"భయం పట్టుకుందర్రా... రవి అస్సాంలో దూరంగా ఉన్నాడు.

ఎన్నాళ్లయ్యిందో వాడ్ని చూసి. ఈ మధ్య కలలో చాలాసార్లు వాడే కనిపిస్తున్నాడు. వాడి చిన్నప్పటి జ్ఞాపకాలే అస్తమానం గుర్తుకొస్తున్నాయి. అమ్మాజీ ఇక సరే... దాని జీవితం ఒంటరి బతుకైపోయింది. మోడులా మిగిలిపోయింది. సరిదిద్దే ప్రయత్నం చేయలేకపోయాను. ఇపుడు భయమేస్తుందిరా... నేనేమో ఈ క్షణం సత్యం అన్నట్టున్నాను. భగవంతుడి మీద భారం వేయలేను " ముగ్గురి మిత్రుల కేసి చూసి ఒకింత బాధాతప్త హృదయంతో అన్నాడు. ఆయన ముఖంలో పొరుగువారికి అందని సందేశమేదో ఉంది. అది ఇతరులు తీర్చేది కాదనే వేదన అన్నమాట.

దట్టంగా చీకటి అలముకుంది. ఆదే సమయానికి కరెంటు కూడా పోయింది. లైట్లు ఆరిపోయి ఎవరూ ఎవరికీ కనపడటం లేదు.

"ఒకడు జాతకాలు చెబుతాడు. ఇంకొకడు వింటాడు. నమ్ముతాడు. నారాయణ అని మా మిత్రుడొకడు ఉండేవాడు. వాడు పిల్లకి పెళ్లి చేయాలి. వయసు ముప్పైకి చేరువలో ఉంది. జాతకాలు చూపించాడు. మరో రెండేళ్ల వరకు నీ కూతురుకు పెళ్లి చేయలేవు అన్నాడు జాతకాలు చెప్పేవాడు. గుండెల్లో రాయి పడింది. మా మిత్రుడు ఇక సంబంధాలు చూడటం మానేశాడు. చూసి ఏం చేస్తాం కళ్యాణయోగం లేనప్పుడు అనేవాడు. ఒకవేళ ఏదైనా సంబంధం వచ్చినా చేసుకుంటే చెడ్డ అనుకున్నాడు. రెండేళ్లు పూర్తయ్యాక ముమ్మరంగా పెళ్లికొడుకు కోసం వెదికాడు. టక్కున కుదిరింది. ఇదేమిటంటారు? జాతకాలేం కాదు. ప్రయత్న ఫలం అంటాను నేను. ఏమంటారు?" అన్నాడు సీతారామరాజు.

ముగ్గురు మిత్రులు మౌనంగా ఉన్నారు. ఆయన ఉద్దేశం... బాధ అర్థమౌతోంది.

"మంచి రోజులు వస్తాయనే ఎదురుచూస్తాం... వస్తాయో... లేదో కాలమే చెప్పాలి" ఒక్కసారిగా లైట్లు వెలిగాయి. మిత్రులు చప్పట్లు కొట్టారు.

"ఏముందండి? ఒక ఫలితం రేపే పండై ముగ్గవచ్చు. అన్ని సమస్యలూ ఒకేసారి తీరిపోనూ వచ్చు. ఏ నిమిషానికి ఏం జరుగుతుందో ఎవరు చెప్పగలరు?" మురళి లేచి నిలబడుతూ అన్నాడు.

"ఒక్క మాట చెప్పండి? నేను చస్తే కొన్ని సమస్యలకు పరిష్కారం దొరుకుతుందా?" రోజుల తరబడి తనలో తాను మథనపడుతున్న సంగతిని బయట

పెట్టాడు సీతారామరాజు.

"అలాంటి ఆలోచనలు వద్దు. అన్నీ మీరుండగానే చక్కబడతాయి. కంగారుపడకండి" రాజబాబు అన్నాడు మురళి కేసి చూస్తూ. మురళి చిన్నగా నవ్వాడు.

కిటికీ దగ్గర ఏదో అలికిడి. ఈ సంభాషణను గమనిస్తున్న వారెవరో అందరికీ తెలుసు. గది లోపలికి తొంగి చూస్తే ఎవరూ కనిపించలేదు. గుమ్మం కర్టెను అటూ ఇటూ ఊగింది.

❖❖❖

కుటుంబ బంధాల మెరుపుల చిత్రం :

తెల్లారింది.

అంతా బావుంది. మామూలు గానే లోకంలో అన్నీ సజావుగా సాగిపోతున్నాయి. మనుషుల వేగవంతమైన జీవితాలు– ప్రతి క్షణం దేని కోసమో ఆత్రం పడటాలు... నిమిషాల మీద నడవడం... కళ్ల ముందు జరిగేవన్నీ శాశ్వతమే అనే భ్రాంతులు...

అలాగే ప్రపంచంలో చెప్పుకోదగిన విశేషాలేం లేవు. వార్తాపత్రికలు పెద్ద పెద్ద అక్షరాలతో ఏదీ రాయలేదు. టీవీలు ఒకే విషయం తీసుకుని పదే పదే ఘోషించడం లేదు. ఊళ్లో జనం ఎవరి పనులు వారు చేసుకుంటున్నారు. అన్నింటికీ మించి భూగోళం గతి తప్పకుండా నిర్ణీత కక్ష్యలో తిరగాడుతూనే ఉంది. అలా తిరుగుతున్న ప్రతిక్షణం మంచి ముహూర్తమే అన్నాడొక మహానుభావుడు.

ఏ మార్పూ లేని సాధారణమైన రోజులాగే ఉంది. నిన్నటి లాగే ఈవేళ అన్నట్టుగానే ఉంది. గతం తవ్వి పోసుకుని నెత్తిన పెట్టుకునేది లేదు. వర్తమానాన్ని గుర్తుంచుకునేట్టు లేదు. భవిష్యత్తు పట్ల ఆశావహమైన దృక్పథం వెల్లబుచ్చుకునే స్థితీ లేదు. కానీ కొన్ని కుటుంబ సంబంధాల్లో సంచలనమైన ఉదంతాలు జరిగితే జరగొచ్చు. అవును... దాట్ల అల్లూరి సీతారామరాజు కుటుంబంలో పెను మార్పుకు నాంది పలికింది. అదేమిటో తెలుసుకోవాలంటే కొద్ది సమయం నిరీక్షించాలి.

ఉదయం పది గంటలు. మరో గంటకు గానీ హడావుడి మొదలవ్వదు. సంబరాలు ప్రారంభం కావు. వ్యక్తిగత జీవితంలో కొన్ని ముగింపులకు ప్రారంభాలు

అకస్మాత్తుగానే జరుగుతాయి. అంతే కదా...

మామిడిచెట్టు కొమ్మ మీద కాకి గొంతు చించుకుని అరుస్తోంది. ఆ కొమ్మ మీంచి ఈ కొమ్మ మీదకు ఎగురుతోంది. ఆహారం కోసం కాదు అంతా ఉత్తుత్తినే. పోనీ ఆటా కాదు. ఒక్కచోట కుదురుగా ఉండటం లేదు. ఉన్నట్టుండి గాబుల్లోని కోడిపుంజులు కుక్కుట రాగాన్ని ఆలపిస్తున్నాయి. పిల్లల కోడి తల పైకెత్తి అటు ఇటు చూస్తోంది. వాతావరణం చిత్రంగా మారిపోయింది.

ఊరకుక్క నాలుక బయటపెట్టి తోక ఊపుతూ నిలబడిపోయింది. గేటు ముందు వీధిలో కొంతమంది పిల్లలు ముంజికాయలతో చేసిన బళ్లు దొర్లించుకుంటూ ఆడుకుంటూ వెళుతున్నారు.

సీతారామరాజుకు చిన్నపుడు రవి, అమ్మాజీ గోలగోలగా ఆడుకుంటున్నపుడు ఒక్క అరుపుతో గదమాయించడం గుర్తుకొచ్చింది. వాళ్లిద్దరూ బెదిరిపోయి అమాయకంగా తనకేసి మౌనంగా బిత్తరచూపులు చూడటం గుర్తుకొచ్చింది. అలాగే పండక్కి బట్టల కొలతలు తీసుకోడానికి వచ్చిన మిషన్ సత్యంతో చెప్పిన మాటలు గుర్తుకొచ్చాయి.

'చొక్కా, నిక్కరు రెండంగుళాలు పొడవు ఎక్కువ పెట్టు... ఎదిగే కుర్రాడు కదా..' అనడం గుర్తుకొచ్చింది.

ఇవన్నీ ఎందుకు గుర్తుకొస్తున్నాయి? రవి ఏమీ మాట్లాడేవాడు కాదు. వాడి ఇష్టాయిష్టాలన్నీ తను చెప్పినట్లే. అమ్మాజీ కూడా ఎపుడూ ఏ ఇష్టాన్నీ బహిరంగంగా వ్యక్తపరచలేదు. ఆఖరికి పెళ్లిలో కూడా. తల వంచుకుని తాళి కట్టించుకుంది. రవి పరాయి జాతి పిల్లను చేసుకున్నప్పట్నుంచీ కలవడానికి ప్రయత్నం చేస్తూనే ఉన్నాడు. తన పిల్లలు ఆణిముత్యాలు. వాళ్ల తీరే వేరు. తను అర్థం చేసుకోవడం లోనే తేడా ఉందేమో.

వీధిలో ఇంటి ముందు కారు ఆగిన శబ్దం. ఈ సమయంలో ఈ ఇంటికి ఎవరొస్తారు? లోపలకు చప్టా వరకు కారు రావొచ్చు. కానీ రాలేదు. అక్కడే ఆగిపోయారు.

సీతారామరాజు కుర్చీ లోంచి లేచి కటకటాల లోంచి గేటు వైపుకు చూపు సారించాడు. పొట్టిగా ఉన్న ఆడమనిషి ముందుగా దిగింది. తర్వాత పదేళ్ల వయసు ఉన్న ఇద్దరు కుర్రాళ్లు దిగారు. ఆడమనిషి గేటు నుండి రెండు అడుగులు వేసి

మోకాళ్ల మీద నిలబడి వంగుని నేలకు తల ఆన్చి నమస్కరిస్తోంది. వెనగ్గా చిరు గెడ్డం, తల మీద టోపీ ఉన్న వ్యక్తి దిగి డ్రైవరుతో మాట్లాడుతున్నాడు. ఎవరై ఉంటారు? కటకటాల ఊసలు పట్టుకుని సందు లోంచి చూస్తున్నాడు.

ఆడమనిషి అటూ ఇటూ పరికిస్తూ నడుస్తోంది. పిల్లలు గెంతులేస్తూ నడుస్తున్నారు. మగమనిషి చేతితో ఏదో చూపిస్తున్నాడు.

దగ్గరగా వచ్చారు. రవిలాగున్నాడే... రవే... సందేహం లేదు. ముఖం తల్లిదే. గుండె వేగంగా కొట్టుకుంటోంది. చానాళ్లుగా ఎదురు చూసిన ఉదయం ఈనాడే ఎదురౌతుందా?

తలుపు తెరచి గబగబా అడుగులు ముందుకేసాడు. 'అమ్మాజీ' అని గట్టిగా అరిచాడు. అమ్మాజీ వచ్చింది. సంబరంగా అన్నకేసి చూసింది. రవి రాక గురించి కొంత తెలుసు ఆమెకు. సీతారామరాజు చప్టా మీదకు వచ్చి నిలబడ్డాడు.

రవి చిరునవ్వుతో తండ్రిని పలకరించాడు. ఆప్యాయంగా చూశాడు. గమ్మున దగ్గరకు తీసుకున్నాడు.

సీతారామరాజులో ఒకలాంటి ఉద్వేగం. కళ్లు చెమర్చాయి. స్పర్శ అనుబంధం లోని విశేషాల్ని తట్టి లేపింది. మాట్లాడలేకపోయాడు. జరిగిపోయిన కాలంలో తప్పొప్పుల విచారణ అనవసరం. పంతాలు, పట్టింపుల తర్వాత దేహం చలివేంద్రం అవ్వడాన్ని అనుభవిస్తున్నాడు.

పక్కన ఉన్న భార్యను పరిచయం చేశాడు. పేరు బిన్నా అని చెప్పాడు. రామ, లక్ష్మణ్‌లు కవలలని పరిచయం చేశాడు. ఆమె వంగి సీతారామరాజుకు పాదాభివందనం చేసింది. బిన్నా అందంగా ఉంది. బొద్దుగా ఉంది. తెలుగు ఇంచక్కా ముద్దుముద్దుగా మాట్లాడుతోంది. కట్టూ బొట్టూ తెలుగుతనం ఉట్టి పడుతోంది. వినయంగా చేతులు కట్టుకుని నిలబడింది.

అమ్మాజీ అన్నను పలకరించి రామ, లక్ష్మణులను దగ్గరకు తీసుకుంది. వాళ్లు కొత్త అనిపించలేదు. తెలుగు బాగానే మాట్లాడుతున్నారు.

సీతారామరాజు పిల్లల్ని కొన్ని ప్రశ్నలేశాడు. వాళ్లు జవాబులిచ్చారు. అమ్మాజీ స్నానాలకు ఏర్పాటు చేసి వంట పనిలో పడింది. అమ్మాజీ అన్నావదినలతో ఫోనులో మాట్లాడుకుంటున్నారన్న సంగతి సీతారామరాజుకు తెలియదు. మురళి మంచి

పని చేశాడు. ఇదంతా అతని పనే అని అమ్మాజీకు తెలుసు.

సీతారామరాజు ఆసుపత్రిలో ఉన్నపుడు అమ్మాజీ దగ్గర్నుంచి ఫోను నెంబరు తీసుకుని రవితో మురళి మాట్లాడాడు. ఏమీ ఆలోచనలు మనసులో పెట్టుకోకుండా వెంటనే బయలుదేరి రమ్మని చెప్పింది మురళియే. నిశ్శబ్దంగా రవిని తండ్రితో కలపాలని నిశ్చయించుకున్నాడు. దాని ఫలితమే ఇది.

ఆ సాయంత్రం మురళీ, చంటి, రాజబాబు వచ్చారు. సీతారామరాజు ముఖంలో తాండవిస్తున్న సంతోషతరంగాల్ని గమనించారు. మనవళ్లతో చిన్న పిల్లాడై ఆడుకోవడం చూశారు.

"చాలా సంతోషం. బావుంది. ఆరోగ్యకరమైన వాతావరణం. భలే కలిసిపోయారు. ఎంతైనా రక్తబంధాలు...కుటుంబ పట్ల ఉండే ఆప్యాయత..." చంటి అన్నాడు ఆయన దగ్గరకు వెళుతూ.

"అదేం కాదు లేవోయ్... ఇక పొద్దు పొడవడానికి లోటు లేదు. వీళ్లు చూడు ఎలా ఉన్నారో?... వీళ్ల మాటలు వినండి. తెలుగు ప్రాంతానికి దూరంగా ఉండి తెలుగు ఎలా మాట్లాడుతున్నారో...అంతా మావాడి పెంపకం అనుకోవాలి. ఉద్దేశం ఉండాలే గానీ ఏదైనా సాధించొచ్చు" అన్నాడు సీతారామరాజు ఆనందంగా.

రామ్, లక్ష్మణ్ లకు తాము తెచ్చిన బిస్కట్లు, చాక్‌లెట్‌లు ఇచ్చి కాసేపు అవీ ఇవీ మాట్లాడి మిత్రులు వెళ్లిపోయారు. బిన్నా నేపాలీ స్వీటు పట్టుకొచ్చింది. కోవాతో చేసిందది. తనకొద్దంటూనే చేయి చాపాడు.

మర్నాడు -

శుక్రవారం. బిన్నా కుటుంబంలో భలే కలిసిపోయింది. స్వతహాగా కలుపుగోలుతనం, నెమ్మదితనం ఆమెది. రవి ఇంట్లో వారి గురించి ముందు నుంచీ చెబుతుండటంతో ఈ వాతావరణమే కొత్త అనిపించడం లేదు. ఇది తన కుటుంబం అనే భావన మరింత తొందరగా కలిసేటట్లు చేసింది. సీతారామరాజు ఆనందానికి అవధులు లేవు. ఉత్సాహంగా ఉల్లాసంగా వాళ్లతో గడపడం ఇంట్లో వారందరికీ సంతోష పెట్టింది.

అప్పుడే మురళి వచ్చాడు. ఆ సమయంలో ఎప్పుడూ రాడు. రవి ముఖం ఇంత చేసుకుని మురళిని ఆహ్వానించాడు. స్నేహ వాత్సల్యంతో పలకరించాడు.

అరగంట గడిచింది. రాజకీయాలు మాట్లాడుకున్నారు.

ఉన్నట్టుండి మురళి లేచి సీతారామరాజు పాదాలకు నమస్కరించాడు. ఇదేంటి కొత్తగా అనుకున్నాడు సీతారామరాజు. మనసులో ఏవో ఆలోచనలు...తదేకంగా మురళినే చూస్తున్నాడు.

"పెండ్లి చేసుకోవాలనుకుంటున్నాను. మీ ఆశిస్సులు కావాలి. పెద్దవారు... ఇన్నాళ్లూ మీరు ఎంతో ఆత్మీయంగా నన్ను మీ కుటుంబం లోని వ్యక్తిలా చూశారు" చేతులు జోడించి అన్నాడు మురళి.

"శుభం. అలా కూర్చో... మురళీ"

"మీరిన్నాళ్లూ పెండ్లి ఎందుకు చేసుకోలేదు? మీ వయసు ఎంత?" రవి అడిగాడు. ఏదైనా కారణమంటూ ఉంటే తండ్రి ఎదుట చెప్పించాలనే ఉద్దేశంతో అడిగిన ప్రశ్న.

"దాని గురించి మావయ్య గారికి కొంత వరకు తెలిసే ఉంటుంది" అని ఆగాడు. సీతారామరాజు ఉలిక్కిపడ్డాడు. 'మావయ్య గారు' సంబోధన ఎవరి గురించి అంటున్నాడు. మురళి భావం ఏమిటి? ఏం చెప్పబోతున్నాడు? అయినా మౌనంగా ఉండిపోయాడు.

"నాకు ముప్పై తొమ్మిదేళ్లు. ఇంట్లో వాళ్లు ఎంత బలవంతం చేసినా పెళ్లి చేసుకోడానికి ఇష్టపడలేదు. ఆస్తికైతే లోటు లేదు. వారసత్వంగా వచ్చిన భూమి ఉంది. అమ్మైతే బెంగ పెట్టుకుంది. ఇన్నాళ్లూ దాట వేస్తూ వచ్చాను. పెండ్లికి అంగీకరించడానికి ఒక కారణం ఉంది. మీకు అది చెబితే విచిత్రం అనిపించొచ్చు. కానీ, నిజం" మురళి అన్నాడు. తండ్రీ కొడుకుల్ని పరిశీలనగా చూశాడు. అంతలో బిన్నా వచ్చి దగ్గరగా నిలబడింది.

"మేం ఇద్దరన్నదమ్ములం. మా మేనమావ పోవడంతో ఈ సీజన్ రొయ్యల చెరువులకు సాయపడటానికి ఈ ఊరొచ్చాను. మా అన్నయ్య పెళ్లి చేసుకుని ఎన్నో బాధలు పడ్డాడు. పెళ్లైన సంవత్సరం అవ్వకుండానే గొడవలు ప్రారంభమయ్యాయి. వదినకు మాట పట్టింపు, అహంకారం ఎక్కువ. వాళ్లిద్దరూ విడాకులు పొందే వరకు మా కుటుంబం ఎంతో మానసిక క్షోభ అనుభవించింది. సెటిల్‌మెంటు చాలా ఘోరంగా జరిగింది. నగలు, నగదూ కాకుండా ఆ సంవత్సరంలో ఆమె పేరిట కొన్న పది ఎకరాలు తనే తీసుకొంది. అది తనదే అంది ఆవిడ. పోనీలే...

ఆవిడ శని వదలడమే ముఖ్యం అనుకున్నారు మావాళ్లు. బంధాన్ని ఆర్థిక సంబంధం గానే భావించిందావిడ. పీడ వదిలిందనుకుని సరిపెట్టుకున్నారు. నేను మాత్రం సర్దుకోలేకపోయాను. ఇంత ఘోరంగా మనుషులుంటారా అని నిత్యం బాధ కలిగేది. పెళ్లి చేసుకోకూడదని వదిన మీద కోపంతో నిర్ణయించుకున్నాను. చిన్న చిన్న సంఘటనలకే విడిపోతున్న జంటల్ని చూసి మరింత గట్టిగా నిశ్చయించుకున్నాను. చుట్టూ జరుగుతున్న అనేక సంఘటనలు నా నిర్ణయాన్ని బలపరచాయి" చెప్పడం ఆపాడు. మావయ్య అని సంబోధించినపుడు ఉలిక్కిపడ్డా మురళి వయసు వినగానే కుదుటపడ్డాడు సీతారామరాజు.

"మీ నాన్నగారు అనారోగ్య సమయంలో అమ్మాజీ ఓర్పు, ప్రవర్తన చూశాను. మీరంగీకరిస్తే అమ్మాజీని పెళ్లి చేసుకోవాలనుకుంటున్నాను. లేకపోతే జీవితాంతం పెళ్లి చేసుకోకూడదని అనుకున్నాను" తల కిందకు వంచి సూటిగా అడిగేశాడు. బిన్నా అసంకల్పితంగా చప్పట్లు కొట్టింది. సీతారామరాజు కోపంగా చూశాడు. బిన్నా గతుక్కుమంది. తన తప్పు తెలుసుకుంది.

"అదేంటి, మురళీ?... అకస్మాత్తుగా బాంబు పేల్చావ్. అయినా గానీ ఇది కుదరదుకదా నీ కన్నా అమ్మాజీ సంవత్సరం ఆరు మాసాలు పెద్దది. వరహీనం అంటారు కదా. నీవు తెలివి ఉండే మాట్లాడుతున్నావా? నేనెలా ఒప్పుకుంటాననుకున్నావ్? చనువిచ్చినందుకు నీ ఇష్టం వచ్చినట్లు మాట్లాడటం సబబు కాదు. మరెప్పుడూ ఈ ప్రసక్తి తీసుకురాకు" అని తీవ్రమైన కోపంతో అన్నాడు సీతారామరాజు. కుర్చీ లోంచి లేచాడు. లోపలకు వెళ్లడానికి సిద్ధమయ్యాడు.

మురళి అవాక్కయ్యాడు. రవి నచ్చ చెప్పడానికి ప్రయత్నించాడు. బిన్నా తన మావగారు మూర్ఖంగా ఆలోచిస్తున్నారని అనుకుంది. తను కూడా కలుగజేసుకుని మాట్లాడేంత పరిచయం లేదని గ్రహించి మిన్నకుండిపోయింది.

"చెయ్యాలనుకుంటే ఇన్నాళ్లెందుకు? అనేకమంది కదిపారు. ఇది కూడదనే కదా మానేశాను. అదీ కాకుండా వయసు తేడా..." గట్టిగా అంటూ గబగబా అడుగులేసి గదిలోకి వెళ్లి తలుపులేసుకున్నాడు.

మురళి వెంటనే ఏమీ మాట్లాడలేకపోయాడు.

"మళ్లీ సాయంత్రం వస్తాను. అమ్మాజీతో మాట్లాడి ఇద్దరూ ఇష్టం పడింతర్వాతే మీ ముందు ఉంచాను. ఆ విషయం ఆయనకు చెప్పండి. ఇంత దాక వచ్చాక..."

గట్టిగానే అన్నాడు మురళి. ఈ మాట లోపలికి వెళ్లి పోయిన సీతారామరాజు చెవిలో పడింది.

సీతారామరాజు నాలుగు గంటల వరకు గది నుండి బయటకు రాలేదు. అప్పుడు కూడా తలుపు కొట్టింతర్వాత తీశాడు. ఆయన కళ్లు చింత నిప్పుల్లా ఎర్రగా ఉన్నాయి. తన ఆలోచనలకు విరుద్ధమైనదేదో జరిగిపోతుందేమోనని ఆందోళన ఫలితం ఇది.

రవి, బిన్నా మళ్లీ ఇదే ప్రస్తావన తీసుకొచ్చారు. బిన్నా అయితే ధైర్యంగా సావధానంగా చెప్పింది. వయసు అభ్యంతరం అనుకుంటే తనకు తెలిసిన పురాణ పురుషులు, క్రీడాకారులు పేర్లు ఉదహరించింది. ఎంతో అనుభవిజ్ఞురాలిలా చక్కగా చెప్పడానికి వెనుకాడలేదు.

సీతారామరాజు రవినో మురళినో అన్నట్టుగా బిన్నాను అనలేకపోతున్నాడు. ఒక్కరోజులోనే ఆమె పట్ల ఎంతో ప్రేమ చూపెడుతున్నాడు.

అమ్మాజీని పిలిచి తండ్రి ఎదుట అభిప్రాయం అడిగింది బిన్నా. అమ్మాజీ చాలాసేపు మౌనంగా ఉండిపోయింది. సీతారామరాజు ఆమె వైపే చూస్తున్నాడు.

చివరకు ఒక మాట అంది– “అంతా బావజీ ఇష్టం. నాదేం లేదు. నాకేమీ కోరికలూ ఆశలూ లేవు. నేనేమీ చెప్పలేను. మురళి బాగానే మాట్లాడతారు. అంత వరకే తెలుసు” ఈ మాట చెప్పి లోపలికి వెళ్లిపోయింది.

“మావయ్య గారూ...పెద్దవారు...అన్నీ తెలిసినవారు మీరే ఆలోచించండి. స్థిరైన నిర్ణయం తీసుకోండి. ఒక నష్టాన్ని పూరించుకునే అవకాశం వచ్చిందనుకుంటున్నాను” బిన్నా గద్గద స్వరంతో కళ్ల నీళ్లు పెట్టుకుని అంది. మధ్య మధ్యలో ఇంగ్లీషు ఉపయోగించినా సారాంశం ఇదే. రవి సంభాషణలో కలగజేసుకోలేదు.

“మేం వారం రోజులు మాత్రం ఉంటాం. మీరూ... చెల్లి... వారం తర్వాత మాతో వస్తున్నారు... వంకలు పెట్టకుండా రండి. పిల్లలు కూడా మిమ్మల్ని వదిలిపెట్టడం లేదు” రవి అన్నాడు తండ్రితో.

“నేను రాను... చెల్లి వస్తే తీసుకెళ్లు” సీతారామరాజు ముభావంగా అన్నాడు.

సాయంత్రం మురళి, చంటి, రాజబాబు వచ్చారు. రవి హుషారుగా వాళ్లని పలకరించాడు. రాజకీయాలు, ఈశాన్య రాష్ట్రాల గురించి మాట్లాడుకున్నారు. కొన్ని

సంవత్సరాలు అక్కడే ఉండాలని ఇప్పట్లో ఆంధ్ర రాలేనని చెప్పాడు రవి. సీతారామరాజు నిర్లిప్తంగా ఉండిపోయాడు. పొగాకు ఫారాల మీద నీళ్లు చిలకరించుకుంటూ మాటలు వినడానికే పరిమితయ్యాడు.

మురళి దగ్గరగా వెళ్లాడు. తలెత్తి చూశాడు. మాట్లాడలేదు. సట్ట లోంచి మరికొంత పొగాకు తీసుకున్నాడు.

"మీరు ఎప్పట్లాగే ఉండండి. అదే పనిగా ఆలోచనలు వద్దు. వచ్చే వారం మా ఊరు వెళ్లిపోతున్నాను. అక్కడ కూడా కొన్ని పనులున్నాయి" అని చెప్పాడు మురళి. తనను కాదన్నట్టుగా విన్నాడు.

చంటి, రాజబాబు ఇద్దరూ రవితో కులాసా కబుర్లు చెప్పుకుంటున్నారు. నేపాల్ విశేషాలు తెలుసుకుంటున్నారు. అన్యాపదేశంగా అమ్మాజీ పెళ్లి ప్రస్తావన చేస్తున్నారు. రవి మాత్రం ఏం చేయగలడు?

"అవకాశం వచ్చినపుడు అంది పుచ్చుకోవడం తెలివైన పని. నేటికాలానికి అనుగుణంగా నడుచుకోవాలి. హద్దులు గీసుకుని కూర్చుంటే ఎలా? మొండి పట్టుదల అన్నివేళలా కుదరదు. ఒకోసారి పెద్దరికాలు నిలబడని పరిస్థితులొస్తాయి. అక్కడి దాక తెచ్చుకోకూడదు" చంటి, రాజబాబుల మాటల ధోరణి ఇది.

మురళి సైగ చేస్తున్నా వినిపించుకోకుండా వారి అభిప్రాయాలు చెప్పేసుకుంటున్నారు. రవి వింటున్నాడు. మధ్యలో టీ వచ్చింది. తాగారు.

గంట తర్వాత ముగ్గురూ వెళ్లిపోయారు.

బిన్నా భలే చిత్రమైనది. విషయాన్ని వదలలేదు. బతిమాలింది. ప్రాధేయపడింది. నచ్చ చెప్పడానికి శతవిధాల ప్రయత్నించింది. సీతారామరాజు తన పట్టు విడవలేదు. అంగీకారం తెలపలేదు. బిన్నాలా ధైర్యంగా తండ్రితో రవి చెప్పలేకపోతున్నాడు.

ఆ రాత్రి సీతారామరాజు ఎదుట బిన్నా ఏడ్చింది. చేతులు జోడించింది.

"మన చుట్టూ సమాజం ఉంది. మాకూ కొన్ని ఆచారాలూ సాంప్రదాయాలూ ఉన్నాయి. వాటిని అధిగమించడం అంత సులువు కాదని తెలుసు. మీరు దీని గురించి మాట్లాడకుండా ఉంటే గౌరవంగా ఉంటుంది" మళ్లీ మళ్లీ ఈ ప్రస్తావన తీసుకు రావద్దని సీతారామరాజు తెగేసి చెప్పేశాడు.

చాలా నెలల్నుంచి అమ్మాజీతో ఫోను ద్వారా మాట్లాడుతున్న సంగతి చెప్పారు రవి, బిన్నా. ఇక్కడి విషయాలన్నీ తెలుసనీ మురళి గురించి కూడా విన్నామని చెప్పారు. సీతారామరాజు నిర్ఘాంతపోయాడు. అందరూ ఒక్కటై పోయారనుకున్నాడు.

సరిగ్గా అపుడే ఒక విషాదవార్త తెలిసింది. ఉపాధ్యాయుడుగా పనిచేసిన బంధువు గుండెపోటుతో మరణించారు. అసలు ఏ విధమైన అనారోగ్య లక్షణాలు లేవు ఆయనకు. రెండు గంటల ముందు ఆయన ఆధ్యాత్మిక ప్రసంగం బాపతు కరపత్రం పట్టుకొచ్చి ఇచ్చాడు కూడా. అంతలోనే ఈ కబురు.

“అదేమిటీ? గుండ్రాయిలా చలాకీగా తిరుగుతూ ఉండేవాడు. మనల్ని కలిసి వెళ్లాడు. హుషారుగా అవీ ఇవీ చెప్పాడు. అతను పోవడమేంటీ? ” సీతారామరాజు ఆశ్చర్యపోయాడు. విషణ్ణ వదనంతో కూలబడిపోయాడు. ఎవరికీ హాని తలపెట్టని మంచిగా అందరితో ఉండే ఆయన తలపులు బాధ కలిగించాయి.

“మనిషి జీవితం ఏముంది? మరణించడమంటే టప్‌మని బుడగ పేలినట్లు పేలడమేనా. ప్రాణం గుటుక్కుమనగానే శ్మశానానికి తొందర చేస్తారు. ఏముంది? అన్ని బంధాల్ని ఉన్నదున్నట్టు విడిచిపెట్టి పోవడమే...” సీతారామరాజు నిర్వేదంగా కళ్లు తుడుచుకుంటూ అన్నాడు. వైరాగ్య భావనేదో ఆయన్ని చుట్టుముట్టింది.

చాలాసేపు అలాగే ఉండిపోయారు. పడుకోడానికి గదుల్లోకి ఆలస్యంగా వెళ్లారు.

అర్ధరాత్రి దాటింది. కలతనిద్ర లోంచి ఉలిక్కిపడి సీతారామరాజు లేచాడు. మాష్టారి చావు అనేక ఆలోచనల్ని మోసుకొచ్చి కుదుపుతోంది. ఒకరకమైన ఆందోళన... భయం... నిస్సత్తువ ఆవహించింది. లేచి అటూ ఇటూ తిరిగాడు. బయటకు వచ్చాడు. నిండు చంద్రుడు. పున్నమి వెన్నెల. చప్టా తెల్లని తెలుపుతో మెరిసిపోతోంది. కొత్త గ్లాస్కో పంచె ఆరబెట్టినట్లుంది.

రవిని లేపాడు. బిన్నాను కూడా రమ్మన్నాడు. ఎర్రటి కళ్లు...అలసిన దేహం... స్పష్టంగా కనిపిస్తోంది.

“నాకెందుకో గుండెలో అలజడిగా ఉంది. వణుకుగా ఉంది. బాధ మెలిపెడుతోంది. ఏం చేయాలో తెలియని అవస్థ. దిక్కు తోచడం లేదు. మిమ్మల్నందర్నీ కష్టపెట్టి మీ మాట కాదని నేను బావుకునేది ఏం లేదు. అది సబబు అనిపించడం లేదు. ఏ క్షణంలో నైనా గుటుక్కుమనడం తప్పదు. పొద్దున్నే

మురళిని పిలిచి మాట్లాడండి. మురళి చాలా మంచివాడు. దగ్గరగా చూశాను. నాకు ఒంట్లో బాగోలేకపోతే వెంటనే వచ్చి కాపాడాడు. తెలివైనవాడు. ఏ వ్యసనం లేనివాడు. కోరి వచ్చాడు. అమ్మాజీని బాగా చూసుకుంటాడు. వయసు పట్టించుకోదగింది కాదు. పెళ్లి తొందరగా జరిగిపోవాలి. అపుడే నాకు నిశ్చింత...” వాళ్ల ముఖాల కేసి చూశాడు. మతాబుల్లా వెలుగుతున్నారు. కొండంత బరువు దించుకున్నట్టున్నారు. వెంటనే అమ్మాజీ పడుకున్న గది వైపుకు పరుగెట్టారు.

మర్నాడు -

శనివారం. అన్ని పనులూ చకచకా జరిగిపోయాయి.

మురళి, చంటి వచ్చారు. మరో అరగంటకు రాజబాబు వచ్చాడు. మురళి చిన మేనమావకు కబురు పంపారు. మురళి తల్లిదండ్రులతో మాట్లాడారు. వాళ్లకు అన్ని వివరాలు తెలియజేశారు. వాళ్లకు కావాల్సింది ఒకటే- మురళి పెళ్లికి ఒప్పుకోవడం. అంతే చాలు. మిగిలిన విషయాలు అప్రస్తుతాలు. మురళి అన్నయ్య దూరంగా ఒరిస్సా ప్రాంతంలో చెరువులు చూస్తున్నాడు. అతనికీ చెప్పారు. అంతా సంతోషంగా ఉన్నారు.

బిన్నాకు చాలా సంతోషం కలిగింది. తను నమ్మే కృష్ణుడ్ని ప్రార్థించింది. కృతజ్ఞతలు చెప్పుకుంది. అమ్మాజీ కొత్త జీవితానికి సిద్ధపడుతున్నట్టు ఆమె ముఖమే చెబుతోంది. గతం జ్ఞాపకాలు ఆమె మదిలో లేవు.

రవి అందర్నీ ఆదివారం విందుకు ఆహ్వానించాడు తండ్రి సలహాతో. సీతారామరాజు ఆవేళ చేసే వంటకాలన్నీ చికెనుకు సంబంధించినవే ఉండాలని మరే ఇతర మాంసాహారం వద్దని చెప్పాడు. కోడిపుంజుల వల్లే మురళి పరిచయం అయ్యాడని గత కొద్ది రోజులుగా కోళ్ల స్మరణే చేస్తున్నామని ఇంట్లో అందరికీ చెప్పి ఒప్పించాడు.

పిలవ వలసిన వాళ్ల జాబితా తక్కువగానే ఉండాలనుకున్నారు గానీ చివరకు ముప్పై మంది వరకు తేలారు. అందరికీ పిలుపు అందించారు. మురళి ఊరు నుంచి వచ్చే అరడజనుతో కలిపే ఈ సంఖ్య.

ఆకాశంలో మేఘాలు చెదురుమదురుగా ఉన్నాయి. అవి కోడిపుంజుల ఆకారంలో కనిపిస్తున్నాయి.

❖❖❖

మూలయ్య మామూలోడు కాదు. పాలేరుగా మూలిగాడు అని పిలుస్తారు. ఒక వ్యక్తికి చేసే పనిని బట్టి ఆర్థిక స్తోమతు బట్టి పిలుపులు ఉంటాయి. ఇపుడు మారుతున్నాయి. ఎరుక కలుగుతోంది. మర్యాదలు ఇచ్చి పుచ్చుకోడాలుంటున్నాయి. కాలం తెచ్చిన మార్పు. అంతే కదా... అంతే కదా....

ఓయ్... మూలయ్యా... ముప్పై ఏళ్లుగా ఆ ఇంటికే ఆ కమతానికే అంటిపెట్టుకున్న స్వామి భక్తిపరాయుణుడా... చెరువులో చేతికి చిక్కిన చేపను గట్టు మీదకొస్తూ గింజుకుంటున్నదనీ కోపమొచ్చి మళ్లీ నీళ్ల లోకి విసిరి కొట్టడమేంట్రా?... అరే... గభాలున అమాంతం చెరువు లోకి దూకి ... ఇందాక... విసిరిన చేపనే మళ్లా ఎలా దొరకపుచ్చుకున్నావ్...అదీ నేర్పరితనమంటే... ఇపుడీ ముసలి వయసులో ఆ పరుగులేంటీ? ఆ తత్తరపాటేంటీ? ఏమైంది... ఏమైందీ... నీకొక లెక్కా.. గమ్మున పట్టుకో.... ఊపిరి కాస్త జాగ్రత్త...

రామ్, లక్ష్మణ్ లతో ఆ మురిసిపోవడమేంటి? ఆ పిల్లగాళ్ల హుషారేంటీ? కొత్త బిచ్చగాడు అలుపెరగడన్నట్టు... వాడికి అబ ఎక్కువన్నట్టు తెలవారగానే కోళ్ల గూడు దగ్గర తచ్చాడటమేంటీ? నీవు ఆలస్యంగా రావడమేంటీ? పోనీ తచ్చాడారు పో... గూటిలోని పెట్టల్ని పుంజు ఒరుగుల్ని వదిలేయడమేంటీ? పండుగ లాంటి ఈరోజున ఇపుడు ఒగురుస్తూ ... ఆయాసపడుతూ... వాటి వెంబడి పరుగులేంటీ? తలుచుకుంటే చటుక్కున పట్టలేవా? ఏయ్... దొంగా... పిల్లలు లేని నీకు పిల్లల కేరింతలు కావాలి నీకు... అంతేనా?

నాటుకోళ్లను పట్టుకోవడం ఓ ఆటగా మారిపోయింది. ఏరి ఏరి నల్లపెట్టనీ గుడ్లు పెట్టని తెల్లపెట్టనీ గుడ్డి కోడిపుంజునీ పట్టుకోమని కామందు ఆన... మరి ఏంటి చేత్తాం? దూకడమే... ఈదడమే... ముందుకు...

బొబ్బొబో... బొబ్బొబో... మూలయ్య వెంటపడితే.. ఆ మాట తీరుకు పిల్లగాళ్లు సంబరపడి వాళ్లూ అనుకరిస్తూ... బొబ్బొబో... బొబ్బొబో... బొబ్బొబో...

వాడెందుకు పరుగెడుతున్నాడో వీళ్లకు తెలీదు... అదో సరదా... ముచ్చట....

నల్లపెట్ట... దాని జిమ్మడ... పిడకల గూడెక్కింది. అన్నింటినీ ఒకేసారి తరిమితే ఒక్కటే ఎలా దొరుకుతుందిరా... అమాయకుడా... వాడంతే... చెప్పింది చేయడం తప్ప... తోచదు... సొంత నిర్ణయం ఎప్పుడూ చేయకుండానే సంవత్సరాలు దొర్లిపోయాయి... నీటిలో చేపను తిరిగి పట్టుకోవడం కాదు ప్రాణభయంతో

పరుగుపెట్టే జీవాన్ని అందుకోవడం... నీకెలా చెప్పాలి?

చుట్టాలొచ్చినపుడే కాదు మనసు పడినపుడు ముసురు కమ్మినపుడు తప్పదు వాడికీ రేసు పందెం.

రామ్, లక్ష్మణ్ అల్లరి... ఆటకు చేతికి చిక్కేది కూడా జారుకుంటోంది. చిక్కకపోతేనే వాళ్లకు ఆనందం... పరమానందం... అమ్మయ్య... మూలయ్య నల్లపెట్టను పట్టేశాడు, ఉడుంను పట్టినట్లు... నీటిలో చేపను పట్టినట్టు...

కాళ్లు గట్టిగా బిగించి గుంజకు కట్టేశాడు. మళ్లీ పరుగుల వేట. పిడకల గూడు మీంచి తెల్లపెట్ట అంచెలంచెలుగా ఎగురుతూ విడిగా దూరంగా కట్టిన బాత్‌రూం పైకి దూకింది. దూకుతోంది...ప్రాణాలు దక్కించుకుందామనే యావ... వదులుతాడనే... విడిచిపెడతాడనే... ఉహూ... సమస్యే లేదు... నోటి లోంచి మాట రాదు గానీ...

అరుపులు, కేకలు... విని సీతారామరాజు ఒకసారి వచ్చాడు. వాళ్ల సందడి గమనించి నవ్వుకుంటూ వెనక్కి వెళ్లిపోయాడు. బిన్నా చూసింది. పిల్లల్ని రెక్క పట్టుకుని తీసుకుపోవడానికి ప్రయత్నిస్తే పిడుగులు ఊరుకుంటారా? కదులుతారా? కొత్తొక వింత... ఆటవిడుపు... విరామ వేడుక... రామ్, లక్ష్మణ్‌ల తీరు.

తెల్లపెట్ట రెక్కల్ని వేగంగా ఊపుకుంటూ కొక్కో.. కొక్కో... ఒకటే రొద చేస్తూ పరుగులు దీస్తోంది. భయంతో వణుకుతోంది... కంగారుగా... ఆందోళనగా... దుముకుతోంది. చిక్కితే జరిగేదేమిటో... తెలిసిపోయినట్లుంది. ప్రాణసంకటం... మూలయ్య చెలగాటం... దాన్ని అలా వదిలేసి నల్లపెట్ట వెంట పడ్డాడు... ఆదమరుపుగా వుందేమో... ఇట్టే దొరికేసింది. వెర్రిముండ... మరొకటి దొరికింది... ఆవేళ్టికి తెల్లపెట్ట ఊపిరి నిలబడినట్లే...

రామ్, లక్ష్మణ్‌లు మూలయ్య వెంటే ఉన్నారు. వాడు ఇష్టపడ్డాడు పిల్లగాళ్ల హుషారు చూసి. ఇంత దగ్గరగా వెంటబడి...పరుగులు పెట్టించి పట్టుకోవడం వాళ్లెపుడూ చూడలేదు. ఇంట్లో వాళ్లు పిలుస్తున్నా వినలేదు. మూలయ్యను విడిచిపెట్టలేదు. ఆ చోటు విడవలేదు. కొత్త చోటులో కొత్త అనుభవం...

మూలయ్య ముందుగా పుంజును తీసుకున్నాడు. గింజుకుంటోంది. పారిపోవడానికి చూస్తోంది. రెండు కాళ్ల మధ్య పుంజును ఇరికించుకుని పీక కోద్దామని అనుకున్నాడు. ఈలోపులో పందుగాడొచ్చాడు. ఇక్కడేదో జరుగుతోందని

చూసి వచ్చాడు.

మూలయ్య వాడ్ని దగ్గరకు రమ్మని పిలిచి రెక్కలు,కాళ్లు పట్టుకోమని పురమాయించాడు. చటుక్కున కనురెప్పలు మూసేంతసేపట్లో దాని పీక కోసేశాడు. కోసిన వెంటనే దూరంగా విసిరేశాడు. అది పైకీ కిందకీ కొట్టుకుంటోంది. మూడు నిమిషాల్లో కదలకుండా ఉండిపోయింది. రామ్, లక్ష్మణ్‌లు నోరెళ్లబెట్టి చూస్తున్నారు. చూడలేక రామ్ కళ్లు మూసుకున్నాడు. లక్ష్మణ్ దొంగచూపులు చూస్తున్నాడు. పిల్లల్ని చూసి పందుగాడు నవ్వుతున్నాడు. వాడికి ఆనందంగానే ఉంది, ఒక మహత్కార్యంలో తనూ భాగస్వామి అయినందుకు.

రెండో కోడిని తీసుకొచ్చాడు. రామ్ ఇంట్లోకి పరుగెట్టాడు. లక్ష్మణ్ మాత్రం ధైర్యంగా ఉన్నాడు. అంతలోనే రామ్ ధైర్యం కూడగట్టుకున్నాడేమో వచ్చేశాడు. అయితే భయం భయంగా దూరంగా నిలబడి చూస్తున్నాడు.

మూలయ్య అదే తంతుగా మిగిలిన కోళ్ల పని కానిచ్చాడు. చేతిలో ఉన్న కత్తిని నీళ్లలో శుభ్రంగా కడిగేశాడు. ఖాండ్రించి ఉమ్మేశాడు. ఆ మూడింటిని ఒక గుట్టగా పడేశాడు. సీతారామరాజు వచ్చాడు. చాలవేమోనని మరో కోడిని కూడా సరుకు చేయమన్నాడు.

అలాగే అని గుట్టు చప్పుడు కాకుండా పెద్దగా హైరానా పడకుండా మరో దాన్ని పట్టేసుకున్నాడు. పుంజు సరే...మిగిలిన పెట్టలు ఇంకా గుడ్లు పెట్టనివే. ఆ పారులో ఉన్నవే రుచిగా ఉంటాయి. బాగా ముదిరిన కోడైతే బబుల్‌గమ్‌లా నమలాలి.

కత్తిపీట తెచ్చుకున్నాడు. కత్తిని సానరాయి మీద నూరి సిద్ధం చేసిందే. పళ్లేలు పిల్లగాళ్లే మాంసం

ఉంచడానికి తీసుకొచ్చారు. సాధారణంగా ఊళ్లోవాళ్లు కోడిని కోయాల్సి వస్తే అమ్మోరు గుడి దగ్గరకెళ్లి అమ్మవారి ఎదురుగా రక్తతర్పణం చేసేవారు, భక్తి ముక్తి రక్తి కలిసేలా. ఇప్పుడు అదేం లేదు. ఇప్పటికీ కొన్ని కుటుంబాల వారు అలాగే చేస్తారు. వాళ్లు అది కుటుంబ ఆచారంగా అనుకుంటారు.

దొడ్లో చింతచెట్టు కిందకు కోళ్లను తీసుకెళ్లాడు మూలయ్య. ఒకదాన్ని తీసుకుని ఈకలు పీకడం మొదలెట్టాడు. శ్రద్ధగా చేస్తున్నాడు. కడుపు కింద నెమ్మదిగా పీకాలి. లేకపోతే చర్మం ఊడిపోతుంది. అది అయ్యాక వీపు మీదవి ఈకల్ని లాగుతున్నాడు.

పిల్లలిద్దరూ ఉత్సుకతతో చూస్తున్నారు. వాళ్లూ ఈ పని చేయడానికి చేతులు చాపారు. మూలయ్య ఒప్పుకోలేదు. చాలా జాగ్రత్తగా వాటి ఈకల్ని తీసేస్తే బోడిగుండులా కనిపిస్తున్నాయి. చలనం లేకుండా మాంసం ముద్దలా ఉన్నాయి.

చిదుగులు, ఎండు కొబ్బరాకులు, పిడకలు తెచ్చాడు. అగ్గిపుల్ల వెలిగించి మంట పెట్టాడు. కోడిని చుట్టూ తిప్పుతూ వీపునీ కడుపునీ రెక్కల్నీ కాళ్లనూ దోరగా కాల్చాడు. అపుడు ఒకరకమైన కమురు వాసన... కొన్ని చోట్ల నూనెలా కారుతోంది. ఆఖరుగా మొండెం పట్టుకుని కాళ్లను మంటలో సెగ తగిలేలా నిలబెట్టాడు. కాళ్ల పలచటి తోలు ఉబ్బుతోంది. తర్వాత దాన్ని లాగేస్తే సులువుగా వచ్చేసింది. అక్కడక్కడ చిన్న చిన్న ఈకల మోడుల్ని గోరుతో గీకాడు. ఈ పనంతా చాదస్తంగా చేశాడు. అలవాటుగా చేశాడు. నిజానికి ఇంటి బట్టలుతికే సూరీడు చేసే పని ఇది. వాడు ఊళ్లో లేడు.

ఇంత పసుపు తీసుకుని కోడికి పట్టించాడు. పిల్లల చేత నీళ్లు పోయించుకుని శుభ్రంగా కడిగేశాడు. నిగనిగలాడుతూ కనిపిస్తున్నాయి. అన్నీ అలాగే చేసి పూర్తిచేశాడు.

కత్తిపీట ముందేసుకుని కూర్చున్నాడు. పిల్లలతో ఎటకారపు మాటలు మాట్లాడాడు. వాళ్లను నవ్వించాడు. అమ్మాజీని పిలిచాడు. అమ్మాజీతో బాటు బిన్నా కూడా వచ్చింది. కోసే ముక్కల సైజు అడిగాడు. ఇద్దరూ చెప్పారు. ముందుగా రెక్కలు కీలు దగ్గర కోసి కిందకి బలంగా గుంజాడు. రెండు రెక్కల్ని విరిచి కత్తిపీట మీద వాటిని వాటంగా కోశాడు. అలాగే కాళ్లను కూడా కత్తితో నరికాడు. అపుడు రెక్కలు, కాళ్లు లేని కోడిగుడ్డు ఆకారంలో కనిపించాయి. మూలయ్య తదేకంగా చేస్తున్న పనిని పిల్లలిద్దరూ చూస్తున్నారు. లక్ష్మణ్ ముందులో భయపడ్డాడు. ఇపుడు కాసింత అలవాటు పడ్డాడు. వినోదంగా చూస్తున్నాడు.

మూలయ్య తన రెండు చేతులతో చప్పట్లు కొట్టినట్లు చప్పుడు చేసి రామ్, లక్ష్మణ్‌ల కేసి చూసి నవ్వాడు.

మెడ కింద కోసి వేలు లోపలికి జొనిపి తిత్తులు బయటకు లాగాడు. ఆ తిత్తుల నిండా ధాన్యం గింజలున్నాయి. శుభ్రంగా కడిగాడు. కడుపు చీల్చి పేగులు, కార్జం, కందెనకాయ బయటకు తీశాడు. ఇక్కడే కడు జాగ్రత్త వహించాలి. కార్జంకు అనుకుని చేదుకట్టు ఉంటుంది. నీలిరంగులో ఉంటుంది. దీన్ని సరిగా చూసుకోకుండా కూరలో వేస్తే అంతా చేదుమయం అయిపోతుంది. చేదుకట్టును

కోసి విసిరేశాడు. కందెనకాయను నిలువుగా కోసి దాని లోపల ఉండే పొరను ఊడబెరికాడు. ఆ పొరతో కసరు పోతుంది.

కార్జానికి కింద గుండ్రంగా ఎరుపు రంగులో నల్లెడ... అది కమ్మగా ఉంటుంది.

పెంటకుప్పల మీద ఆ పురుగూ ఈ పురుగూ తింటుందని పేగులు పారేస్తారు. అవి పాలేరు పట్టుకుపోతాడు. వాటితో కరకరలాడే వేపుడు చేసుకుంటారు. పెద్దయ్యగారు ముందే చెప్పారు, చర్మం కొంచెం పిసరు కూడా ఉండకూడదని. గోరుతో గట్టిగా పట్టుకుని శుభ్రంగా ఒలిచేశాడు.

మిగిలిన కోళ్లను కూడా ఈ మాదిరిగా చక్కగా శ్రద్ధగా చేసుకున్నాక నీళ్లతో కడిగేశాడు. ముక్కలు కొట్టేక కడిగితే రుచి తగ్గుతుంది. ముక్కుల్ని నరికి నాలుకలు ఊడబెరికి తలల్ని నిలువుగా రెండు ముక్కలుగా చేశాడు. రద్దును తీసుకెళ్లి దూరంగా పెంట మీద పారేశాడు. అమ్మాజీ, బిన్నా చెప్పినట్లు రకరకాలుగా ముక్కలు కొట్టాడు. వాళ్లను ఒకసారి వచ్చి చూసుకోమన్నాడు. మూలయ్య చేసిందాన్ని వాళ్లు మెచ్చుకున్నారు. మొత్తం మాంసాన్ని పళ్లెంలో పెట్టి అందజేశాడు.

తినడం వెనుక ఉండే శ్రమను పరిచయం చేయడానికే ఈ తతంగమంతా వివరంగా చెప్పడం. బజారుకెళ్లి నాటుకోడి కొనుక్కుని అక్కడే ఇరవయ్యో ముప్పైయ్యో ఇచ్చి సరుకు చేయించి తీసుకొచ్చేయచ్చు. కళ్ల ముందు ఇదంతా చెప్పడం ఒకోసారి చెడ్డ చేస్తుంది కూడా. మొత్తం చూసినవారు తినేటపుడు కడుపు లోంచి దేవుతూ తినలేని పరిస్థితి వచ్చినా రావచ్చు. కోడిని తరమడం పట్టుకోవడం దగ్గర్నుంచి కోయడం వరకు ప్రతి క్షణం... కదిలే జీవం మాంసం ముద్ద అయ్యేంత దాక చూడటం కలచివేస్తుంది. సున్నిత మనస్కులు ఇంట పెరిగిన కోళ్లనూ కళ్ల ముందు చంపి తినడానికి సంకోచిస్తారు. వికారం కలుగుతుంది.

❖❖❖

సీతారామరాజు చాలా సంతోషంగా ఉన్నాడు. ఆవేళ భోజనం లోకి కోడి తప్ప మరే మాంసాహారం వండొద్దని ఖచ్చితంగా చెప్పాడు.

దానికి కారణం ఉంది. గత కొద్ది రోజులుగా కోడిపందేలే సమస్తం అన్నట్టుగా గడిపాడు సీతారామరాజు. కోడిపుంజుల పెంపకం, జాతులు, రకాలు దగ్గర్నుంచి పందేల వరకు ఒకే ధారగా మాట్లాడుకున్నారు. ఆ క్షణాలన్నీ అదే లోకంగా సకల విషయాలు చర్చించారు. అందులో భాగంగానే మురళి వంటి మంచి కుర్రాడు

పరిచయం అయ్యాడు. అతనికి కోడిపందేల గురించి తెలుసుకోవాలని ఉంది తప్ప పందేల్లో పాల్గొనాలనే వ్యామోహం లేదు. మరే ఇతర వ్యసనాలు లేవు.

సీతారామరాజు ఖచ్చితమైన అభిప్రాయాలు కలిగి ఉన్న వ్యక్తి. కోడిపందేల వల్ల కష్టించి సంపాదించుకున్న సొమ్ము కోల్పోవడం పట్ల ఆవేదన ఉంది. కోడిపందేలు మాఫియా చేతుల్లోకి వెళ్లడం పట్ల బాధ ఉంది. బడుగు బలహీన వర్గాలు ఆ మోజులో కోట్లాది రూపాయిలు పోగొట్టుకోవడం గురించి తీవ్రంగా మానసిక వ్యథ పొందడం చూశాడు. కోడిని భోజ్య వస్తువుగానే తప్ప జూదానికి ఉపయోగించడం వల్ల చెప్పలేనంత అనర్థం కలుగుతుందని నమ్ముతున్నాడు.

మురళి పందేల గురించి ప్రత్యేకంగా ఎందుకు తెలుసుకోవాలనుకున్నాడో తెలీదు. ఎందుకో క్షణం క్షణం వాటి గురించే ఆలోచించాడు. అంతా విన్న తర్వాత కూడా మురళి తన మసను బయట పెట్టలేదు. అడగాలనుకున్నాడు సీతారామరాజు.

అతిథులు రావడానికి ఇంకా చాలా సమయం ఉంది. వంటగది విశేషాలు చూడాలనుకున్నాడు. అమ్మాజీ, బిన్నాలు చేయబోయే చికెను వంటకాలు గురించి అడిగి తెలుసుకోవాలనుకున్నాడు. వెళ్లాడు.

బిన్నా చేస్తున్నదేమిటో తెలియలేదు. అదే అడిగాడు.

“ఏం చేస్తున్నావమ్మా?...”

“జున్ను...” అంది మెత్తగా.

“జున్నా? వద్దొద్దు...ఈవేళంతా కోడే...మరోటి వండొద్దు. అయినా జున్ను పాలెక్కడివి?”

“ఈ జున్ను వేరే...మీ రూలుకు వ్యతిరేకంగా ఏమీ చేయడం లేదు” అంటూ తను చేస్తున్నదేమిటో వివరంగా చెప్పింది. కోడిగుడ్లను కొట్టి పచ్చసొనతో సహా పాలల్లో కలిపి చిలకరిస్తారు. ఆ తర్వాత సహజంగా ఉండే జున్ను లాగే బెల్లం, మిరియాలు, యాలకుల పొడి వేసి ఉడికిస్తే జున్ను తయారవుతుంది. ఇపుడు చేస్తుందదే” చెప్పింది బిన్నా.

“ఓ... అయితే భేష్... ఇంకా ఏం రకాలు వండుతున్నారు?”

“నేను నేపాలీ చికెను తర్కాలీ చేస్తున్నాను”

"అదెలాగా?" తెలుసుకోడానికి ఉత్సుకత చూపించాడు. సాయానికి వచ్చిన మరో ఇద్దరు మహిళలు ముసిముసిగా నవ్వుకుంటున్నారు.

నల్ల మిరియాలు, ఆవాలు, మెంతులు, దంచిన వెల్లుల్లి, అల్లం, జీలకర్ర పొడి, బిరియానీ ఆకు, కొత్తిమిర ఉపయోగించి చేసే చికిన్ తర్కాలీ గురించి చెప్పింది. తింటేనే రుచి తెలుస్తుంది. అంతవరకు వేచి చూడటమే. అందరకీ తప్పక నచ్చుతుందని చెప్పింది.

అమ్మాజీ– నాటుకోడి రాయలసీమ రకం పులుసు, గుడ్లశేరు కలిపిన పలుచని కర్రీ చేస్తున్నట్టు చెప్పింది.

ఇది యూట్యూబు ద్వారా తెలుసుకుని చేస్తున్నట్టుగా చెప్పింది.

ఏ రోజుకారోజు కొత్త కొత్త వంటకాలు చేయడానికి ప్రయోగాలు చేస్తున్నారు. తయారుచేసుకుని తినడానికి ఉత్సాహం చూపిస్తున్నారు. టీవీ, అంతర్జాలం ద్వారా అనేక వంటకాలు తయారు చేయడం గురించి ప్రత్యక్షంగా చెబుతున్నారు. ఒకరకంగా ఊదరగొడుతున్నారు. యువతరం కొత్తకొత్త రుచుల కోసం వెంపర్లాడతారని తెలుసు. సీతారామరాజు సంతృప్తిగా బయటకు వెళ్లిపోయాడు.

ముందుగా చంటి, రాజబాబు వచ్చారు. ఒక్కొక్కరు రావడం మొదలైంది. రవి హడావుడి పడుతున్నాడు.

పదిన్నరకల్లా రావాల్సిన వారంతా వచ్చేశారు. మురళి తల్లిదండ్రులు, బాబాయి, మేనత్త వచ్చారు. అన్నయ్య దూరంగా ఒరిస్సాలో ఉండటం వల్ల రాలేకపోయాడు.

చప్టా మీద టెంటు ఏర్పాటు చేశారు. కుర్చీల్లో ఆశీనులయ్యారు. పిచ్చాపాటీ కబుర్లలో పడ్డారు. ప్రస్తుతం నడుస్తున్న రాజకీయాల గురించి కొందరు మాట్లాడుకుంటున్నారు.

"కట్న కానుకలూ... ఇచ్చి పుచ్చుకునేవి ఏమైనా ఉన్నాయా? ఒకసారి అనుకుంటే బావుంటుందేమో చూడండి" అన్నాడు బంధువుల్లో ఒకడైన నరసింహరాజు. ఇరు పక్షాలు నిశ్శబ్దంగా ఉన్నా ఇలాంటి వాళ్లకు కాలక్షేపం కావాలి. పెద్దరికం ఆసరా చేసుకుని ఏదో రకంగా సమస్యలు రేపడానికి కెలుకుతుంటారు కొందరు.

"ఆ ప్రసక్తి ఇపుడు అక్కర్లేదు. మాట్లాడేదేమీ లేదు..." మురళి తండ్రి ఖచ్చితమైన

మాటగా చెప్పేశాడు.

రాజబాబు, చంటి ఊరికినే చేతులు ముడుచుకుని కూర్చుంటారా? కూర్చోరు. ఇద్దరూ చెరో కోడిపుంజునూ గాబుల్లోంచి తీసుకొచ్చారు. ఖాళీగా ఉన్న వాకిలి వద్ద రెండింటిని వదిలారు. సీతారామరాజు వద్దని వారించలేదు. పైగా ఆనందంగా మీసాలు తిప్పుకుంటూ చూస్తున్నాడు.

పుంజులు మూడు ఎగురులు ఎగిరాయి. ఈకలు రాలాయి. టప్‌మని శబ్దం వస్తోంది. అందులో ఒక పుంజు దూరంగా నిలబడి నేలబారున కెక్కరిస్తోంది. రెండోది మీద పడటానికి ఒకవేళ మీద పడితే ఎదుర్కోడానికి సిద్ధంగా ఉంది. అలాంటపుడు దూరంగా ఉన్న పుంజు పారిపోయే ప్రయత్నం చేస్తోంది. ఒక కొంటె కుర్రాడు పుంజులు మోగకుండా ఉండటాన్ని చూసి గాబు లోంచి జాతి పెట్టను తెచ్చి దాని ముందు వదిలాడు. అంతే–

అవకాశం దొరికింది కదా అని ఆ పుంజు పెట్ట వెంట పడింది. తరుముకుంటూ పెరట్లోకి పోయింది. అంతా గొల్లున నవ్వారు.

విందు మొదలైంది. బ్రహ్మాండంగా వంటలు కుదిరాయి. పదార్థాల్ని మెచ్చుకుంటూ తిన్నారు.

మధ్యాహ్నం మూడుగంటల వరకు ఉన్నారు. ఉల్లిపాయ పకోడీలు, టీలు అందించారు.

మురళి, అమ్మాజీలను ఒకచోట నిలబెట్టి పరిచయాలు చేసుకున్నారు. చిర పరిచితులుగా నవ్వులు చిందిస్తూ నిలబడ్డారు. జంట చూడ ముచ్చటగా ఉంది.

"మంచి పండితుని చేత ముహూర్తాలు పెట్టించి తెలియజేయండి. సాధ్యమైనంత తొందరలో పెళ్లికి ఏర్పాటు చేయండి" మురళి తండ్రి అన్నాడు, తన వాళ్లకేసి చూస్తూ.

"ముహూర్తాలూ జాతకాలూ చూసిన పెళ్లిల్లు కలకాలం ఉంటున్నాయా? విషాదంగా ముగియలేదా? ఇవన్నీ మన ఆత్మ సంతృప్తి కోసమే తప్ప మరేం కాదు" అని మనసులో అనుకున్నాడు సీతారామరాజు.

"ఇదిగో ఇపుడు ఈపళంగా దండలు మార్చేసుకుందామన్నా నేను సరే. నాకు అభ్యంతరం లేదు" కాబోయే వియ్యంకుడితో నవ్వుతూ అన్నాడు.

ఉపసంహారం:

రెండు పుంజుల అంతరంగం

అయ్.. మేం... గోదారోళ్లమండి... నోరులేనిజీవాలం. అలాగని మెత్తనోళ్లం కాదండి... రోసమున్నోళ్లమే. మమ్మల్నడ్డెట్టుకుని పరువూ పతిస్టలు తేల్చుకోడానికి పుట్టునోళ్లమండి... కాసులొడ్డి ఆడుకునే జూదమైపోనామండి.. మా గెలుపోటములే ఆళ్ల గీరతనాలండి... నాను ఇజీనారం నుండొచ్చానండి. నా పక్కనున్నోడు బీమారం నుండి వచ్చినోడు... మేమిద్దరం గోదారికి అద్దరీ ఇద్దరీ అన్నమాటండి... వాడు సంతకెళ్లి సేపలట్రమ్మంటే సింత సిగురట్టుకొచ్చి పులుసెట్టే రకం... ఎడ్డెమంటే తడ్డెమంటాడండి.... అటేపుకెళ్లొద్దంటే ఎల్తానంటాడు... కోపమొత్తే ఇరగతంతానంటాడు. అయ్... నా పేరు సింమాద్రి వాడి పేరు పార్వతి... ఏటంటారు... మా వోనరోడుకి ఆడ మగ తేడా తెలీదండి... పార్వతి గాడున్నాడే వాడికి ఎటకారం జాస్తి... కూసింత జరగరా అంటే చాలు మనమేదో ఆ కాడికి పాపమ్మాటన్నట్టు ఏదో పుల్లరుపు మాట అనేత్తాడు... అత్తారబత్తంగా పెరిగానని ఊరికే గొప్పలు పోతాడండీ... గోరోజనం ఎక్కువండి... ఏటి సేత్తాం... వాడి వాలకమే అంతండి... అయినదానికీ కానిదానికీ ఎంటుకలు నిక్కబొడుత్తాడండి... తలబిరుసండీ...

అయ్... పార్వతి గాడ్నండి.. వాడలాగే వాగుతాడండి... బాదంపప్పు పిస్తా పెడతానంటే పెంటలో పురుగులేరుకునే రకమండి... నిజం సెబితే తలకెక్కదండి... అబద్ధమంటానే నడుత్తాడండి... ఏదీ తనమీదెట్టుకోడండి... ఆళ్లొత్తేనే గానీ ఇసయం తెలీదని మా సక్కగా జారుకుంటాడండి... నిలబడి నీల్లు తాగరా అంటే ఇనడండి. పులపరం తగిలితే సైతిగా ఉంటాదండీ సోద్యం కాకపోతే... ఇదాయకంగా మందులు పడాలి కదా... సింహాద్రిగాడు పట్టించుకోడండి... మేం అల్లాటప్పాగాళ్లం కాదండి...¬ ౦ండేసి పందేలు గెలిసిన మొనగాళ్లం... ఉన్నపళాన బరిలో దూకమంటే ఎనకాముందూ సూడకుండా దూకేత్తామండి... మా వోనరుడు మా యిద్దరికీ చెవులకు కమ్మలు చేయిత్తానని వూరిత్తనాడండి... చుట్టాలొచ్చినపుడు మరీ బీరాలు పోతాడండి.. ఏదీ... మీకేంటీ... మేలుం బంగారం అని వూరుకున్నాడో ఏంటో... తెల్వదు... ఇయ్యాల రేపంటూ ఆయిదాలేత్తనాడండి... ఏద్దైనా వొత్తే ఎలాగోలావడండెహే అంటూ వదిలేసే రకం కాదండి... బాగానే సూసుకుంటాడండి... మరెందుకో మాట బోటు సేత్తన్నాడు... బతిమాలడం మా ఇంటా వంటా లేదండి... ఏదోటి సేయనీయండి... ఆడి పాపానికి ఆడే పోతాడు...

అయ్... ఇన్నారు కదా... ఆడి గొడవ ఆడిది... పూతరేకులు... పొట్టిక్కలు... బొబ్బట్లు... గొట్టంకాజా... పులస..

సీరమేను... మనదాకా రానిత్తారేంటీ... నాకేత్తారండి... కట్టు తాడు ఇప్పితే గెలాపెత్తుకుపోతే ఏవీ వుండదండి... పెట్టల మీదకి దాటడమే... అయ్... సిత్తమండి... అలాగేనండి.... ఓ పాలి సిన్నమాట ఇనండి.... ఈ ఏడు కోడిపందేలు లేవంటండి... పేపర్లలో సదివినోల్లు సెబుతుంటే ఇన్నామండి.. సంబరపడ్డామండి... ఆ కాడికి పేనాలు నిలిచినట్టే కదండీ...లేపోతే ఏ చణంలో బుద్ధి పడితే ఆ చణంలో బరికి లాక్కెళ్లతారండి...పీక కోసి తినడానికైతే జపా చేసినట్టు ఒక్కమారే పేనాం పోతుందండి... గొడవొండదు.... బరిలో దిగితే కొట్టుకు సావాలి... రకతం ఓడ్చాలండి.... వోడినా గెలిసినా కూరకే పోతాదండి... ఇపుడు ఇంచక్కా పోలీసులు పందేలు కడితే వూరుకునేది లేదని గట్టిగా అదమాయించి సెప్పేత్తునారండి... ఆ పైన కోరుటులున్నాయి కదండి.... వూరుకుంటారేంటండి...అన్నేళ్లలా ఆటలు సాగుతాయేంటండి... బొక్కలో తోత్తారు... ఈ మాట పార్వతి గాడు వూరుకోడండి... మీరే ఇనండి... అయ్... బాగా ఇనండి.... మహబేసుగ్గా కబుర్లు సెబుతాడు...

అయ్... ఎన్నిందాలు సెప్పినా మా సింమాద్రిగాడి బ్రమ కానీయండి... ఆడి ఎర్రి గానీయండి... మా వోడి పిచ్చి గానీండి... పంతాలు పడి పందేలు ఏసేత్తారండి నూటికి నూరుపాళ్లు. నాకు ఈ మనుసుల నాడి తెలిసండి... కడకు ఆచారాలు... ఆనవాయితీ మట్టి మసానం అంటారండి... పోలీసోల్లు సూసీ సూడనట్టు కళ్లు మూసుకుంటే సాలదాండి పండుగ మూడురోజులూ ఇట్టే గడిసిపోతాయి... మా సింమాద్రి గాడికి ఇంకా లోకం రీతులు తెలీటం లేదండి.. అయినా గానీ అదేం సరదాండీ బాబూ ఈ జనాలకి... మేం రకతం కార్చుకుంటూ పొడుసుకుని చస్తే అల్లకి ఆనందం ఏంటండి... మీరంతా బుద్దీ జ్నానం తెలివీ గిలివీ ఉన్నోళ్లే కదా... కత్తులెట్టుకుని పొడుసుకోండి... అపుడు తెలుత్తాది... అయ్.... నిజం నిట్టూరంగా ఉంటుందండి...

అయ్... ఆడలాగే మాట్టాడతాడు... ఈ జిల్లా బాస పట్టేసినోడు ఏదైనా వాగుతాడండి...దయాగునం ఒకడి సొత్తేంటండి... ఏది తప్పుతాదండి... ఒక్కోకడికి ఒక్కో ఆనందం... ఏవైనా ఈయేడు పందేలు లేవంటే పేనాలు దక్కినట్టే కదండీ... చెవులకు కమ్మలు కుట్టించుకునే కుతి ఏమౌతుందో సూడాలి మరి... మా వోనరోడు ఏ వంకెట్టి సరిపెడతాడో సూడాలండి...

ఏది ఏమైనా మా ఈరోచిత పోరాటాల కతలు బరి సదివేవేసారు కదండీ... ఎన్నెన్ని జిత్తులు ఎన్నెన్ని మాయలు ఎన్నెన్ని మోసాలు పందేల్లో వున్నాయో సూసారు కదండి... ఇది రాత్తున్నపుడే మా సుట్టూ తిరిగుతానే ఉన్నాడండి ఆ బాబు... మొత్తం కతంతా లాగేసాడండీ... సాలా మందిని కలిసాడండి. కులాసాగా సదివేయండి... మా మీద జాలే సూపిత్తారో మా సాహసాల్ని ఆకాసానికే ఎత్తుతారో మా జీవ లచ్చనం ఇదేనని మెచ్చుకుంటారో మీ యిట్టం అండి... ఆయ్... ఉంటానండి.... సెలవండి... దయ వుంచండి... సిత్తం... అలాగేనండి....

- సమాప్తం -

దాట్ల దేవదానం రాజు

జననం: 20 మార్చి 1954,

తల్లిదండ్రులు: దాట్ల వెంకటపతి రాజు, సూర్యనారాయణమ్మ

సహచరి: ఉదయ భాస్కరమ్మ

పిల్లలు: డి.వి.యస్.రాజు, శశికాంత్, శిరీష.

మనుమలు: పూజిత, అక్షిత, అనిందు, కృతి.

చదువు: ఎం.ఏ (ఆర్థిక శాస్త్రం), ఎం.ఏ (తెలుగు), ఎం.ఇడి.

పురస్కారాలు: 'వానరాని కాలం' సరసం అవార్డు (1997)
జిల్లా ఉత్తమ ఉపాధ్యాయ అవార్డు (1999)
రాష్ట్ర ఉత్తమ ఉపాధ్యాయ అవార్డు (2000)
'మట్టి కాళ్ళు' కవితాసంపుటి- ఆంధ్ర సారస్వత సమితి అవార్డు (2003)
'కళైమామణి' అవార్డు- పుదుచ్చేరి ప్రభుత్వం (2003)
'రీజెన్సీ కళావాణి' పురస్కారం (2004)
'తెలుగురత్న' పురస్కారం-పుదుచ్చేరి ప్రభుత్వం (2007)
ఉగాది ఉత్తమ కవి పురస్కారం (2009)
'సర్ ఆర్థర్ కాటన్ జలనిధి' పురస్కారం (2010)
కొ.కు కథాపురస్కారం (2011)
'యానాం కథలు'- గుంటూరు జిల్లా రచయితల సంఘం రాష్ట్రస్థాయి కథాపురస్కారం (2012)
'అక్షర గోదావరి' పురస్కారం (విశాఖ) (2015)
'యానాం చరిత్ర' ప్రజాపత్రిక ఉత్తమ చరిత్ర గ్రంథం పురస్కారం (రాజమండ్రి) (2018)
డా. పరుచూరి రాజారామ్ సాహితీ పురస్కారం (2022)
కుందుర్తి శతజయంతి ఫ్రీవర్స్ ఫ్రంట్ ప్రతిభాపురస్కారం (2022).

రచనలు: వానరాని కాలం-కవితాసంపుటి (1997)
గుండె తెరచాప-కవితాసంపుటి (1999)
మట్టి కాళ్ళు-కవితాసంపుటి (2002)
దాట్ల దేవదానం రాజు కథలు-కథాసంపుటి (2002)
ముద్రబల్ల-దీర్ఘకవిత (రైతు నేపథ్యం) (2002)
లోపలి దీపం-కవితాసంపుటి (2005)
సరదాగా కాసేపు-రాజకీయ వ్యంగ్య కథనాలు (2016)
యానాం చరిత్ర గ్రంథం (2007)

నది చుట్టూ నేను-కవితాసంపుటి (2007)
నాలుగో పాదం-దీర్ఘకవిత (వృద్ధాప్య నేపథ్యం) (2010)
పాఠం పూర్తయ్యాక...-కవితాసంపుటి (2012)
యానాం కథలు- కథాసంపుటి (2012)
'కళ్యాణపురం' యానాం కథలు-2 కథాసంపుటి (2015)
దోసిలిలో నది-కవితాసంపుటి (2016)
కథల గోదారి- కథాసంపుటి (2018)
చైనా యానం-యాత్రాకథనం (2019)
మధు హాసం-మధునాపంతుల సత్యనారాయణ శాస్త్రి చమత్కారాలు (2019)
బరిలో...నవల (2022)
లేళ్ళ మెరక- కథాసంపుటి (2022).

సంపాదకత్వం:
దూరానికి దగ్గరగా (వంతెన కవితలు) (2002), సూరయ శాస్త్రీయం (2008), అజో-విభో- కందాళం (2022) శిఖామణి సాహితీ వైజయంతి సమ్మానోత్సవ విశేష సంచిక.

ఇతర భాషల్లోకి:

నాన్‌గామ్ పాదం-తమిళం-శాంతాదత్ (2010)
నాల్గనయ పాద- కన్నడం- గురుమూర్తి పెండెకురు (2016)
నాల్గమతి పాదం-మలయాళం- ఎల్.ఆర్.స్వామి (2016)
రిసిట్స్ జయానాయన్-యానాం కథలకు ఫ్రెంచి అనువాదం- డానియల్ నెజర్స్ (2022)

ఇతరాలు: ఉదయిని - షష్టి పూర్తి సంచిక- సంపాదకుడు డా.శిఖామణి
సాత్విక భావాల సౌందర్య శిల్పి దాట్ల దేవదానం రాజు- సౌభాగ్య
INDE DU SUD-ఫ్రెంచి కథాసంకలనంలో రీడెమ్షన్ పేరుతో రథం కదలాలి కథకు చోటు (2022)
దాదేరా సాహిత్యం మీద ఇరువురు ఎం.ఫిల్ పట్టా పొందారు.

చిరునామా:
8-1-048, ఉదయిని, జక్రియనగర్, యానాం-533 464
సెల్: 94401 05987, 8555830789
ఫోను: 0884-2950148
email id - datladeva@gmail.com

బరిలో...

పురాణ, చారిత్రక, సామాజిక, ఆర్థిక, రాజకీయ కోణంలో
కోడిపందాల నేపథ్యంలో రాసిన తొలి తెలుగు నవల

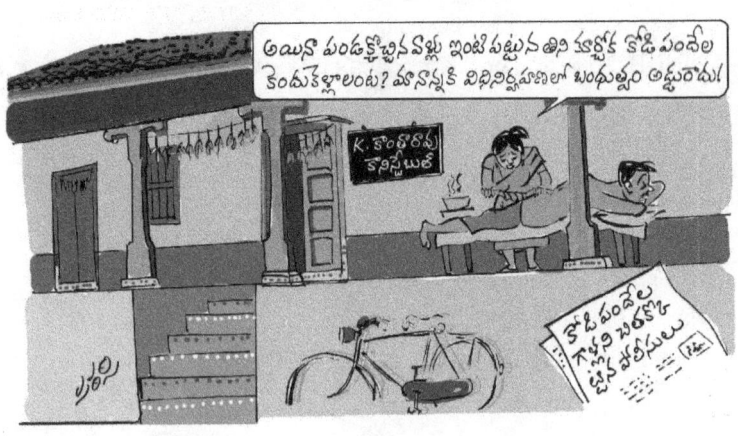